# ஜோதிட ஆராய்ச்சித் திரட்டு

## [இரண்டாம் பாகம்]

பிரபல ஜோதிட ஆராய்ச்சியாளர்
ஜோதிஷ்வாசஸ்பதி – தெய்வக்ஞசிரோமணி
**மாருதி மு. மாதேஸ்வரன்** MICAS

**விஜயா பதிப்பகம்**
20, ராஜ வீதி,
கோயம்புத்தூர் - 641 001.
www.vijayapathippagam.com

© விஜயா பதிப்பகம்

**ஜோதிட ஆராய்ச்சித் திரட்டு (இரண்டாம் பாகம்)**

Jothida Aaraichi Thirattu (II - Part)

ஆசிரியர் : மு. மாதேஸ்வரன் MICAS

பதின்மூன்றாம் பதிப்பு : 2022

**விஜயா பதிப்பகம்**

20, ராஜ வீதி, கோயம்புத்தூர் - 641 001.
0422 - 2382614 / 90470 87053
vijayapathippagam2007@gmail.com

ஒளியச்சு / புத்தக வடிவமைப்பு : **ஐரிஸ் கிராபிக்ஸ், கோவை.**
அட்டை வடிவமைப்பு : **தத்ரூபா கிராபிக்ஸ், கோவை.**
அச்சாக்கம் : **ஜோதி எண்டர்பிரைசஸ், சென்னை - 5.**

ISBN - **81-89796-59-3** / பக்கம் : 312 / **விலை : ரூ.230/–**

# முன்னுரை

வாசக அன்பர்களே ! வணக்கம்.

எம்மால் எழுதப்பட்ட ஜோதிட ஆராய்ச்சித் திரட்டு முதல் பாகத்தை படித்து முடித்து இரண்டாம் பாகத்தைப் படிக்கத் துவங்கு முன் சில வார்த்தைகள். ஜோதிட சம்பந்தமான நூல்கள் நிறைய உள்ளன. அவைகளில் பெரும்பான்மையானவை விஷயங்கள் அதிகம் இல்லாமல் மூல நூல்களின் அப்பட்டமான மொழி பெயர்ப்பையே கொண்டுள்ளன. அந்த மொழி பெயர்ப்பு களும் கடினமான நடையில் உள்ளது. கணிதங்களோ எளிமை யாகப் புரிந்து கொண்டு பயன்படுத்திக் கொள்ள முடியாமல் இருக்கின்றது. விஷயஞானம் உள்ள ஜோதிடர்களோ அவற்றைப் பிறருக்குக் கற்பிக்க முன்வருவதில்லை.

எனவே இந்த ஜோதிடக் கலையை அறிந்து கொள்ள எம் முயற்சிகள் கடுமையானவை. பலரிடம் நெருங்கியும் பயனில்லாமல் மூலநூல்களின் ஆராய்ச்சியில் இறங்கி சாதக பாதங்களைத் தொகுத்து வைத்து கணிதங்களைப் பல வழிகளில் எளிமையாக்கியதன் விளைவுதான் இந்தப் புத்தகம். இதில் உள்ள கணிதங்கள், மூலநூல்களை அடிப்படையாகக் கொண்டு எம்மால் எளிமையாக்கப்பட்டவை.

பிருகத் ஜாதகம், பலதீபிகை, சாராவளி, வராகர் ஓரை, பராசர ஹோரை, ஸ்ரீபதி பத்ததி, ஜாதக பாரிஜாதம், சூரிய

சித்தாந்தம், சர்வார்த்த சிந்தாமணி, குமாரசுவாமீயம் கிரந்தாந்திரம், பட்டோத்பலர் போன்ற முக்கிய மூலநூல்களின் சாராம்சங்கள் அடங்கியுள்ளது. மூலநூல்களில் உள்ளதை அப்படியே அளிக்காமல் 26 ஆண்டுகால ஆராய்ச்சியின் பலனையும் கலந்து அளித்துள்ளோம்.

மேலும் பல நூல்களின் சாராம்சம் இடையிடையே கலந்துள்ளது. இது முற்றிலும் புதிய பாணியான நூல். மூலநூல் களின் கருத்துக்கள் மட்டுமே இருக்கும். அதுவும் பல்லாயிரக் கணக்கான ஜாதகங்களின் மூலம் அக்கருத்துக்கள் உண்மை யானவை என்பதைக் கண்டறிந்து, அதன் பின்பே இப்புத்தகம் உங்கள் கைகளில் தவழ்கின்றது. மேலும் பல விஷயங்கள் உள்ளன. நீங்கள் எமக்கு அளிக்கும் ஆதரவும், ஊக்கமும் எம்மை இன்னும் எழுதத்தூண்டும். அதன் பயன் உங்களுக்கே. அன்னை நலம் தடையின்றிக் கிடைக்குமாக !

ஜோதிடப் பணியில் என்றும் உங்கள்

**மாருதி மு. மாதேஸ்வரன்** MICAS

ஜோதிட, கைரேகை,

எண் கணித ஆராய்ச்சியாளர்

ஜோதிஷ்வாசஸ்பதி

தெய்வக்ஞசிரோமணி

முதல்வர் : மாருதி ஜோதிடப் பயிற்சி மையம்

**215 (107), காந்தி நகர்**
**(தண்ணீர் டேங்க் ரோடு)**
**ஆத்தூர் - 636 102.**
**சேலம் மாவட்டம், தமிழ்நாடு.**
**தொ.பே : 04282-250532.**

# பதிப்புரை

**ந**ண்பர் ஒருவரால் திரு. மு. மாதேஸ்வரன் அவர்கள் ஒரு ஜோதிட ஆராய்ச்சியாளர் என்று எங்களிடம் அறிமுகப்படுத்தி வைக்கப்பட்டார். அவரிடம் பேசிக் கொண்டிருந்த பொழுது, அவரிடம் அரிய விஷயங்கள் இருப்பதை அறிந்து கொண்டோம். பேச்சுவாக்கில் ஜோதிடர்களிடமும், ஜோதிடப் புத்தகங்களிலும் மாறுபட்ட கருத்துக்கள் உள்ளனவே என்று கேட்ட போது, மிக அருமையான உதாரணங்களுடன் விளக்கினார். அந்த விளக்கங் களைக் கேட்ட போது, அனைவருக்கும் பயன்படும் வகையிலும் எளிதாகப் புரிந்து கொள்ளும் வகையிலும் இவருடைய புத்தகத்தை வெளியிடலாமே என்ற யோசனை ஏற்பட்டது. இவ்வெண்ணத்தை அவரிடம் தெரிவித்த போது, பல விஷயங்களை ஆராய்ச்சியின் அடிப்படையில் திரட்டி வைத்துள்ளதாகக் குறிப்பிட்டார். அவை ஆரம்ப நிலையில் உள்ளவர்களுக்கு மட்டுமல்லாமல் தொழில் முறை ஜோதிடர்க்கும் பயன்படும் என்று கூறி எங்கள் வேண்டு கோளுக்கிணங்க ஜோதிட ஆராய்ச்சித் திரட்டு என்ற பெயரில் இரண்டு பாகங்களாக எழுதியுள்ளார். அதை வெளியிட்டுள்ளோம். அரிய விஷயங்களை வெளிப்படையாக அனைவரும் எளிதில் புரிந்து கொள்ள ஏற்றதாக உள்ள இந்த இரு நூல்களையும் வாங்கிப் படித்து பயனடைய வேண்டுகிறோம்.

இங்ஙணம்
**பதிப்பாசிரியர்**

# பொருளடக்கம்

|   |   | பக்கம் |
|---|---|---|
| 1. | ஒரு உதாரண ஜாதகத்தைக் கொண்டு லக்கின, கிரகஸ்புடம் செய்து சப்தவர்க்க சக்கரங்கள் அமைத்தல் | 9 |
| 2. | பாகஸ்புடத்தின் வழிமுறைகள் | 35 |
| 3. | அஷ்டவர்க்க கணித விபரம் | 50 |
| 4. | தொழில்வகையை அறியும் முறை | 62 |
| 5. | நோய்களை அறிந்து பரிகாரம் செய்தல் | 79 |
| 6. | ஆயுள் கணிதத்தைப் பற்றி சில விளக்கங்கள் | 89 |
| 7. | எந்த வயதில் எந்த திசையில் யோகம் | 93 |
| 8. | ஜாதகம் இல்லாதவர்களுக்கு பேர் ராசி மூலம் பலன் அறிதல் | 98 |
| 9. | பிரமுகர்களின் உதாரண ஜாதகங்கள் | 103 |
| 10. | கிரகங்களின் சில விசேஷ இணைவுகளின் பலன்கள் | 135 |
| 11. | பெண்களின் ஜாதக விசேஷங்கள் | 148 |

| 12. | திருமணப் பொருத்தம் பார்க்கும் சரியான முறை | 159 |
| 13. | சரியான முறையில் ருது ஜாதகம் கணித்தல் | 176 |
| 14. | தோஷங்களும் பரிகாரங்களும் | 179 |
| 15. | எண் கணிதத்தை ஜாதகத்துடன் இணைத்தல் | 183 |
| 16. | கைரேகைக்கும் ஜாதகத்திற்கும் உள்ள தொடர்பு | 200 |
| 17. | நவரத்தினங்களைப் பயன்படுத்தும் முறை | 209 |
| 18. | ஜோதிட நூல்களின் தொகுப்பு | 215 |
| 19. | 12 பாவாதிபதிகள் 12 பாவங்களில் நிற்கும் பொதுப்பலன் | 220 |
| 20. | நவக்கிரக ஸ்தோத்திரங்கள், காயத்ரிகள் | 250 |

## விநாயகர் துதி

பாலும் தெளிதேனும் பாகும் பருப்பும் இவை
நாலும் கலந்துனக்கு நான் தருவேன் - கோலம் செய்
துங்கக் கரிமுகத்துத் தூமணியே ! நீ எனக்குச்
சங்கத் தமிழ் மூன்றும் தா !

## சண்முகன் துதி

உருவாய் அருவாய் உளதாய் இலதாய்
மருவாய் மலராய் மணியாய் ஒலியாய்
கருவாய் உயிராய் கதியாய் விதியாய்
குருவாய் உயிராய் அருள்வாய் குகனே !

## கலைவாணி துதி

மாணிக்ய வீணா முபலா லயந்தீம்
மாதாலஸாம் மஞ்சுளா வாக் விலாஸாம்
மாஹேந்த்ர நீலத்யுதி கோமாளாங்கீம்
மாதங்க கன்யா மனஸாஸ் மராமி !

## நவக்கிரக துதி

ஓம் ஆதித்யாய சோமாய
அங்கார காய புதாய
குரு தேவாய சுக்ராய
சனீஸ் வராய ராகு
கேதுவாய நமோ நமஹ !

ஓம் அதி தேவதா ப்ரதி அதிதேவதா ஆதித்யாதி
சகித நவக்கிரகஹ தேவாதாப்யோ நமோ நமஹ !

# ஜோதிட ஆராய்ச்சித் திரட்டு
[இரண்டாம் பாகம்]

**1. ஒரு உதாரண ஜாதகத்தைக் கொண்டு லக்கின கிரகஸ்புடம் செய்து, சப்தவர்க்க சக்கரங்கள் அமைத்தல் :**

முதல் பாகத்தைப் படித்து முடித்து நன்கு தேர்ச்சி பெற்றிருப்பீர்கள். இனி இந்த இரண்டாம் பாகத்தில் ஜோதிட சாஸ்திரத்தின் நுணுக்கங்களை அறிந்து கொள்ள உள்ளே நுழையும் உங்களுக்கு முழுமுதற் கடவுளாகிய விநாயகர், மற்றும் கலைவாணி அருள் கிடைக்க மனப்பூர்வமாக வேண்டி, நவக் கிரகங்களின் கடாட்சம் தடையின்றி கிடைக்குமாக என்று கூறி இரண்டாம் பாகத்தை துவக்குகின்றேன்.

முதல் பாகத்தில் அடிப்படையை அறிந்து கொண்டீர்கள். எனினும் இன்னும் பல சந்தேகங்கள் உங்கள் உள்ளத்தில் இருக்கும். அதற்கெல்லாம் விடையிறுக்கின்றேன். ஜாதகம் என்பதைப் பற்றி சமுதாயத்தில் பலவிதமான அபிப்பிராய பேதங்கள் இருந்தாலும், ஜோதிடம், ஜாதகம் என்பதெல்லாம் பொய் என்று மேடையில் பேசுபவர்களெல்லாம் திரை மறைவில் ஜாதகத்தை எடுத்துக் கொண்டு ஜோதிடர்களைத் தேடிச் செல்லும் நிலையினை அறிந்தவன் யான்.

ஜாதகம் என்றால் என்ன, அதன் அடிப்படை என்ன என்பதைப் புரிந்து கொண்டால் கேள்வி கேட்பவர்கள் தொகை மிகவும் குறைந்து விடும். மனிதனின் ஜாதகம் என்பது, கருவுற்று தாயின் வயிற்றில் வளர்ந்த ஒரு குழந்தை, தாயின் யோனி (பிறப்பு உறுப்பு) வழியாக வெளி வந்த நேரத்தைக் கொண்டு கணிக்கப்படுவது! ஆனால் ஜோதிட சாஸ்திரம் கூறுவது என்ன வெனில், கருத்தரித்த நேரத்தைக் கொண்டே ஜாதகம் கணிக்க வேண்டும் என்பது. ஆனால் அது இயலக்கூடிய காரியமா என்ற கேள்வி எழுத்தான் செய்யும். அக்காலத்தில் அம்முறையில் தான் ஜாதகம் கணித்திருக்கின்றார்கள். அந்த அளவு அறிவும், ஆராய்ச்சித் திறமையும் அக்கால மகான்கள் பெற்றிருந்தார்கள். இப்போது அந்த அளவு திறமை பெற்றவர்கள் இல்லையென்று நாம் ஒப்புக் கொள்ளத்தான் வேண்டும்.

யோனியின் மூலம் ஜனித்த குழந்தைக்குத்தான் ஜாதகம் இப்போது எழுதப்படுகின்றது. எனவே ஜாதகத்தில் முதலிடம் தாய்க்குத்தான் அளிக்கப்படுகின்றது. அதாவது விளக்கமாகச் சொன்னால் தாயின் பிறப்புறுப்பு வழியாக வெளியே வந்த குழந்தைக்குத்தான் ஜாதகம் சரியான பலன்களைக் கூறும். தற்போது அறுவைச் சிகிச்சை மூலம் வயிற்றைக் கிழித்து குழந்தையை வெளிக் கொணர்கின்றார்கள். அம்மாதிரியான குழந்தைகளுக்கு சரியான நேரம் கண்டு ஜாதகம் எழுதுவது கடினம். மருத்துவமனைகளில் கூறப்படும் நேரம் சரியாக அமையாது. அவர்கள் சொல்லும் நேரத்தைக் கொண்டுதான் கணிக்க வேண்டும். எனவே தவறு நேர வாய்ப்புண்டு.

ஜாதகம் என்பது தாயின் அடிப்படையில்தான் கணிக்க முடியும். தந்தைக்குப் பெரும்பங்கு இங்கு இல்லை. விந்து தானம் (அ) கர்ப்பதானம் செய்வதோடு தந்தையின் கடமை முடிந்து விடுகின்றது. அதற்குப் பின் அத்தனை கடமையும் தாய்க்குத்தான்.

எனவேதான் தாய்க்கு லக்கினத்துக்கு அடுத்த கேந்திரமான சதுர்த்த கேந்திரம் அளிக்கப்பட்டுள்ளது. ஆனால் தந்தைக்கு மூன்றாம் திரிகோணமாகிய ஒன்பதாமிடம்தான் அளிக்கப்பட்டுள்ளது. மேலும் அக்கால முதலே நம் சமுதாயத்தில் ஆண்களுக்கு ஒரு நியதி, பெண்களுக்கு ஒரு நியதி என்று ஏற்பட்டு விட்டது. ஆண்கள் வழி தவறி நடந்தால் யாரும் கண்டு கொள்வதே இல்லை. ஆனால் பெண்கள் வழி தவற முடியாமல் இருப்பதற்குப் பல கட்டுப்பாடுகள் இருக்கின்றன.

இதை மேலெழுந்தவாரியாகப் பார்த்தால் பெண்களுக்கு அநீதி என்பதைப் போலத் தோன்றும். ஆழ்ந்து நோக்கினால் அதில் உள்ள உண்மை தெளிவாகப் புரியும். இந்தியப் பண்பாடு, கலாசாரம், பெருமை யாவும் பெண்களிடம்தான் உள்ளன. முதலில் சக்தி வழிபாட்டை உருவாக்கியது உலகிலேயே பாரதம்தான். பெண்மைக்குத்தான் இங்கு முதலிடம். ஆனால் அதைச் சரியாக யாரும் புரிந்து கொள்ளவில்லை. ஜோதிட சாஸ்திரம் தாய்க்குத்தான் முதலிடம் கொடுக்கின்றது. ஜனித்த ஒரு குழந்தையின் ஜாதகத்தைக் கொண்டு தந்தையின் குணாதிசயங்கள் பற்றி அறிந்து கொள்ளலாம். அவர் வாழ்க்கையில் பல பெண்களுடன் தொடர்பு கொள்பவரா என்பதையும் அறிந்து கொள்ளலாம். அவரின் நிலையைப் பற்றி அறிந்து கொள்ளலாம். ஜனித்த அந்தக் குழந்தை அதன் தாய்க்கு, தன்னுடைய கணவன் மூலமாகத்தான் பிறந்ததா அல்லது முறையற்ற முறையில் பிறந்ததா என்பதைக் கூட அறிய முடியும். தந்தையைப் பெருமளவு கவனிக்காமல் தாய்க்கே முக்கியத்துவம் அளித்திருப்பதில் இருந்து அக்காலத்தில் கற்பு நெறியை எந்த அளவு போற்றி வந்திருக்கின்றார்கள் நம் முன்னோர்கள் என்பது புலனாகும். அதற்காக ஆண்கள் தவறு செய்யலாம் என்பது என் கருத்தல்ல. கற்பு என்பது இருவருக்கும் பொதுவான நியதிதான்.

தாயானவள் முறை தவறிக் குழந்தை பெற்றுள்ளாள் என்பதைக் காண வழி வகுத்த சாஸ்திரம், தந்தை தன் மனைவி அல்லாமல் மற்றவள் மூலமாக ஒரு குழந்தை பெற்றிருப்பாரா என்பதை அறியவும் வழிகள் கூறியுள்ளது. எப்படியாயினும் தாயின் வயிற்றில் கருவாகி, உருவாகி, யோனி மூலம் பிறந்த குழந்தை களுக்குத்தான் ஜோதிடம் சரியான முறையில் பலன் கூறும். செயற்கை முறையில் கருத்தரிக்கப்பட்ட குழந்தைகளுக்கும், அறுவை சிகிச்சை மூலம் வெளி வந்த குழந்தைகளுக்கும் ஜோதிடப் பலன்கள் ஓரளவுதான் ஒத்துவரும். காரணம் அதன் ஜனன நேரத்தை சரியாகக் கணக்கிட முடியாது என்பது மட்டு மல்லாமல், பிறப்புறுப்பு வழியாக ஜனித்த குழந்தைகளுக்கே ஜோதிட சாஸ்திரம் சரியான அளவில் ஒத்து வரும் என்று நம் முன்னோர்கள் தெளிவாகக் கூறியிருக்கின்றார்கள்.

இனி ஒரு உதாரண ஜாதகத்தின் மூலம் லக்கின ஸ்புடம், கிரக ஸ்புடம், பாவ ஸ்புடம் செய்து சப்த வர்க்கச் சக்கரங்கள் போடும் முறையை எளிதாக விளக்குகின்றேன். முன்பு எழுதிய வழிமுறைகள் இப்போது மாறும். ஆரம்பத்தில் உங்களுக்கு எளிதாக இருக்க வேண்டுமென்று சாயன, நிராயண ராசி மானங்களைக் குறிப்பிடவில்லை. தோராயமான ராசிமானங் களைக் குறிப்பிட்டுக் காட்டினேன். இனி சாயன, நிராயண ராசி மானங்களை விளக்கி கணிதம் துவக்குகின்றேன். கவனமாகப் பலமுறை படித்து நன்முறையில் விளங்கப் புரிந்து கொள்ளுங்கள்.

சாயன இராசிமான சங்கியை என்பது வருஷத்தின் ஆரம்ப அயனஸ்புடத்தை உள்ளடக்கியது. அயன ஸ்புடம் என்பது அந்தந்த வருடத்தின் ஆரம்பத்தில் எவ்வளவு என்பதை கிரகபாத சாரங்கள் என்ற தலைப்பில் பஞ்சாங்கங்களில் அளிக்கப்பட்டிருக்கும். சாயன முறையில் லக்கின ஸ்புடம் செய்தால் கணிதங்கள் அதிகம் தேவைப்படும். எனவே எல்லோரும் நிராயணப்படிதான் ஸ்புடம்

செய்வார்கள். அது அயனாம்சம் சேர்க்கப்படாதது; எளிதானது. நிரயாண ராசிமான சங்கியை (இராசிகளின் காலம்) அக்ஷாம்சம் என்று சொல்லப்படும் பாகை (அ) டிகிரிக்குத் தக்கவாறு மாறுபடும்.

உலகப் படத்தைப் பார்த்தால் பூமியின் மத்தியில் பூமத்திய ரேகை என்பது காணப்படும். அதற்கு வடக்கே கடக ரேகையும், தெற்கே மகர ரேகையும் உள்ளது என்பது நீங்கள் அறிந் திருப்பீர்கள். பூமத்திய ரேகையிலிருந்து வடக்கே உள்ள தேசங்கள் வடக்கு (உத்தர) அக்ஷாம்சத்திலும், தெற்கே உள்ள தேசங்கள் தெற்கு (தக்ஷிண) அக்ஷாம்சத்திலும் உள்ளது. நம் பாரதம் உத்தர அக்ஷாம்சத்தில் உள்ளது. வடக்கு தெற்காகப் பிரிக்கப்பட்டுள்ளது போலவே கிழக்கு மேற்காக 'கிரீன்விச்' ரேகை என்ற அடிப்படை கோட்டைக் கொண்டு ரேகாம்சம் (லாங்டிட்யூட்) என்று பிரிக்கப்பட்டுள்ளது. இதையெல்லாம் ஏன் குறிப்பிடுகின்றேன் என்ற கேள்வி எழுகின்றதல்லவா? இதற்கும் ஜோதிடத்திற்கும் தொடர்புண்டு. ஒவ்வொரு தேசத்தின் சுதேச கால மணியும் (ஸ்டேன்டர்ட் டைம்) க்ரீன்விச் நேரத்தின் அடிப்படையில்தான் அமைக்கப்படுகின்றது. நம் இந்தியாவில் இந்திய சுதேச கால மணி (இந்தியன் ஸ்டேன்டர்ட் டைம்) சிகோரா அக்ஷாம்சமான (லேடிட்யூட்) 28 - 39. ரேகாம்சம் (லாங்டிட்யூட்) 82-30ன் படி அறிவிக்கப்படும். நம்முடைய பஞ்சாங்கம் முக்கியமாக "வாசன்" திருக்கணித பஞ்சாங்கம் சென்னையின் அக்ஷாம்சமான 13-04 (வடக்கு) 80.15 (கிழக்கின்படி) கணிக்கப்பட்டுள்ளது. ஒவ்வொரு நகரத்தின் கால வித்தியாசமும் அளிக்கப்பட்டுள்ளது. இது லக்கின ஸ்புடம் செய்ய உதவியாக இருக்கும்.

நேரம் மாறுபடுவதைப் போலவே சூரிய உதய நேரமும் அக்ஷாம்சம், ரேகாம்சப்படி மாறும். எனவே எந்த ஊரில்

குழந்தை பிறந்ததோ, அந்த ஊருக்கு அருகில் உள்ள பெரிய நகரங்களில் எது மிக அருகில் உள்ளதோ அந்த நகரத்தின் சூரிய உதயப்படி குழந்தையின் பிறந்த நேரத்தை சரியாகக் கணக்கிட்டு லக்கின ஸ்புடம் செய்ய வேண்டும். சிலர் இதிலெல்லாம் கவனம் செலுத்தாமல் சூரிய உதய நேரத்தைக் கழிக்காமல் லக்கின ஸ்புடம் செய்வார்கள். அது பெரும் தவறு. சில நேரங்களில் லக்கினமே கூட மாறிவிடும்.

இராசி மானங்கள் என்று சொல்லப்படும் இராசியின் கால அளவைகளும் அக்ஷாம்சத்துக்குத் தக்கவாறு மாறுபடும். எனவே அந்தந்த அக்ஷாம்சத்துக்குரிய நிராயண ராசிமான சங்கியைப்படி லக்கின ஸ்புடம் செய்ய, தவறில்லாமல் கணிதம் அமையும். சில பஞ்சாங்கங்களில் கொடுக்கப்பட்டுள்ள பொதுவான இராசி மானங்களை அப்படியே உபயோகிக்கக் கூடாது என்பது துல்லியமானது. மேலும் கிரகங்களுக்குரிய நிராயண ஸ்புடங்கள் யாவும் 'வாசன்' திருக் கணிதத்தில் தெளிவாக அளிக்கப் பட்டுள்ளது. அது வசதியாக இருக்கும். எந்தப் பஞ்சாங்க மானாலும் ஒரே பஞ்சாங்கத்தையே வழக்கில் பயன்படுத்த வேண்டும். அடிக்கடி பஞ்சாங்கங்களை மாற்றக் கூடாது. அது குழப்பத்தை ஏற்படுத்தும்.

குரோதன வருஷம், கார்த்திகை மாதம், 19-ந் தேதி (4-12-1985) புதன் கிழமை மாலை 6-32க்கு ஆத்தூரில் பிறந்த ஒரு குழந்தையின் லக்கின, கிரக ஸ்புடங்கள் செய்து, சப்த வர்க்கச் சக்கரங்கள் போடலாம். முதலில் சரியான சூரிய உதயாதி நாழிகையைக் கணக்கிட வேண்டும். இந்தக் கணிதம் 'வாசன்' திருக்கணிதப் பஞ்சாங்கப்படி கணிக்கப்பட்டது.

முதலில் அன்றைய தினம் சேலம் மாவட்ட சூரிய உதயம் எவ்வளவு என்று கவனிக்க. சேலம் மாவட்ட அக்ஷாம்சம் வடக்கு

11-39ன் படி சூரிய உதயம் எவ்வளவு என்று பஞ்சாங்கத்தில் உதயம், அஸ்தமனம் என்ற பக்கத்தில் கொடுக்கப்பட்டிருக்கும். அதன்படி உதயம் காலை மணி 6-28க்கு வருகின்றது. அந்தக் கணக்கின்படி சூரிய உதயாதி நாழிகை கணக்கிட ஜனன நேரம் மாலை 6-28ஐ நாழிகையாக்க 31-20, அதில் உதய வித்தியாச மான 28 நிமிஷத்திற்குரிய நாழிகை 1-10ஐ கழிக்க 30-10 வரும். இதுதான் சூரிய உதயாதி சுத்த நாழிகை. இந்த ஜனன நாழிகை சரியானதுதானா என்று முதலில் கவனிக்க வேண்டும். ஏனெனில் இது ஆண் குழந்தையாகையால் அம்சம் ஆணாகவே வர வேண்டும். நேரத்தில் வித்தியாசமாகக் கொடுக்கப்பட்டிருந்தால் கணிதத்தில் தப்பிதம் வரும். சில கணிதங்கள் மாறியும் வரக் கூடும். எனவே முதலில் லக்கின ஸ்புடம் செய்து எத்தனையாவது பாதத்தில் ஜனனம் என்பதை அறிந்து கொண்டால் அதற்குத் தக்கவாறு சரிசெய்து சரியான நேரம் கண்டு கிரகங்களை ஸ்புடம் செய்யலாம்.

பஞ்சாங்கத்தில் கொடுக்கப்பட்டுள்ள ஒவ்வொரு தினத்தின் இராசி இருப்பையும் அப்படியே போட்டு சிலர் கணிதம் செய்வார்கள். அதை விடவும் அந்தந்த ஊரின் இராசி மானங் களை அந்தந்த மாதங்களின் நாட்களால் வகுக்க ஒவ்வொரு தினத்திற்கும் உரிய விகடிகை எவ்வளவு என்று தெரியும். அதன் படி கணிதம் செய்வது மிகவும் துல்லியமானது. அப்படியே போட்டாலும் பெரும் வித்தியாசம் வராது.

| | | |
|---|---|---|
| அன்றைய இராசி மானம் விருச்சிகத்தில் இருப்பு | | 2-08 |
| உத்தர அக்ஷாம்சம் 12ன் படி இராசிமான சங்கியை | தனுசு | 5-19 |
| (சேலம் அக்ஷாம்சம் 11-39 எனவே | மகரம் | 4-47 |
| 12 ஆக கணக்கிட வேண்டும். விகலை | கும்பம் | 4-19 |

பாதிக்கும் குறைவாக இருந்தால்

| | | |
|---|---|---|
| முதல் அக்ஷாம்சம் | மீனம் | 4-13 |
| பாகையையே எடுத்துக் கொள்ள வேண்டும்) | மேஷம் | 4-31 |
| | ரிஷபம் | 5-05 |

```
                                          30-22
ஜனன நாழிகை                                30-10
                                          ------
ரிஷபத்தில் இருப்பு                         0-12
                                          ------
```

ரிஷப ராசியில் இருப்பு 0-12 இருப்பதால் கடைசி அம்சம் தான் வரும். ரிஷபத்தின் கடைசி அம்சம் கன்னி. அது பெண் ராசி, ஆண் குழந்தைகளுக்குப் பெண் அம்சம் வராது. எனவே ரிஷபத்தின் 8-வது அம்சத்தில்தான் குழந்தை ஜனித்திருக்க வேண்டும். அவர்கள் கொடுத்த நேரம் தவறு. சிரசு உதய நேரம் சரியாகக் கணிக்கப்பட வில்லை. எனவே 10 நிமிடங்கள் முன்பாகத்தான் பிறந்திருக்கும். பின்னால் பிறந்திருக்க முடியாதா என்ற கேள்வி எழும். தற்போது மருத்துவமனைகளிலேயே குழந்தைகள் பிறப்பதால், அவர்கள் குழந்தை முழுவதுமாக வெளியே வந்த பின்தான் நேரத்தை அறிவிக்கிறார்கள். பொதுவாக எல்லோரும் அதைத்தான் செய்கின்றார்கள். சிரசு உதயமான நேரம்தான் ஜாதகம் கணிக்கத் தேவையான - சரியான நேரம். இது விஷயத்தில் பலர் தவறு செய்கின்றார்கள். நல்ல விஷய ஞானம் உள்ள ஜோதிடர்கள் சிரசுதயத்தை சரிசெய்து அம்சம் அமைப்பார்கள். பெரும்பாலோர் ஆண் குழந்தைக்குப் பெண் அம்சம் போட்டு விடுவார்கள். சில கணிதங்களே இப்படி வரும். பெரும்பாலானவை சரியாக அமைந்துவிடும். எனவே

தான் இம்மாதிரியான சர்ச்சைக்குரிய நேரத்தில் பிறந்த குழந்தையின் ஜாதகத்தை உதாரணத்திற்கு எடுத்துக் கொண்டேன். ஆண் - பெண் நவாம்ச மாற்றத்தை குணாதிசயம், நடை பாவனைகள் மூலம் அறிந்து கொள்ள முடியும்.

இப்பொழுது நாம் குழந்தையின் ஜனன நேரம் 29-45 என்று கணக்கிட ஜனனம் ரிஷபத்தின் 8ம் அம்சத்தில் அமையும். 10 நிமிடத்திற்குரிய 25 வினாடியைக் கழிக்க வருவது 29-45 நாழிகை. இனி இந்த நாழிகையை வைத்து லக்கின, கிரகஸ்புடம் செய்யும் முறையைக் கவனிக்கலாம். நமக்கு சூரியன் நின்ற ராசியான விருச்சிகம் முதல் கணக்கிட ரிஷபம் முடிய 30-22 நாழிகை வந்துள்ளது. இதில் ஜனன நாழிகையைக் கழிக்க ரிஷபத்தில் செல்ல வேண்டிய இருப்பு நாழிகை வரும். 30.22 - 29.45 = 0.37 நாழி ரிஷபராசி மானமாகிய 5-05ல் 0-37 ஆகிய இருப்பு நாழிகையைக் கழிக்க வருவது ரிஷபத்தில் சென்ற நாழிகையான 4-28 வரும். இதை பாகை, கலையாக மாற்ற வேண்டும். ஒரு ராசிக்கு 30 பாகை. அதாவது ரிஷப ராசியாகிய 5-05க்கு 30 பாகை எனில், செல்லான 4-28 நாழிகைக்கு எவ்வளவு பாகை, கலை என்று அறிய 4-28 பாகையை கலையாக்க 60ஆல் பெருக்க வருவது 268 கலையாகும். இதை 30 பாகையின் கலையான 1800 ஆல் மொத்த ராசிமானமாகிய 5.06ஐ பெருக்கி விகலையாக வரும் தொகையான 482400ஐ 305 ஆல் வகுக்க வரும் ஈவு 1581. இதுவே ரிஷபத்தில் சென்ற விகலை. மீதியை விட்டு விடலாம். இதைப் பாகையாக்க 60ஆல் வகுக்க வேண்டும். 26 பாகை, 21 விகலை வரும். இதுவே ரிஷபத்தில் சென்றது. இதுதான் லக்கினத்தின் ஸ்புடம். இத்துடன் ரிஷபத்தின் முன் ராசியான மேஷத்தின் பாகையைக் கூட்ட 30-00 + 26-21 = 56-21. இதுதான் லக்கின ஸ்புடம். இதை ராசி 1, பாகை 26, கலை 21 என்றும் குறிப்பிடலாம். எந்த ராசியில்

குழந்தையின் ஜனனம் நிகழ்கின்றதோ அந்த லக்கின ஸ்புடத்தோடு அதற்கு முன் சென்ற மேஷம் முதலான ராசிகளின் பாகையைக் கூட்டிக் கொள்ள வேண்டும். இப்போது 56-21 என்பது லக்கின ஸ்புடம்.

இனி கிரகங்களின் ஸ்புடம் செய்ய 'வாசன்' பஞ்சாங்கத்தை எடுத்துக் கொண்டு, குரோதன வருஷத்தின் கிரக ஸ்புடங்களின் விவரத்தைக் கொண்டு, (1வது வாக்கியம் என்று குறிப்பிடப்பட்டிருக்கும்) மேற்படி ஜனன தேதி நேரத்தின்படி கணிக்க வேண்டும். அதில் அளித்திருக்கும் ஸ்புடங்கள் விடியற் காலை 5-30 மணி முதல் ஜனன நேரம் வரை கணக்கிட, மாலை 6-32க்கு ஜனித்த குழந்தையின் நேரத்தில் சூரிய உதய வித்தியாசமான 0.32 நிமிஷத்தைக் கழிக்க வருவது 6-00. இதில் சிரசு உதயத்திற்கு 10 நிமிடம் முன்னால் போட்ட படியால் அந்த 10 நிமிடத்தைக் கழிக்க 5-50 வரும். இது காலை 6-00 மணி முதல் எண்ண 11-50 நிமிடம் ஆகும். இத்துடன் ஸ்புட நேரமான 5-30 மணியில் 6-00 மணி வரை உள்ள 0-30 நிமிடத்தைக் கூட்ட வருவது 12-20 ஆகும். இதுதான் நாம் ஸ்புடம் செய்ய வேண்டிய நேரம்.

ஸ்புட விவரத்தில் கார்த்திகை மாதம் 19ந் தேதிக்கு நேராகச் சூரியனின் நிராயண ஸ்புடம் 228-14 என்று கொடுக்கப் பட்டிருக்கும். இது 19ந் தேதி அன்று விடியும் முன்பு 5-30 மணிக்கு உண்டானது. மறுநாள் 20ந் தேதியில் 229-15 என்று இருக்கும். இதன் வித்தியாசம் 1-01 ஆகும். 1 பாகை 1 கலை என்பது சூரியன் ராசியில் ஒரு நாளைக் கடக்க எடுத்துக் கொள்ளும் நேரம். அதாவது 24 மணி நேரத்தில் கடப்பது. இது தினகதி என்று சொல்லப்படும் 24 மணி நேரத்தில் 1-01 பாகையைக் கடந்தால் நமக்குத் தேவையான 12-20 மணிக்குத் தேவையான கடக்கும் பாகையைக் கண்டறிய, தினகதியான

19 ❋ மு. மாதேஸ்வரன்

1-01ஐ விகலையாக்க 61 வரும். அதை 24ல் வகுத்தால் 1 மணிக்குரிய விகலை 2½ சராசரியாக வரும். இதை 12ல் பெருக்க 30 வரும். மேற்கொண்டு 20 நிமிடத்திற்கு 1 விகலை கூட்டிக் கொள்ள 31 வரும். இதை 19ந் தேதியின் சூரிய ஸ்புடமாகிய 228-14 உடன் கூட்ட 228-14 + 0-31 = 228-45 என்பதுதான் அன்றைய ஜனன நேரத்தின் சூரிய ஸ்புடம். இதைப் போலவே மற்ற கிரகங்களின் தின கதியையும் 1வது வாக்கியத்திலேயே குறிப்பிட்டிருக்கும். அதைத் தேவையான ஜனன நேரத்துக்கு ஏற்றவாறு முன்பு சொன்னவாறு கணக்கிட்டு ஒவ்வொரு கிரகத்தின் காலை 5-30 மணி ஸ்புடத்துடன் கூட்டிக் கொள்ள வேண்டும். கேதுவுக்கு ஸ்புடம் கொடுக்கப்பட்டிருக்காது.

எனவே ராகு ஸ்புடத்துடன் 6 ராசிக்குரிய 180 பாகையைக் கூட்டிக் கொள்ள வருவது கேதுவின் ஸ்புடமாகும். இந்தப் படிக்கு கீழ்க்கண்டவாறு ஸ்புடம் அமையும்.

| | பா - கலை |
|---|---|
| லக்கினம் | 56-21 |
| சூரியன் | 228-45 |
| சந்திரன் | 127-25 |
| செவ்வாய் | 180-06 |
| புதன் | 215-56 |
| குரு | 289-23 |
| சுக்கிரன் | 217-41 |
| சனி | 218-32 |
| ராகு | 13-42 |
| கேது | 193-42 |

மேற்படி லக்கின கிரக ஸ்புடங்கள் செய்யப்பட்டு விட்டது. கிரக ஸ்புடங்கள் எதற்கு என்ற கேள்விக்கு, அதைக் கொண்டு சப்த வர்க்கச் சக்கரங்கள் மற்றும் பாவகச் சக்கரம் போட அவசியம் தேவைப்படுகின்றது. இனி அடுத்து பாதசாரங்களைக் கவனிப்போம். அன்றைய தேதியில் கிரக பாதசாரங்களின் சஞ்சாரத்தை பஞ்சாங்கத்தைக் கொண்டு அறிவோம். கார்த்திகை 19ந் தேதி 20.25 நாழிகைக்குச் சாரம்.

| கேட்டை | 1ல் | சூரியன் |
| மகம் | 3ல் | சந்திரன் |
| சித்திரை | 3ல் | செவ்வாய் |
| அனுஷம் | 1ல் | புதன் (வக்ரம்) |
| திருவோணம் | 3ல் | குரு |
| அனுஷம் | 2ல் | சுக்கிரன் |
| அனுஷம் | 2ல் | சனி |
| பரணி | 1ல் | ராகு |
| சுவாதி | 3ல் | கேது |
| மிருகசீரிஷம் | 1ல் | லக்கினம் |

மேலே உள்ளபடி பாதசாரம் உள்ளது. பாதசாரத்தின் படி இராசி, அம்சம் அமைக்கும் முறையை ஏற்கனவே அறிந்துள்ளீர்கள். இனி திரேகரணம், ஓரை, திரிசாம்சம், துவாதாம்சம், சப்தமாம்சம் ஆகிய சக்கரங்கள் அமைக்கலாம். முதலில் இராசி, அம்சக்கட்டத்தைப் பூர்த்தி செய்து கொண்டால் சரிபார்க்க வசதியாக இருக்கும்.

| | | | |
|---|---|---|---|
| | ரா | ல | |
| | **இராசி** | | |
| குரு | | | சந்திரன் |
| | சூரி சுக் சனி புத(வ) | செ கேது | |

| | | | |
|---|---|---|---|
| | | | சந்திரன் குரு |
| கே | **அம்சம்** | | |
| | | | ல பு ரா |
| சூ | | செ | சுக்கிரன் சனி |

இனி முதலில் ஓரையைப் பற்றி கவனிப்போம். முதல் பாகத்தில் ஓரையைப் பற்றி குறிப்பிட்டுள்ளேன். எனினும் மற்றும் ஒரு முறை கூறுகின்றேன். ஆண் ராசிகளின் முதல் 15 பாகை சூரிய ஓரை, அடுத்த 15 சந்திர ஓரை. பெண் ராசிகளுக்கு முன் 15 பாகை சந்திர ஓரை. பின் 15 பாகை சூரிய ஓரை. அந்த அடிப்படையில் ஓரை பிரிக்க எளிய பட்டியல் அளித்துள்ளேன்.

| | | | | | | |
|---|---|---|---|---|---|---|
| பாகை | 0-00 | முதல் | 15-00 | பாகை | வரை | சூரிய ஓரை |
| ” | 15-00 | ” | 30-00 | ” | ” | சந்திர ஓரை |
| ” | 30-00 | ” | 45-00 | ” | ” | சந்திர ஓரை |
| ” | 45-00 | ” | 60-00 | ” | ” | சூரிய ஓரை |
| ” | 60-00 | ” | 75-00 | ” | ” | சூரிய ஓரை |
| ” | 75-00 | ” | 90-00 | ” | ” | சந்திர ஓரை |
| ” | 90-00 | ” | 105-00 | ” | ” | சந்திர ஓரை |
| ” | 105-00 | ” | 120-00 | ” | ” | சூரிய ஓரை |
| ” | 120-00 | ” | 135-00 | ” | ” | சூரிய ஓரை |
| ” | 135-00 | ” | 150-00 | ” | ” | சந்திர ஓரை |
| ” | 150-00 | ” | 165-00 | ” | ” | சந்திர ஓரை |
| ” | 165-00 | ” | 180-00 | ” | ” | சூரிய ஓரை |
| ” | 180-00 | ” | 195-00 | ” | ” | சூரிய ஓரை |
| ” | 195-00 | ” | 210-00 | ” | ” | சந்திர ஓரை |
| ” | 210-00 | ” | 225-00 | ” | ” | சந்திர ஓரை |
| ” | 225-00 | ” | 240-00 | ” | ” | சூரிய ஓரை |
| ” | 240-00 | ” | 255-00 | ” | ” | சூரிய ஓரை |
| ” | 255-00 | ” | 270-00 | ” | ” | சந்திர ஓரை |
| ” | 270-00 | ” | 285-00 | ” | ” | சந்திர ஓரை |
| ” | 285-00 | ” | 300-00 | ” | ” | சூரிய ஓரை |
| ” | 300-00 | ” | 315-00 | ” | ” | சூரிய ஓரை |
| ” | 315-00 | ” | 330-00 | ” | ” | சந்திர ஓரை |
| ” | 330-00 | ” | 345-00 | ” | ” | சந்திர ஓரை |
| ” | 345-00 | ” | 360-00 | ” | ” | சூரிய ஓரை |

இந்தப் பட்டியலைக் கொண்டு எளிதாகக் கிரகங்கள் எந்த ஓரையில் உள்ளது என்பதை அறிந்து கொள்ளலாம். கீழ்கண்டவாறு ஒரு கட்டத்தை அமைத்துக் கொண்டு கிரகங்களை அமைக்கலாம்.

## ஓரைச் சக்கரம்

| சூரியன் | சந்திரன் |
|---|---|
| லக்   சூரி<br>செ     சந்<br>குரு<br>ராகு    கே | புத     சுக்<br>சனி |

இந்தப் பட்டியலில் ஆண் ஓரையில் ஜனித்த இச்சாதகனுக்கு ஆண் கிரகங்கள் யாவும் ஆண் ஓரையாகிய சூரியனுடைய ஓரையில் இருப்பதால், ஆண் வர்க்கம் மேன்மை பெறுகின்றது. ஓரையில் மற்ற கிரகங்களுக்கு இடம் இல்லை. சூரிய - சந்திரர்களுக்கு மட்டுமே ஓரைச்சக்கரம்.

அடுத்து திரேகாணத்தை (அ) திரேகரணம் பற்றிக் கவனிப்போம். திரேகாணம் என்பது ராசியை 3 பாகமாக்கி, எந்த பாகத்தில் ஜனனம் நிகழ்ந்ததோ அந்த பாகத்தின் அடிப் படையில் லக்கினம் அமைத்து, எந்த பாகத்தில் கிரகம் இருக்கின்றதோ அந்த பாகத்தின் அடிப்படையில் கிரகங்களைக் கட்டத்தில் பூர்த்தி செய்வது. எந்த ராசியில் லக்கினமும், கிரகங்களும் நிற்கின்றதோ அதுவே முதல் திரேகரணம். அதற்கு 5ம் இடம் 2ம் திரேகரணம், 9ம் இடம் 3ம் திரேகரணம் ஆகும். இதை நட்சத்திர பாத சாரங்களின் படியும், பாகையின் அடிப் படையிலும் அமைக்கலாம். கீழே அதற்குரிய பட்டியலும் அளித்துள்ளேன். இதைப் பயன்படுத்தி எளிதாக திரேகரணச் சக்கரம் அமைக்கலாம்.

| நட்சத்திர பாதங்கள் | பாகை முதல் - வரை | திரேகாணம் (அ) திரேகரணம் |
|---|---|---|
| அஸ்வினி 1, 2, 3 | 0.0--10.00 | மேஷம் |
| அஸ்வினி 4, பரணி 1, 2 | 10.00--20.00 | சிம்மம் |
| பரணி 2, 3, கார்த்திகை 1 | 20.00--30.00 | தனுசு |
| கார்த்திகை 2, 3, 4 | 30.00--40.00 | ரிஷபம் |
| ரோகிணி 1, 2, 3 | 40.00--50.00 | கன்னி |
| ரோகிணி 4, மிருகசீரிஷம் 1, 2 | 50.00--60.00 | மகரம் |
| மிருகசீரிஷம் 3, 4, திருவாதிரை 1 | 60.00--70.00 | மிதுனம் |
| திருவாதிரை 2, 3, 4 | 70.00--80.00 | துலாம் |
| புனர்பூசம் 1, 2, 3 | 80.00--90.00 | கும்பம் |
| புனர்பூசம் 4, பூசம் 1, 2 | 90.00--100.00 | கடகம் |
| பூசம் 3, 4, ஆயில்யம் 1 | 100.00--110.00 | விருச்சிகம் |
| ஆயில்யம் 2, 3, 4 | 110.00--120.00 | மீனம் |
| மகம் 1, 2, 3 | 120.00--130.00 | சிம்மம் |
| மகம் 4, பூரம் 1, 2 | 130.00--140.00 | தனுசு |
| பூரம் 3, 4, உத்திரம் 1 | 140.00--150.00 | மேஷம் |
| உத்தரம் 2, 3, 4 | 150.00--160.00 | கன்னி |
| அஸ்தம் 1, 2, 3 | 160.00--170.00 | மகரம் |
| அஸ்தம் 4, சித்திரை 1, 2 | 170.00--180.00 | ரிஷபம் |

| நட்சத்திர பாதங்கள் | பாகை முதல் - வரை | திரேகாணம் (அ) திரேகரணம் |
|---|---|---|
| சித்திரை 3, 4, சுவாதி 1 | 180.00--190.00 | துலாம் |
| சுவாதி 2, 3, 4 | 190.00--200.00 | கும்பம் |
| விசாகம் 1, 2, 3 | 200.00--210.00 | மிதுனம் |
| விசாகம் 4, அனுஷம் 1, 2 | 210.00--220.00 | விருச்சிகம் |
| அனுஷம் 3, 4, கேட்டை 1 | 220.00--230.00 | மீனம் |
| கேட்டை 2, 3, 4 | 230.00--240.00 | கடகம் |
| மூலம் 1, 2, 3 | 240.00--250.00 | தனுசு |
| மூலம் 4, பூராடம் 1, 2 | 250.00--260.00 | மேஷம் |
| பூராடம் 3, 4, உத்திராடம் 1 | 260.00--270.00 | சிம்மம் |
| உத்திராடம் 2, 3, 4 | 270.00--280.00 | மகரம் |
| திருவோணம் 1, 2, 3 | 280.00--290.00 | ரிஷபம் |
| திருவோணம் 4, அவிட்டம் 1, 2 | 290.00--300.00 | கன்னி |
| அவிட்டம் 3, 4, சதயம் 1 | 300.00--310.00 | கும்பம் |
| சதயம் 2, 3, 4 | 310.00--320.00 | மிதுனம் |
| பூரட்டாதி 1, 2, 3 | 320.00--330.00 | துலாம் |
| பூரட்டாதி 4, உத்திரட்டாதி 1, 2 | 330.00--340.00 | மீனம் |
| உத்திரட்டாதி 3, 4, ரேவதி 1 | 340.00--350.00 | கடகம் |
| ரேவதி 2, 3, 4 | 350.00--360.00 | விருச்சிகம் |

இந்தப் பட்டியலின்படி பாதசாரத்தைக் கொண்டும் (அ) பாகையைக் கொண்டும் எளிதாகத் திரேகாணச் சக்கரம் அமைக்கலாம். இவ்வளவு எளிமையான கணிதம் எந்தப் புத்தகத்திலும் இருக்காது. நமக்கு லக்கினம் மிருகசீரிஷம் 1ல், பாகை 56-25. எனவே அது மகரத்தில் பட்டியலின்படி வருகின்றது. அதன்படி திரேகரண லக்கினம் மகரம் என்பது எளிமையாகப் புரிந்து விட்டது. அதன்படி திரேகரணச் சக்கரம் அமைக்கலாம்.

| | | | |
|---|---|---|---|
| சூ | | கு | |
| கே | **திரேகாணம்** | | |
| ல | | | சந்ரா |
| | சுக் பு சனி (வ) | செ | |

கிரகங்களின் சாரப்படி மேற்கண்டவாறு திரேகாணம் அமையும். இனி திரிம்சாம்சத்தைப் பற்றி கவனிப்போம்.

திரிம்சாம்சம் என்பது ராசியை 5 பாகமாக்கி ஆண் ராசிகளுக்கு முதல் 5 பாகை செவ்வாய்க்கு, அடுத்த 5 பாகை சனிக்கு,

அடுத்த 8 பாகை குருவுக்கு, அடுத்த 7 பாகை புதனுக்கு, அடுத்த 5 பாகை சுக்கிரனுக்கு என்று பிரிக்க வேண்டும். பெண் ராசிகளுக்கு தலைகீழாக வரும். முதல் 5 பாகை சுக்கிரனுக்கு, அடுத்த 7 பாகை புதனுக்கு, அடுத்த எட்டு பாகை குருவுக்கு, அடுத்த 5 பாகை சனிக்கு, கடைசி 5 பாகை செவ்வாய்க்கு என்று வரும். இதை எளிதாகப் போட்டு விடலாம் என்றாலும், இதற்கும் ஒரு பட்டியல் அளித்துள்ளேன். அதைக் கொண்டு எளிதாக திரிம்சாம்சாதிபதியை அறிந்து கொள்ளலாம்.

| பாகை முதல் - வரை | திரிம்சாதிபதி | பாகை முதல் - வரை | திரிம்சாதிபதி |
|---|---|---|---|
| 0-00 - 5-00 | செவ்வாய் | 78-00 - 85-00 | புதன் |
| 5-00 - 10-00 | சனி | 85-00 - 90-00 | சுக்கிரன் |
| 10-00 - 18-00 | குரு | 90-00 - 95-00 | சுக்கிரன் |
| 18-00 - 25-00 | புதன் | 95-00 - 102-00 | புதன் |
| 25-00 - 30-00 | சுக்கிரன் | 102-00 - 110-00 | குரு |
| 30-00 - 35-00 | சுக்கிரன் | 110-00 - 115-00 | சனி |
| 35-00 - 42-00 | புதன் | 115-00 - 120-00 | செவ்வாய் |
| 42-00 - 50-00 | குரு | 120-00 - 125-00 | செவ்வாய் |
| 50-00 - 55-00 | சனி | 125-00 - 130-00 | சனி |
| 55-00 - 60-00 | செவ்வாய் | 130-00 - 138-00 | குரு |
| 60-00 - 65-00 | செவ்வாய் | 138-00 - 145-00 | புதன் |
| 65-00 - 70-00 | சனி | 145-00 - 150-00 | சுக்கிரன் |
| 70-00 - 78-00 | குரு | 150-00 - 155-00 | சுக்கிரன் |

| பாகை முதல் - வரை | திரிம்சாதிபதி | பாகை முதல் - வரை | திரிம்சாதிபதி |
|---|---|---|---|
| 155-00 - 162-00 | புதன் | 258-00 - 265-00 | புதன் |
| 162-00 - 170-00 | குரு | 265-00 - 270-00 | சுக்கிரன் |
| 170-00 - 175-00 | சனி | 270-00 - 275-00 | சுக்கிரன் |
| 175-00 - 180-00 | செவ்வாய் | 275-00 - 282-00 | புதன் |
| 180-00 - 185-00 | செவ்வாய் | 282-00 - 290-00 | குரு |
| 185-00 - 190-00 | சனி | 290-00 - 295-00 | சனி |
| 190-00 - 198-00 | குரு | 295-00 - 300-00 | செவ்வாய் |
| 198-00 - 205-00 | புதன் | 300-00 - 305-00 | செவ்வாய் |
| 205-00 - 210-00 | சுக்கிரன் | 305-00 - 310-00 | சனி |
| 210-00 - 215-00 | சுக்கிரன் | 310-00 - 318-00 | குரு |
| 215-00 - 222-00 | புதன் | 318-00 - 325-00 | புதன் |
| 222-00 - 230-00 | குரு | 325-00 - 330-00 | சுக்கிரன் |
| 230-00 - 235-00 | சனி | 330-00 - 335-00 | சுக்கிரன் |
| 235-00 - 240-00 | செவ்வாய் | 335-00 - 342-00 | புதன் |
| 240-00 - 245-00 | செவ்வாய் | 342-00 - 350-00 | குரு |
| 245-00 - 250-00 | சனி | 350-00 - 355-00 | சனி |
| 250-00 - 258-00 | குரு | 355-00 - 360-00 | செவ்வாய் |

## திரிம்சாம்சச் சக்கரம்

| திரிம்சாம் சாதிபதிகள் | செவ்வாய் | சனி | குரு | புதன் | சுக்கிரன் |
|---|---|---|---|---|---|
| கிரகங்கள் | ல -0- செவ் | சந் | சூரி குரு ரா கே | புத சுக் சனி | |

மேற்கண்ட பட்டியலின் அடிப்படையில் பாகைகளைக் கொண்டு எளிதாகத் திரிம்சாதிபதிகளை கட்டம் அமைத்து கிரகங்களைப் பூர்த்தி செய்து கொள்ளலாம்.

இனி அடுத்து சப்தமாம்சம் பற்றிக் கவனிப்போம். ஒரு ராசியை 7 பாகமாகப் பிரித்து எந்த பாகத்தில் லக்கினம், கிரகங்கள் உள்ளது என்பதைக் கண்டறிவது. ஒரு ராசியாகிய 30 பாகையை 7ஆல் வகுக்க ஒரு பாகத்துக்கு 4 பாகை 17 கலை வீதம் வரும். ஆண் ராசிகளுக்கு அதன் முதல் பாகம் முதல் எண்ண வேண்டும். பெண் ராசிகளுக்கு 7ம் ராசி முதல் எண்ணிக் கணக்கிட வேண்டும். அதற்கும் எளிதான முறையில் அமைக்க பட்டியல் அளித்துள்ளேன். அதைக் கொண்டு சுலபமாக லக்கினத்தையும், கிரகங்களையும் பூர்த்தி செய்து கொள்ளலாம்.

## சப்தமாம்சப் பட்டியல்

| பாகை முதல் - வரை | இராசி | பாகை முதல் - வரை | இராசி |
|---|---|---|---|
| 00-00 - 4-17 | மேஷம் | 42-51 - 47-09 | கும்பம் |
| 4-17 - 8-34 | ரிஷபம் | 47-09 - 51-26 | மீனம் |
| 8-34 - 12-51 | மிதுனம் | 51-26 - 55-43 | மேஷம் |
| 12-51 - 17-09 | கடகம் | 55-43 - 60-00 | ரிஷபம் |
| 17-09 - 21-26 | சிம்மம் | 60-00 - 64-17 | மிதுனம் |
| 21-26 - 25-43 | கன்னி | 64-17 - 68-34 | கடகம் |
| 25-43 - 30-00 | துலாம் | 68-34 - 72-51 | சிம்மம் |
| 30-00 - 34-17 | விருச்சிகம் | 72-51 - 77-09 | கன்னி |
| 34-00 - 38-34 | தனுசு | 77-09 - 81-26 | துலாம் |
| 38-34 - 42-51 | மகரம் | 81-26 - 85-43 | விருச்சிகம் |

| | | | | | | |
|---|---|---|---|---|---|---|
| 85-43 | - | 90-00 | தனுசு | 188-34 | - | 192-51 தனுசு |
| 90-00 | - | 94-17 | மகரம் | 192-51 | - | 197-09 மகரம் |
| 94-17 | - | 98-34 | கும்பம் | 197-09 | - | 201-26 கும்பம் |
| 98-34 | - | 102-51 | மீனம் | 201-26 | - | 205-43 மீனம் |
| 102-51 | - | 107-09 | மேஷம் | 205-43 | - | 210-00 மேஷம் |
| 107-09 | - | 111-26 | ரிஷபம் | 210-00 | - | 217-17 ரிஷபம் |
| 111-26 | - | 115-43 | மிதுனம் | 214-17 | - | 218-34 மிதுனம் |
| 115-43 | - | 120-00 | கடகம் | 218-34 | - | 222-51 கடகம் |
| 120-00 | - | 124-17 | சிம்மம் | 222-51 | - | 227-09 சிம்மம் |
| 124-17 | - | 128-34 | கன்னி | 227-06 | - | 231-26 கன்னி |
| 128-34 | - | 132-51 | துலாம் | 231-26 | - | 235-43 துலாம் |
| 132-51 | - | 137-09 | விருச்சிகம் | 235-43 | - | 240-00 விருச்சிகம் |
| 137-09 | - | 141-26 | தனுசு | 240-00 | - | 244-17 தனுசு |
| 141-26 | - | 145-43 | மகரம் | 244-17 | - | 248-34 மகரம் |
| 145-43 | - | 150-00 | கும்பம் | 248-34 | - | 252-51 கும்பம் |
| 150-00 | - | 154-17 | மீனம் | 252-51 | - | 257-09 மீனம் |
| 154-17 | - | 158-34 | மேஷம் | 257-09 | - | 261-26 மேஷம் |
| 158-34 | - | 162-51 | ரிஷபம் | 261-26 | - | 265-43 ரிஷபம் |
| 162-51 | - | 167-09 | சிம்மம் | 265-43 | - | 270-00 மிதுனம் |
| 167-09 | - | 171-26 | கடகம் | 270-00 | - | 274-17 கடகம் |
| 171-26 | - | 175-43 | சிம்மம் | 274-17 | - | 278-34 சிம்மம் |
| 175-43 | - | 180-00 | கன்னி | 278-34 | - | 282-51 கன்னி |
| 180-00 | - | 184-17 | துலாம் | 282-51 | - | 287-09 துலாம் |
| 184-17 | - | 188-34 | விருச்சிகம் | 287-09 | - | 291-26 விருச்சிகம் |

| 291-26 | - | 295-43 | தனுசு | 325-43 | - | 330-00 | சிம்மம் |
| 295-43 | - | 300-00 | மகரம் | 330-00 | - | 334-17 | கன்னி |
| 300-00 | - | 304-17 | கும்பம் | 334-17 | - | 338-34 | துலாம் |
| 304-17 | - | 308-34 | மீனம் | 338-34 | - | 343-51 | விருச்சிகம் |
| 308-34 | - | 312-51 | மேஷம் | 343-51 | - | 347-09 | தனுசு |
| 312-51 | - | 317-09 | ரிஷபம் | 347-09 | - | 351-26 | மகரம் |
| 317-09 | - | 321-26 | மிதுனம் | 351-26 | - | 355-43 | கும்பம் |
| 321-26 | - | 325-43 | கடகம் | 355-43 | - | 360-00 | மீனம் |

மேற்கண்ட பட்டியலின்படி எளிதாக சப்தமாம்சச் சக்கரத்தைக் கீழ்கண்டவாறு அமைத்துவிடலாம். நமக்கு லக்கின ஸ்புடம் 56-21. எனவே அந்த ஸ்புடம் பட்டியலின்படி ரிஷபத்தில் உள்ளது. ஆகவே சப்தமாம்ச லக்கினம் ரிஷபமே.

|  | | ல | சுக் பு சனி |
|---|---|---|---|
|  | சப்தமாம்சம் | | ரா |
| கே | | | |
|  | கு | செ | சூ சந் |

அந்தந்த கிரகங்களின் ஸ்புடத்தைக் கொண்டு அதற்கு நேரே உள்ள இராசியில் கிரகங்களை அடைக்க வேண்டும்.

இனி அடுத்து துவாதசாம்சம் பற்றி கவனிப்போம். ஒரு ராசியை 12 பாகமாக்கி, எந்த பாகத்தில் லக்கினமும், கிரகங்களும் வருகின்றனவோ, அந்தப்படிக்கு அமைப்பது துவாதசாம்சச் சக்கரம். ராசியை 12 பாகமாக்க ஒரு பாகத்துக்கு 2 பாகை 30 கலை வரும். அதாவது 2.5 பாகை வீதம் வரும். ஒவ்வொரு ராசிக்கும் அந்த ராசி முதலே எண்ண வேண்டும். நம் உதாரண ஜாதகம் ரிஷபத்தில் பிறந்தது. ரிஷபத்தில் லக்கின ஸ்புடம் 26-21. இந்த ஸ்புடம் எத்தனையாவது பாகத்தில் உள்ளது என்று கண்டறிய 2.5 பாகையை 10ல் பெருக்கினால் 25 பாகை வரும். எனவே, 10 பாகம் கடந்து விட்டது. 2½ X 11ல் பெருக்க 27 பாகை 30 கலை வரும். நமக்கு ஜனனம் 26.21 பாகைதான். ஆகவே 11ம் பாகத்தில்தான் லக்கின ஸ்புடம் உள்ளது. ரிஷபத்திலிருந்து எண்ண மீனம் வரும். சப்தமாம்ச லக்கினம் மீனம். இனி கிரகங்களைப் பூர்த்தி செய்ய வேண்டும். சூரியன் ஸ்புடம் 228-45. இது ராசிக் கட்ட ரீதியாக எண்ண மேஷம் முதல் 8வது ராசி. 7 ராசிகள் கடந்து 8வது ராசியில் சூரியன் உள்ளது. 8வது ராசியான விருச்சிகத்தில் எத்தனை பாகம் சென்றுள்ளது என்பதைக் கணக்கிட, சூரிய ஸ்புடத்திலிருந்து 7 ராசிகளின் பாகையான 30 X 7 = 210 பாகையைக் கழிக்க வருவது 228-45 - 210-00 = 18.45. இதுதான் விருச்சிகத்தில் சூரியன் கடந்த பாகை. இது எத்தனையாவது பாகம் என்று கணக்கிட (18.45 ÷ 2.30) 18.45 பாகையை 1 பாகமாகிய 2.30 பாகையால் வகுக்க வேண்டும். வகுத்தால் கிடைக்கும் ஈவு 7, மீதி 1.15. எனவே 7 பாகம் முடிந்து 8ம் பாகத்தில் சூரியன் உள்ளார். விருச்சிகம் முதல் எண்ண 8ம் பாகம் மிதுனம் வரும். மிதுனத்தில் சூரியனைப் போட வேண்டும். இதைப் போலவே மற்ற கிரகங்கள் இருக்கும் ராசியைக் கவனித்து அதற்கு முன் மேஷ முதலாக சென்ற ராசிகளின் பாகையைக் கழிக்க வருவது அந்தந்த கிரகங்கள் நின்ற ராசியில் சென்ற பாகை, கலை வரும். அது மேற்சொன்ன முறையில் கிரகம் நின்ற ராசியில் சென்ற பாகை, கலையை 2½ பாகையால் வகுக்க பாகம் வரும். அந்த

பாகத்தின்படி அந்தந்த கிரகங்கள் நின்ற ராசி முதல் எண்ணி அந்த பாகம் வரும் ராசியில் போட்டுக் கொள்ளலாம்.

இது சிரமமாக இருக்கும் என்று தோன்றினால் நான் முன்பு அளித்துள்ள பட்டியல்படி நீங்கள் தயார் செய்து கொள்ளலாம். எளிதானதுதான். சப்தமாம்சப் பட்டியல் போலவே மேஷ முதல் 00-00 + 2-30 என்று வரிசைக் கிரமமாக கூட்டிக் கொண்டே வந்தால் 380-00 பாகை மீனத்தில் முடியும். பட்டியலைக் கொண்டு எளிதாக கிரகங்களைப் பூர்த்தி செய்து கொள்ளலாம்.

| | | | | | |
|---|---|---|---|---|---|
| 00-00 | 2-30 | மேஷம் | 20-00 | 22-30 | தனுசு |
| 2-30 | 5-00 | ரிஷபம் | 22-30 | 25-00 | மகரம் |
| 5-00 | 7-30 | மிதுனம் | 25-00 | 27-30 | கும்பம் |
| 7-30 | 10-00 | கடகம் | 27-30 | 30-00 | மீனம் |
| 10-00 | 12-30 | சிம்மம் | 30-00 | 32-30 | ரிஷபம் |
| 12-30 | 15-00 | கன்னி | 32-00 | 35-00 | மிதுனம் |
| 15-00 | 17-30 | துலாம் | 35-00 | 37-30 | கடகம் |
| 17-30 | 20-00 | விருச்சிகம் | 37-30 | 40-00 | சிம்மம் |

இப்படியாக மேஷ முதலான ராசிகளுக்குத் தனித் தனியாகவும் பட்டியல் அமைக்கலாம். சப்தமாம்சப் பட்டியல் போல அமைக்க மேஷ முதல் 12 பாகம் கணக்கிட மீனத்துடன் முடிவடைந்து விடும். அடுத்து மேஷத்தை விட்டு விட்டு ரிஷபம் முதல் 30-00 + 2.30 என்று கூட்டிக் கொண்டு வர 60-00 பாகை மேஷத்துடன் முடியும். அடுத்து ரிஷபத்தை விட்டு விட்டு மிதுன முதல் 60-00 + 2.30 என்று தொடங்க 12 பாகம் ரிஷபத்துடன் 90-00 பாகை முடிந்துவிடும். அடுத்து மிதுனத்தை விட்டுவிட்டு கடக முதல் 90-00 + 2-30 என்ற வரிசையில் கூட்ட 120-00 பாகை மிதுனத்துடன் முடியும். அடுத்து கடகத்தை விட்டு விட்டு, சிம்மம் முதல் 120 + 2-30 என்று கூட்டி வர 12 பாகம் கடகத்துடன் 150-00 பாகை முடியும். அடுத்த சிம்மத்தை விட்டு

விட்டு கன்னி முதல் 150-00 + 2-30 என்று 12 பாகம் கூட்ட சிம்மத்துடன் 180-00 பாகை முடியும். அடுத்து கன்னியை விட்டு விட்டு துலாத்திலிருந்து 180-00 + 2-30 என்று கூட்டி வர 12 பாகம் 210-00 பாகையில் கன்னியுடன் முடியும். மறுபடியும் துலாத்தை விட்டு விட்டு விருச்சிக முதல் 210-00 + 2-30 என்று கூட்டி வர 240-00 பாகை துலாத்துடன் முடியும். அடுத்து துலாத்தை விட்டுவிட்டு விருச்சிகம் முதல் 240-00 + 2-30 என 12 பாகம் கூட்ட விருச்சிகத்தில் 270-00 பாகை முடியும். அடுத்து, தனுசுவை விட்டு விட்டு மகர முதல் 270-00 + 2-30 என்று கூட்டி வர 12 பாகம் 300-00 பாகை மகரத்தில் முடியும். மறுபடியும் மகரத்தை விட்டு விட்டு கும்பம் முதலாக 300-00 + 2-30 வீதம் கூட்டி வர 330-00 பாகை கும்பம் வரை முடியும். கும்பத்தை விட்டு மீனம் முதல் 330-00 + 2-30 என்று 12 பாகம் கூட்டி வர 360-00 பாகை கும்பம் வரை வரும். இந்த அடிப்படையில் ஒரு பட்டியல் தயார் செய்து கொண்டால் கீழ்க்கண்ட துவாதசாம்சச் சக்கரம் எளிதில் அமைக்கலாம்.

| ல கே | | | சூ |
|---|---|---|---|
| சுக் சனி | *துவாதசாம்சம்* | | |
| பு | | | கு |
| | | சந் செ | ரா |

மேற்கண்டவாறு துவாதசாம்சச் சக்கரம் அமைந்துள்ளது. இப்போது ராசி, அம்சம், ஓரை, திரேகரணம், திரிம்சாம்சம், சப்தமாம்சம், துவாதசாம்சம் என்று சப்த வர்க்கம் ஏழு அமைத்து விட்டோம். இது எதற்காக என்பதைப் பற்றி முன்பே கூறியுள்ளேன். கிரகங்களின் வர்க்க மேன்மையைப் பற்றி அறிந்து கொள்ள இவை உதவியாக இருக்கும். இந்த அளவு விளக்கமாகவும், விவரமாகவும், எளிதாகவும், மூல நூல்கள் முதற்கொண்டு எந்தப் புத்தகத்திலும் சப்த வர்க்க கணிதம் இருக்காது. அடுத்த அத்தியாயத்தில் பாவக ஸ்புடத்தைப் பற்றி விவரம் அளித்து பாவகஸ்புடம் அமைக்கும் முறையையும், சப்த வர்க்கம் மற்றும் பாவகத்தைக் கொண்டு பலன் அறியும் முறையையும் விளக்குகின்றேன். இது தற்போது வழக்கில் குறைந்து விட்டது. என்றாலும் இதெல்லாம் தெரியாமல் பூரணத்துவம் அடைய முடியாது. முழுமையான பலன்கள் எடுப்பதென்றால் ஒருவருக்கு கணிதம் போடவே ஒரு மாதமாகும். அந்த அளவிற்கு கணிதம் உள்ளது. அனைத்துக் கணிதங்களையும் நன்கு அறிந்தவர்கள் தொகை குறைவே. அடுத்த அத்தியாயத்திற்குச் செல்லுவோம்.

## 2. பாவகஸ்புடத்தின் வழி முறைகள்

பாவகச் சக்கரம் என்றால் என்ன என்பதை அறிந்து கொண்டால்தான் அதைப் பற்றி முழுமையாக விளங்கிக் கொள்ளலாம். ராசிக் கட்டத்தில் நாம் அமைத்த கிரகங்களின் நிலை என்ன என்பதை துல்லியமாக அறிவிப்பதுதான் பாவக ஸ்புடம். இராசியில் ஒரு கிரகம் மேஷத்தில் இருந்தால் அது உண்மையிலேயே மேஷத்தில்தான் இருக்க வேண்டிய நிலையா அல்லது மீனம், ரிஷபத்தை அடையக் கூடுமா என்ற கணிதம் தான் பாவகஸ்புடம், ஒரு ஜாதகத்தில் பாவக ஸ்புடம் போடப்

பட்டிருந்தால் கிரகங்களின் சரியான நிலையை பாவகத்தைக் கொண்டு அறிந்து அதன்படிதான் பலன் கூற வேண்டும்.

360 பாகை கொண்ட ராசிக் கட்டத்தில் லக்கினம் என்பது உதய லக்கினம் எனப்படும். இதற்கு நேர் எதிரில் உள்ள 7ம் ராசி அஸ்தமன லக்கினம் எனப்படும். இன்னும் சற்று விவரமாகக் கூறினால் ராசி எனப்படுவது பூமியைச் சுற்றி மேற்கிலிருந்து கிழக்காகச் செல்லும் ஒரு பெரிய வட்டம் என்று வைத்துக் கொண்டால், ஜன்ம லக்கினம், உதய லக்கினம் என்பது, நேர் எதிரான 7ம் இராசி அஸ்தமன லக்கினம். உதயத்திற்கும், அஸ்த மானத்திற்கும் இடையில் ஆகாயத்தில் சரியான மத்திய பாகம் தசம லக்கினம் என்றும், நாம் இருக்கும் பூமியின் அடுத்த பக்கத்தில், அஸ்தமன லக்கினம் முதல் உதய லக்கினம் வரையிலுள்ள இடைப்பட்ட தூரத்தில் சரியான மத்திய பாகம் சதுர்த்த லக்கினம் என்றும் குறிப்பிட்டுக் கொண்டு அந்த வட்டத்தை நான்கு பிரிவாகப் பிரித்துக் கொண்டு கணக்கிடுவது. இந்தக் கணிதத்தில் கிரகங்களின் துல்லியமான சஞ்சாரத்தைக் கணக்கிட முடியும்.

இனி பாவக ஸ்புடம் அமைக்கும் விதத்தைக் கவனிப்போம். முதலில் ஜனன நேரத்தின் சேலம் மாவட்டத்தின் நட்சத்திர ஓரை எவ்வளவு என்பதை அறிய வேண்டும். நட்சத்திர ஓரையைக் கணக்கிடாமல் பாவக ஸ்புடம் கணிப்பது இயலாது. பஞ்சாங்கத்தில் நட்சத்திர ஓரை (சைட் ரீயல் டைம்) என்று தனிப் பட்டியல் இருக்கும். ஒவ்வொரு வருடத்திலும் சித்திரை மாதம் 1ந் தேதி முதல் பங்குனி 30ந் தேதி வரையிலும் கொடுக்கப் பட்டிருக்கும். 'வாசன்' திருக்கணிதப் பஞ்சாங்கப்படி சென்னை சுதேச கால (ஸ்டேன்டர்ட் டைம்) மணிப்படி நடு இரவு 12-00 மணிக்கு கொடுக்கப்பட்டிருக்கும். எனவே முதலில் நாம் குழந்தை பிறந்த நேரத்தை காலை 6 மணி முதற் கொண்டு கணக்கிட வேண்டும். மாலை 6-32க்குப் பிறந்த குழந்தை சிரசுதயத்திற்காக

10 நிமிடம் முன்னால் கணக்கிட்டதால் ஜனன நேரம் மாலை 6-22 தான். இதில் அன்றைய சேலத்தின் சூரிய உதய வித்தியாசமான 00-32 நிமிஷத்தைக் கழிக்க வருவது மாலை 5-50 மணிதான் சூரிய உதயாதி சுத்த ஜனன மணி. இதை காலை 6-00 மணி முதல் எண்ண மொத்தம் 11-50 ஆகும்.

இனி வாசன் பஞ்சாங்கத்தை எடுத்து குரோதன வருஷம். கார்த்திகை மாதம் 18ந் தேதிக்கு நட்சத்திர ஓரை எவ்வளவு என்று கவனித்தால் 4-41. அது இரவு 12-00 மணியின் ஓரை. இரவு 12-00 முதல் மறுநாள் காலை 6-00 மணி வரை 6 மணி நேரம் உள்ளது. அந்த 6 மணி நேரத்தை உதயாதி ஜனன நேரமான 11-50 உடன் கூட்ட 17-50 ஆகும். இது கார்த்திகை மாதம் 18ந் தேதி இரவு 12-00 மணி முதல் மறுநாள் 19ந் தேதி குழந்தை ஜனனமான நேரம் வரையிலுள்ள மொத்த மணி. இத்துடன், கார்த்திகை மாதம் 18ந் தேதியின் நட்சத்திர ஓரையான 4-41ஐக் கூட்ட 17-50 + 4-41 = 22-31 என்பது மொத்த நட்சத்திர ஓரையாகும். இந்த நட்சத்திர ஓரைக்குரிய பாகையைக் கணக்கிட 'ஆனந்த போதினி டேபிள்ஸ் ஆப் பாவாஸ்' என்ற புத்தகத்தைக் கொண்டு எளிதில் கணக்கிடலாம். அந்தப் படிக்கு 22-31 என்னும் நட்சத்திர ஓரைக்கு சரியான பாகை 335-58. இதுதான் சாயன தசம லக்கின ஸ்புடம். இதிலிருந்து வருஷ ஆரம்பத்தின் அயனாம்சமான 23-31 (கிரக பாத சாரங்களின் தலைப்பில் அளிக்கப்பட்டிருக்கும்) பாகை, கலையைக் கழிக்க 335.58 - 23.31 = 312.27 வரும். இதுதான் நிராயண தசம லக்கின ஸ்புடம். இத்துடன் 6 ராசியின் பாகையான 180 பாகையைக் கூட்ட வருவது 312-27 + 180-00 = 492-27 பாகை ஆகும். இது மொத்தப் பாகையான 360க்கு மேற்பட்டுள்ளதால் 492-27ல் 360ஐக் கழிக்க வருவது 492-27-360-00 = 132-27 ஆகும். இது தான் சதுர்த்த லக்கின ஸ்புடம்.

நமக்கு ஏற்கனவே உதய லக்கின ஸ்புடம் 56-25 என்று தெரியும். அந்த உதய லக்கின ஸ்புடத்துடன் 6 ராசியின் பாகையான 180ஐ கூட்ட வருவது 56-25+180-090 = 236-25 ஆகும். இதுதான் அஸ்தமன லக்கினமான 7ம் ராசியின் ஸ்புடம். இப்போது -

| உதய லக்கின | ஸ்புடம் | 56-25 |
| --- | --- | --- |
| சதுர்த்த லக்கின | ஸ்புடம் | 132-27 |
| அஸ்தமன லக்கின | ஸ்புடம் | 236-25 |
| தசம லக்கின | ஸ்புடம் | 312-27 |

இனி இதைக் கொண்டு மற்ற பாவங்களின் ஸ்புடத்தைக் கணிக்க முதலில் ஸ்புட வித்தியாசங்களைக் கண்டுபிடிக்க வேண்டும். சதுர்த்த லக்கின ஸ்புடமாகிய 132-27ல் உதய லக்கின ஸ்புடத்தைக் கழிக்க 132-27-56-25 = 76.02 வரும். இது 12 ராசிகளில் 4 பாகமாகிய முதல் 3 ராசிகளின் மொத்தம். இதை 3ஆல் வகுக்க வருவது 76-02 ÷ 3 = 25.20 வரும். இது ஒரு ராசியின் பாகை. மீதம் 2 கலை வரும். அதை 3ம் பாவக ஸ்புடத்துடன் 25-22 என்று கூட்டிக் கொள்ளவும்.

அடுத்து அஸ்தமன லக்கின ஸ்புடத்திலிருந்து, சதுர்த்த லக்கின ஸ்புடத்தைக் கழிக்க 236-25 - 132-27 = 103-58. இது 5ம் ராசி முதல் 7ம் ராசி வரையுள்ள இரண்டாம் 3 ராசிகளின் மொத்தம். இதை 3 பாகமாக்க 103-58 ÷ 3 = 34-39 பாகை வரும். மீதம் 1 உள்ளது. அதை 6ம் பாவஸ்புடத்துடன் சேர்த்து 34-40 என்று கூட்டிக் கொள்ள வேண்டும். இது 4ம் ராசி முதல் 7ம் ராசியாகிய அஸ்தமன லக்கினம் வரை ஒரு ராசியின் பாகை. இது சரியா என்று கவனிக்க, தசம லக்கினத்திலிருந்து அஸ்தமன லக்கினத்தைக் கழிக்க 312-27 - 236-25 = 76-02 வரும். இது முதல் 3 ராசிகளின் பாகைக்கு சமமாக வரும்.

அதை அடுத்து உதய லக்கின ஸ்புடத்திலிருந்து தசம மத்திய லக்கினத்தைக் கழிக்க வேண்டும். உதய லக்கின ஸ்புடம் 56-25, இதில் தசம ஸ்புடமான 312-27ஐக் கழிக்க இயலாது. எனவே உதய ஸ்புடமாகிய 56-25 உடன் 12 ராசிகளின் பாகை யாகிய 360-00ஐக் கூட்ட 56-25 + 360-00 = 416-25 வரும். இதிலிருந்து தசம லக்கின ஸ்புடத்தைக் கழிக்க 416-25 - 312-27 = 103-58 வரும். இதை 3 பாகமாக்க 103-58 ÷ 3 = 34.39. இது 2ம் 3ம் ராசிக்குரிய மொத்தப் பகையில் ஒரு ராசிக்குரிய பாகை. எனவே வித்தியாசம் இல்லாமல் வந்துள்ளது. எனவே கணிதம் சரி.

இனி லக்கினம் முதல் ஒவ்வொரு ராசியின் ஸ்புடத்தைக் காண வேண்டும். முதல் 3 ராசிகளின் 1 ராசிப் பாகை 25.22ஐக் கூட்ட -

உதய லக்கின ஸ்புடம் 56-25 + 25-20 = 81-45, 2ம் பாவஸ்புடம்.
2ம் பாவஸ்புடம்    81-41 + 25-20 = 107-05, 3ம் பாவஸ்புடம்.
3ம் பாவஸ்புடம்   107-05 + 25-22 = 132-27, 4ம் பாவஸ்புடம்.

(சதுர்த்த லக்கினம்)

இனி இரண்டாம் 3 ராசியின் பாகையில் 1 ராசியின் பாகையான 34 - 38ஐக் கூட்டி வர வேண்டும் 7ம் ராசி வரை.

4ம் பாவஸ்புடம் 132-27 + 34-39 = 167-06, 5ம் பாவஸ்புடம்.
5ம் பாவஸ்புடம் 167-06 + 34-39 = 201-45, 6ம் பாவஸ்புடம்.
6ம் பாவஸ்புடம் 201-45 + 34-40** = 236-25, 7ம் பாவஸ்புடம்.

(அஸ்தமன லக்கினம்)

---

**103, 58ஐ 3ஆல் வகுக்க மீதி ஒன்றுள்ளது. அதைக் கூட்டிக் கணக்கிட வேண்டும்.

**ஜோதிட ஆராய்ச்சித் திரட்டு – இரண்டாம் பாகம் ✳ 40**

இனி மறுபடியும் முதல் ராசிப் பாகையான 25.20ஐ 10ம் பாவம் வரைக் கூட்ட வேண்டும்.

7ம் பாவஸ்புடம்    236-25 + 25-20 = 261-45, 8ம் பாவஸ்புடம்.
8ம் பாவஸ்புடம்    261-45 + 25-20 = 287-05, 9ம் பாவஸ்புடம்.
9ம் பாவஸ்புடம்    *287-05 + 25-22 = 312-27, 10ம் பாவஸ்புடம்.

10ம் பாவஸ்புடத்துடன் இனி இரண்டாம் ராசிகளின் பாகையான 34-38ஐக் கூட்டி வர வேண்டும்.

10ம் பாவஸ்புடம் 312-27 + 34-39 = 347-06, 11ம் பாவஸ்புடம்.

11ம் பாவஸ்புடம் 347-06 + 34-39 = 381-45 ஆக வருவதால் மொத்தப் பாகையான 360-00 கடந்து விட்டது. எனவே இதில் 360-00 பாகையைக் கழிக்க 381-45 - 360-00 = 21-45, 12ம் பாவஸ்புடம்.

12ம் பாவஸ்புடம் 21-45 + 34-39 = 56-24 லக்கின பாவஸ்புடம்.

56-24 + 0-01 - இப்போது கீழ்கண்டவாறு ஸ்புடம் அமையும்.

| | |
|---|---|
| 1வது லக்கின ஸ்புடம் | 56-25 |
| 2வது பாவ ஸ்புடம் | 81-45 |
| 3வது பாவ ஸ்புடம் | 107-05 |
| சதுர்த்த லக்கின 4வது பாவ ஸ்புடம் | 132-27 |
| 5வது பாவ ஸ்புடம் | 167-06 |
| 6வது பாவ ஸ்புடம் | 201-45 |
| அஸ்தமன லக்கின 7வது பாவ ஸ்புடம் | 236-25 |
| 8வது பாவ ஸ்புடம் | 261-45 |
| 9வது பாவ ஸ்புடம் | 287-05 |
| தசம லக்கின 10வது பாவ ஸ்புடம் | 312-27 |
| 11வது பாவ ஸ்புடம் | 347-06 |
| 12வது பாவ ஸ்புடம் | 21-45 |

மேற்கண்டவாறு அமைந்துள்ள பாவ ஸ்புடத்தில் ஒவ்வொரு இராசியின் ஆரம்ப ஸ்புடத்தையும் முடிவாகும் ஸ்புடத்தையும் சரியாக அறிந்து கொண்டால்தான் பாவகச் சக்கரத்தைப் போட்டு கிரகங்களை அடைக்க இயலும். 12வது பாவஸ்புடத்தையும், 1வது பாவஸ்புடத்தையும், கூட்ட 21-45 + 56-25 = 78-10 வரும். இதை 2ஆல் வகுக்க 39-05 வரும். இதுவே 1வது பாவஸ்புடத்தின் ஆரம்பம். முடிவை அறிய 1வது பாவஸ்புடத்தின் 2வது பாவஸ்புடத்தைக் கூட்ட 56-25 + 81-45 = 138-10 வரும். இதை 2ஆல் வகுக்க 69-05 வரும். எனவே 1வது பாவஸ்புடத்தின் ஆரம்பம் 39-05. முடிவு 69-05. இவ்விதமாக 2வது பாவஸ்புடத்துடன் 3வது பாவஸ்புடத்தைக் கூட்ட 81-45 + 107-05 = 188-50 ÷ 2 = 94-25. இது 2வது பாவ ஸ்புடத்தின் முடிவு. அதுவே 3வது பாவஸ்புடத்தின் ஆரம்பம்.

முன்போலவே 3ம் பாவஸ்புடத்தையும் 4வது பாவஸ்புடத்தின் பாகைகளையும் கூட்டி 2ஆல் வகுக்க வருவது 3வது பாவ ஸ்புடத்தின் முடிவு. அதுவே 4வது பாவஸ்புடத்தின் ஆரம்பம். இவ்விதமாக மற்ற பாவஸ்புடங்களையும் கூட்டி 2ஆல் வகுக்க வேண்டும். 12ம் பாவஸ்புடத்துடன் கீழ்க்கண்டவாறு அமையும்.

| பாவம் | ஆரம்பம் | முடிவு |
|---|---|---|
| 1வது பாவம் | 39-05 | 69-05 |
| 2வது பாவம் | 69-05 | 94-25 |
| 3வது பாவம் | 94-25 | 119-56 |
| 4வது பாவம் | 119-56 | 149-46 |
| 5வது பாவம் | 149-46 | 184-25 |

அந்த ஆரம்பம் முடிவின்படி கிரக லக்கினஸ்புடங்களை கவனித்து பாவகச் சக்கரத்தில் அடைக்க வேண்டும். லக்கின

ஸ்புடம் 56.25. எனவே 1வது பாவத்திலேயே உள்ளது. கிரகஸ்புடத்தின் படி கவனிக்க புதன் 215.56 பாகை அது 6ம் பாவத்தில் வருவதைக் கவனியுங்கள். 219.07 வரை 6ம் பாவஸ்புடம் உள்ளதால் புதனின் உண்மையான நிலை 6ம் ராசியில்தான். மற்ற கிரகங்களின் ஸ்புடம் கீழே காணலாம்.

இராசிக் கட்டத்தின் படியுள்ள கிரகங்களில் 4 கிரகங்கள் பாவகத்தில் மாறிவிட்டது. பாவகத்தில் உள்ளதுதான் உண்மை யான கிரக நிலை. இதை வைத்துப் பலன் கூறினாலே பலன்கள் துல்லியமாக வரும். பாவகம் இல்லையெனில் சனி, சுக்கிரன், புதன் ஆகியவற்றை விருச்சிகத்திலும், செவ்வாயைத் துலாத்திலு மாகத்தான் பலன் கூறுவோம். இப்போது பாவகமெல்லாம் போடுவது குறைந்துவிட்டது. சப்த வர்க்கச் சக்கரமும் போடு வதில்லை. சப்த வர்க்கத்திற்கு மேலும் மூன்று வர்க்கம் உள்ளது. அதைப் பற்றியும், சிறு விளக்கம் அளிக்கிறேன்.

| | | | |
|---|---|---|---|
| | ரா | ல | |
| | **இராசி** | | |
| குரு | | | சந் |
| | சுக் சூ<br>சனி<br>பு (வ) | செ<br>கேது | |

| | | | |
|---|---|---|---|
| | ரா | ல | |
| | **பாவகம்** | | |
| குரு | | | சந் |
| | சூ | பு சு சனி கே | செ |

**தசாம்சம் :**

தசாம்சம் என்பது ராசியை பத்து பாகமாகச் செய்து எந்தப் பாகத்தில் லக்கினம், கிரகங்கள் உள்ளதோ அந்த பாகத்தில் லக்கினத்தையும், கிரகங்களையும் பூர்த்தி செய்து கொள்வது. இதுவும் எளிதானதுதான். ஒரு ராசியை 10 பாகமாக்க 1 பாகத்திற்கு 3 பாகை வரும். மேஷ முதலாக 0.00 + 3.00 என்று கூட்டி 360.00 பாகை வரை சப்தாம்சப் பட்டியல் போல் ஒன்று தயாரித்துக் கொண்டு எளிதாக அமைக்கலாம்.

**சோடசாம்சம் :**

ஒரு ராசியைப் பதினாறு பங்காக்கி ஆண் ராசிகளுக்கு பிரும்மா, விஷ்ணு, சிவன், சூரியன் என்று வரிசையாகவும்; பெண் ராசிகளுக்கு சூரியன், சிவன், விஷ்ணு, பிரும்மா என்றும்

கொண்டு, எந்த பாகத்தில் ஜனனம், மற்றும் கிரகங்கள் உள்ளதோ அதற்குரிய தேவதையைக் கணக்கிட்டுக் கொள்வது. இதை கலாங்கிஷம் என்றும் கூறுவார்கள்.

உதாரணம் : ஒரு ராசியைப் பதினாறு பங்காகப் பிரிக்க ஒரு பங்கிற்கு 1 பாகை 52 கலை 30 விகலை வரும். இதை மேஷ முதலாக கீழ்க்கண்டவாறு கூட்டி ஒரு பட்டியல் தயார் செய்து கொள்ளலாம்.

| | | | | | | | |
|---|---|---|---|---|---|---|---|
| 0-00-00 | முதல் | 1-52-30 | வரை | பிரம்மா | 20-37-30 | 22-30-00 | சூரியன் |
| 1-52-30 | ” | 3-45-00 | ” | விஷ்ணு | 22-30-00 | 24-22-30 | பிரம்மா |
| 3-45-00 | ” | 5-37-30 | ” | சிவன் | 24-22-30 | 26-15-00 | விஷ்ணு |
| 5-37-30 | ” | 7-30-00 | ” | சூரியன் | 26-15-00 | 28-07-30 | சிவன் |
| 7-30-00 | ” | 9-22-30 | ” | பிரம்மா | 28-7-30 | 30-00-00 | சூரியன் |
| 9-22-30 | ” | 11-15-00 | ” | விஷ்ணு | 30-00-00 | 31-52-30 | சூரியன் |
| 11-15-00 | ” | 13-07-30 | ” | சிவன் | 31-52-30 | 32-45-00 | சிவன் |
| 13-07-30 | ” | 15-00-00 | ” | சூரியன் | 33-45-00 | 35-30-00 | விஷ்ணு |
| 15-00-00 | ” | 16-52-30 | ” | பிரம்மா | 35-37-30 | 37-30-07 | பிரம்மா |
| 16-52-30 | ” | 18-45-00 | ” | விஷ்ணு | 37-30-00 | 39-23-30 | சூரியன் |
| 18-45-00 | ” | 20-37-30 | ” | சிவன் | 39-22-30 | 41-15-00 | சிவன் |

என்ற வரிசைக் கிரமமாக பட்டியல் தயார் செய்து கொள்ளல் நலம்.

**சஷ்டியாம்சம் :**

ஒரு ராசியை அறுபது கூறாக (பங்காகப்) பிரித்து ஒவ்வொரு பாகத்துக்கும் ஒவ்வொரு அம்சம் என்று பெயர்.

ஆண் ராசிகளுக்கு முதலிலிருந்தும், பெண் ராசிகளுக்கு தலைகீழாக கடைசி முதலாகவும் அமைத்துக் கொள்ளுதல். அதன் விவரத்தை அடுத்த பட்டியலில் காணலாம்.

1. கோராம்சம்
2. இராக்கதாம்சம்
3. தேவபாகாம்சம்
4. குபேராம்சம்
5. ராக்கத போகாம்சம்
6. கின்னராம்சம்
7. இஷ்டகுல போகாம்சம்
8. கோபகுல திலகாலம்சம்
9. விடாக்கினியாம்சம்
10. அகளங்காம்சம்
11. மாயாந்தகாம்சம்
12. பிரேத புரிபாவாம்சம்
13. அதிதேவாம்சம்
14. கணேசாம்சம்
15. ஈசுவர பாகாம்சம்
16. சர்ப்ப பயாம்சம்
17. அமுத சந்திராம்சம்
18. அபிராமமாம்சம்
19. மிருதுவாம்சம்
20. கோமளாம்சம்
21. பிரபலாம்சம்
22. பதுமமாம்சம்
23. இலட்சமியாம்சம்
24. வாகீசாம்சம்
25. திகம்பராம்சம்
26. தேவந்திராம்சம்
27. கவிதையாம்சம்
28. நாசாம்சம்
29. பூபதியாம்சம்
30. கமலாகராம்சம்
31. சனிசுதனாம்சம்
32. பவத்தகாம்சம்
33. அக்கினிகோராம்சம்
34. காலமிருமுத்துவாம்சம்
35. தயாக்கினியாம்சம்
36. அமுத பூரணாம்சம்
37. பூரண சந்திராம்சம்
38. மதிமயக்காம்சம்
39. சௌபாக்கியாம்சம்
40. விஷக்கலப்பாம்சம்

41. குலனாசாம்சம்
42. வெகுமானம்சம்
43. வம்சநாம்சம்
44. உபவாசாம்சம்
45. காலரூபம்
46. சௌமியாம்சம்
47. மிருதுவாம்சம்
48. சுசீதளாம்சம்
49. திவாமதியாம்சம்
50. சந்திரமுகாம்சம்
51. பிரதட்சிணாம்சம்
52. காலாக்கினியாம்சம்
53. தண்டாயுதாம்சம்
54. திருமலாம்சம்
55. சுபாவம்சம்
56. அசபாம்சம்
57. அசிதாம்சம்
58. பயோததியாம்சம்
59. சுழலாம்சம்
60. சந்திரரேகையாம்சம்

இதுவரையிலும் தச வர்க்கம் என்பதைப் பற்றியும் பாவகம் என்பதைப் பற்றியும் அறிந்து கொண்டீர்கள். அடுத்து 'அங்கிஷம்' என்றும் ஒரு சக்கரம் உள்ளது. அதைப் பற்றியும் சிறிது அறிந்து கொள்ளலாம். அஸ்வினி முதல் ரேவதி வரை யிலுள்ள 27 நட்சத்திரங்களையும், 9 கிரகங்களுக்கு தலா 3 நட்சத்திரம் வீதம் கொடுத்து, 3 நட்சத்திரத்தின் 12 பாதங்களையும் மேஷம் முதல் மீனம் வரை 12 ராசிகளாக்கி ஒருவர் ஜனித்த நட்சத்திரப் பாதம் வரும் ராசியே அங்கிஷ ராசியென்றும், அந்த ராசியின் அதிபதியே அங்கிஷவான் என்றும் கொள்வது.

| | | |
|---|---|---|
| அஸ்வினி, பரணி, கார்த்திகை | - | சூரியன் |
| ரோகிணி, மிருகசீரிஷம், திருவாதிரை | - | சந்திரன் |
| புனர்பூசம், பூசம், ஆயில்யம் | - | செவ்வாய் |
| மகம், பூரம், உத்திரம் | - | புதன் |
| அஸ்தம், சித்திரை, சுவாதி | - | குரு |
| விசாகம், அனுஷம், கேட்டை | - | சுக்கிரன் |

| | |
|---|---|
| மூலம், பூராடம், உத்திராடம் | - சனி |
| திருவோணம், அவிட்டம், சதயம் | - இராகு |
| பூரட்டாதி, உத்திரட்டாதி, ரேவதி | - கேது |

இதை நவாங்கிஷம் என்றும் கூறுவார்கள். நவாம்சம் வேறு, நவாங்கிஷம் வேறு. சிலர் 'அம்சமாகிய' நவாம்சத்தை நவாங்கிஷம் என்று குறிப்பிட்டு விடுவார்கள். அது தவறு. இராசி முதல் நவாங்கிஷம் வரையில் பன்னிரண்டு சக்கரங்களும் துவாதசாம்ச சக்கரங்கள் என்று கூறுவர்.

இந்த துவாதசாம்ச சக்கரங்களில் பாவகம் இராசியில் உள்ள கிரகங்களின் நிலையைத் துல்லியமாகக் கூறுவது. இராசி, நவாம்சம், திரேகரணம், ஓரை, திரிம்சாம்சம், சப்தமாம்சம், துவாதசாம்சம் ஆகிய 7 சக்கரங்களும் லக்கின கிரகங்களின் வர்க்க மேன்மையை அறியப் பயன்படும். அடுத்துள்ள தசாம்சம், சோடசாம்சம், சஷ்டியாம்சம் என்னும் 3 அம்சங்களையும் சேர்த்து தச வர்க்கத்தில் எத்தனை வர்க்க மேன்மையுடன் இருக்கின்றது என்று கவனிக்க வேண்டும். நம்முடைய உதாரண ஜாதகத்தில் ரிஷப லக்கினத்தில் ஜனித்த ஜாதகரின் வர்க்க மேன்மையைக் கணிக்க, முதலில் லக்கினாதிபதியின் நிலையைக் கவனிக்க, இராசிப்படி விருச்சிகத்தில் சுக்கிரன் நின்றாலும் பாவகப்படி துலாத்தில் உள்ளதால் இராசி வர்க்க மேன்மை பெற்று விட்டது. லக்கினாதிபதி சுயஷேத்திரத்தில் (அ) நட்புக் கிரகங்களின் வீட்டில் இருப்பது வர்க்க மேன்மையை அளிக்கும். ஆண் கிரகங்கள் ஆண் ராசியிலும், பெண் கிரகங்கள் பெண் ராசியிலும் **அலிக்** கிரகங்கள் தங்களுடைய நட்புக் கிரக ராசிகளிலும் இருப்பதும் வர்க்க மேன்மைதான்.

தச வர்க்கத்தில் ஒவ்வொரு வர்க்கத்துக்கும் உள்ள மேன்மையைக் கணக்கிட்டுக் கொண்டால் எத்தனை வர்க்க

மேன்மையுள்ளதோ அத்தனைக்கும் யோகாம்சம் கீழே அளிக்கப்
பட்டுள்ளது.

1. சுபவர்க்கம்    யோகாங்கிஷம்         நிஷ்பலம்
2. சுபவர்க்கம்    பாரிசாதாங்கிஷம்       சுசீகரம்
3. சுபவர்க்கம்    உத்தமாங்கிஷம்         நன்மை
4. சுபவர்க்கம்    கோபுராங்கிஷம்         வாகன யோகம்
5. சுபவர்க்கம்    சிம்மாசனாங்கிஷம்      செல்வ சுகம்
6. சுபவர்க்கம்    பர்வதாங்கிஷம்         வித்தை, புகழ், கீர்த்தி,
                                      செல்வம்
7. சுபவர்க்கம்    தேவலோகாங்கிஷம்      சேனாதிபதி
8. சுபவர்க்கம்    வைசேஷிகாங்கிஷம்     அரச போகம்
9. சுபவர்க்கம்    ஐராவதாங்கிஷம்        சகலவிதமான
                                      ஐஸ்வரியங்கள்
10. சுபவர்க்கம்   தெய்வேந்திராங்கிஷம்   இந்திரபோகம்

| சுக்கிரன் | இராசியில் | விருச்சிகம் | செவ்வாய் |
| --- | --- | --- | --- |
| ,, | பாவகத்தில் | துலாம் | சுக்கிரன் |
| ,, | நவாம்சத்தில் | கன்னி | புதன் |
| ,, | ஓரையில் | சந்திர ஓரை | சந்திரன் |
| ,, | திரேகரணம் | விருச்சிகம் | செவ்வாய் |
| ,, | திரிசாம்சாதி | புதன் | புதன் |
| ,, | சப்தமாம்சம் | மிதுனம் | புதன் |
| ,, | துவாதமாம்சம் | கும்பம் | சனி |
| ,, | தசாம்சத்தில் | கன்னி | புதன் |
| ,, | சோடசாம்சத்தில் | பிரும்மா | |

என்று வரும். இதில் இராசி, திரேகாணம் இரண்டைத் தவிர மற்றவை சுக்கிரனின் நட்புக் கிரகங்களின் ஆதிக்கத்திலேயே உள்ளதால், சுக்கிரன் வர்க்க மேன்மை பெற்றுள்ளார் என்பதைக் கண்டு கொள்ளலாம். ஓரையிலும் ரிஷபம் பெண் ராசி. அதன் அதிபதி கிரகமாகிய சுக்கிரன் பெண் கிரகமான சந்திரனின் ஓரையில் உள்ளதால் ஓரா பலமும் உண்டு. இவ்விதம் ஒவ்வொரு கிரகங்களின் பலத்தையும் அறிய வேண்டும். இது மிகவும் எளிய முறை. ஆனால் உண்மையில் கிரகங்களின் பலத்தைக் கணிக்க 52 வழிமுறைகள் உள்ளன. அதன்படி ஒரு ஜாதகத்தை முழுமையாக கணிக்க ஒரு மாதம் கூட ஆகலாம். அதுதான் துல்லியமான கணிதம். அந்தக் கணிதங்கள் ஒரு தனிப்புத்தகமாகவே வெளியிட வேண்டும். இறைவன் அருளும் உங்கள் ஆதரவும் இருந்தால் அந்தக் கணிதம் முழுவதையும் ஒரு புத்தகமாக எழுதி வெளியிட முயற்சி செய்கின்றேன். பிருகத் ஜாதகம், வராகர் ஓரை, பிருகத் பாரா சாரஹோரை, ஸ்ரீபதி பத்ததி, பலதீபிகை போன்ற இன்னும் பல நூல்களில் இருந்து சேகரம் செய்து, பூரணமாக்க வேண்டும். முதல் பாகத்தில் கிரகத்தின் பலத்தைக் கணக்கிட 12 விதமான வழிகளை மட்டுமே அறிவித்தேன். இப்போது 52 வழிமுறைகள் என்று கூறியுள்ளேன். இந்த 52 வழிகளிலும் முக்கியமாக 24 வழிகளுக்கு ‘சட் பலம்’ என்று பெயர். அவற்றின் விவரத்தை மட்டும் அளித்துள்ளேன். அறிந்து கொள்ளுங்கள்.

1. இராசி வர்க்க பலம்
2. பாவக பலம்
3. திரேகாண வர்க்க பலம்
4. நவாம்ச வர்க்க பலம்
5. ஓராவர்க்கப் பலம்
6. திரிம்சாம்சப் பலம்
7. சப்தமாம்சப் பலம்
8. துவாதசாம்சப் பலம்
9. தசாம்சாம்சப் பலம்
10. கிரக திருஷ்டி பலம்
11. கேந்திர பலம்
12. உச்ச பலம்

13. யுக்மாயுக்ம பலம்
14. நத உன்னத பலம்
15. தின பலம்
16. தினராத்திரி திரிபாக பலம்
17. மாத பலம்
18. வருஷ பலம்
19. பட்ச பலம்
20. அயன பலம்
21. கிரகயுத்த பலம்
22. ஜேஷ்டா பலம்
23. திக்குப் பலம்
24. நைசர்க்கிக் கிரக பலம்

என்றுள்ளது. இது நீங்கள் அறிந்து கொள்ள வேண்டும் என்று அளிக்கப்பட்டுள்ளது.

## 3. அஷ்டவர்க்க கணித விபரம்

**அ**ஷ்ட வர்க்கம் என்றால் என்ன ? அது எதற்காக ? அதன் அவசியம் என்ன ? என்ற கேள்விகளுக்கு ஒருவருடைய ஜாதகத்தின் 12 பாவங்களும் பெற்றுள்ள வலிமை எவ்வளவு என்பதை துல்லியமாக அறிந்து அதன் மூலம் அவர்களின் வாழ்க்கை அமைப்பு எப்படி இருக்கும் என்பதை அறிந்து கொள்ளலாம். சூரியன் முதல் சனி வரையிலும் உள்ள 7 கிரகங்களுக்கும் லக்கினத்துக்கும் அளிக்கும் பரல்கள் என்ற எண்களை கொண்டு கணக்கிடுவது அஷ்டவர்க்கம் எனப்படும். இது ஒரு அருமையான கணிதம். ஒரு ஜாதகத்தில் தசவர்க்கச் சக்கரம் மற்றும் அஷ்டவர்க்க கணிதம் போட்டு முன்பு கூறியபடி ‘சட் பலத்தை’யும், வர்க்க மேன்மையையும் கணிதம் செய்து பலன்களை துல்லியமாகக் கூறலாம். ஆனால் சன்மானம் கிடைக்குமா என்பது மட்டும் சந்தேகம்தான். காரணம் உயர்ந்த கலையான இதை தற்போது மிகவும் மரியாதைக் குறைவானதாக ஆக்கி விட்டார்கள். சரியான விஷய ஞானம் இல்லாத ஜோதிடர்கள் 10 ரூபாய்க்குக் கூட பலன்கள் கூறுகிறார்கள்.

அக்காலத்தில் இக்கலைக்கு மிகவும் மதிப்பும், மரியாதையும் இருந்தது. அதைக் கெடுத்தவர்கள் ஜோதிடர்கள்தான். இதைச் சொல்ல நான் வெட்கப்படத்தான் செய்கின்றேன். ஆனால் உண்மையில் இதுதான் இப்போதைய நிலை. பெரிய ஜோதிடர் களுக்கே நல்ல சன்மானம் கிடைக்கின்றது. இனி அஷ்ட வர்க்கத்தைப் பற்றி கவனிப்போம்.

அஷ்ட வர்க்கத்தில் கிரகங்கள் அளிக்கும் பரல்களை 'வாசன்' திருக்கணிதப் பஞ்சாங்கத்தில் 93வது பக்கத்தில் அட்டவணையாகக் கொடுக்கப்பட்டிருக்கும். அதைக் கொண்டு கீழ்க்கண்டவாறு கட்டங்கள் அமைத்து கணக்கிடும் வழிமுறையை விளக்குகின்றேன். முதலில் சூரியன் அஷ்டவர்க்கப் பரல்கள் 48ஐ சூரியனுக்கு, சூரியன் உள்ள ராசி முதலும், மற்ற கிரகங்களுக்கு அந்தந்த கிரகங்கள் இருக்கும் ராசி முதலாக எண்ணி கட்டத்தில் குறிக்க வேண்டும். நம்முடைய உதாரண ஜாதகத்தில் ராசிக் கட்டத்தின்படி கீழ்க் கண்டவாறு கட்டங்களைப் பூர்த்தி செய்து கொண்டு, முதலில் சூரியனின் அஷ்டவர்க்கம் 48 என்று குறிப்பிட்டுள்ள முதல் கட்டத்தில் சூரியனுக்கு நேராக உள்ள எண்களை சூரியன் முதலாக எண்ணிக் கட்டத்தில் குறிக்க வேண்டும். 1, 2, 4, 7, 8, 9, 10, 11 என்றுள்ளது. சூரியன் தனக்கு 8 பரல்கள் கொடுக்கின்றார்.

| இராசிகள் | மே | ரி | மி | கட | சிம் | கன் | து | வி | த | மக | கும் | மீ | மொ |
|---|---|---|---|---|---|---|---|---|---|---|---|---|---|
| கிரகங்கள் | - | ல | - | - | சந் | - | செ | சூ பு<br>சனி<br>சுக் | - | கு | - | - | |
| சூரியன் | - | 7 | 8 | 9 | 10 | 11 | - | 1 | 2 | - | 4 | - | 8 |
| சந்திரன் | - | 10 | 11 | - | - | - | 3 | - | - | 6 | - | - | 4 |
| செவ்வாய் | 7 | 8 | 9 | 10 | 11 | - | 1 | 2 | - | 4 | - | - | 8 |

| | | | | | | | | | | | | | |
|---|---|---|---|---|---|---|---|---|---|---|---|---|---|
| புதன் | 6 | - | - | 9 | 10 | 11 | 12 | - | - | 3 | - | 5 | 7 |
| குரு | - | 5 | 6 | - | - | 9 | - | 11 | - | - | - | - | 4 |
| சுக்கிரன் | 6 | 7 | - | - | - | - | 12 | - | - | - | - | - | 3 |
| சனி | - | 7 | 8 | 9 | 10 | 11 | - | 1 | 2 | - | 4 | - | 8 |
| லக்கினம் | 12 | - | - | 3 | 4 | - | 6 | - | - | - | 10 | 11 | 6 |
| மொத்தம் | 4 | 6 | 5 | 5 | 5 | 4 | 5 | 4 | 2 | 3 | 3 | 2 | 48 |

எனவே சூரியன் இருக்கும் விருச்சிகத்தில் 1, தனுசுக்கு 2, 3ம் இடமாகிய மகரத்துக்கு பரல் இல்லை. 4ம் இடமாகிய கும்பத்துக்கு பரல் உள்ளது. எனவே கும்பத்தில் 4 என்று குறிப்பிட்டு, 6 ல் பரல்கள் இல்லை. 7ல் தான் உள்ளது. எனவே ரிஷபத்தில் 7 என்று குறிப்பிட்டு விட்டு, அடுத்து 8, 9, 10, 11 என்று வரிசையாக பரல்கள் அளிப்பதால் மிதுனத்தில் 8, கடகத்தில் 9, சிம்மத்தில் 10, கன்னியில் 11 என்று குறிப்பிடவும். 12ம் இடமாகிய துலாத்துக்கு பரல் இல்லை. எனவே பரல் இல்லாத ராசிகளை - இம்மாதிரி கோடு போட்டுவிட்டு சூரியனின் பரல்கள் 8ஐயும் சரியாக போடப்பட்டுள்ளதா என்று எண்ணிக் கடைசிக் கட்டத்தில் 8 என்று எழுதவும்.

அடுத்து சந்திரனுக்கு எதிரில் முதல் கட்டத்தில் 3, 6, 10, 11 என்றுள்ளதால் சூரியன் சந்திரனுக்கு 4 பரல்கள் கொடுக்கின்றார். அந்த நான்கு பரல்களை சந்திரன் நின்ற ராசி முதல் முன்பு கூறியதைப் போல் எண்ணிக் கட்டத்தில் போடவும். சந்திரன் பரல் 3ல் துவங்குவதால் சந்திரன் நின்ற ராசியாகிய சிம்மத்துக்கும், 2ம் இடமான கன்னிக்கும் பரல் இல்லை. எனவே துலாத்தில் 3 என்று எழுதிவிட்டு இடையில் 4, 5 ஆகியவை இல்லை. 6 உண்டு. எனவே மகரத்தில் 6 என்று எழுதவும். இடையில் 7, 8, 9 ஆகியவை இல்லை. 10, 11ல் பரல் உண்டு. எனவே ரிஷபத்தில் 10, மிதுனத்தில் 11 என்று போட்டுவிட்டு 4 பரல்கள் சரியாக

## 53 ✻ மு. மாதேஸ்வரன்

உள்ளதா என்று கவனித்து மொத்தம் என்ற இடத்தில் 4 என்று குறிக்கவும். அடுத்து செவ்வாய்க்கு சூரியன் அளிக்கும் பரல்களை செவ்வாய் இருக்கும் ராசி முதல் எண்ணிப் போடவும். இதே முறையில் மற்ற கிரகங்களுக்கும் சூரியன் அளிக்கும் பரல்களை அந்தந்த கிரகங்கள் நின்ற ராசி முதல் எண்ணிப் போடவும். லக்கினத்துக்கு கொடுக்கும் பரல்களையும் லக்கின முதல் எண்ணிப் போட்டு விட்டு வரிசையாக மேஷ முதல் மீனம் வரை உள்ள பரல்களை ஒவ்வொரு ராசிக்கும் எத்தனை என்று கூட்டி கீழே உள்ள கட்டங்களில் பூர்த்தி செய்து மொத்தமாக கூட்டிப் பார்த்தால் 48 பரல்கள் சரியாக வந்தால் கணிதம் சரியானது.

இதே மாதிரியாக மற்ற 6 கிரகங்களுக்கும் பட்டியல் போட்டு ஒவ்வொரு கிரகங்களும், தான் மற்ற கிரகங்களுக்கு அளிக்கும் பரல்களை அந்தந்த கிரகங்கள் நின்ற ஸ்தானம் மூலமாக எண்ணிப் போட்டு, அதே முறையில் லக்கினத்துக்கு தரும் பரல்களையும் லக்கின முதலாக எண்ணிப் போட்டு 7 கிரகங்களுக்கும் 7 பட்டியல்களைத் தயார் செய்து கொண்டு, 7 கிரகங்களும் மேஷ முதல் மீனம் வரை 12 ராசிகளுக்கும் கொடுத்ததை மொத்தமாக கீழ்க்கண்டபடி தயாரித்துக் கொள்ளுங்கள்.

| இராசி | மே | ரி | மி | கட | சிம் | கன் | து | வி | த | ம | த | மீ | **மொ** |
|---|---|---|---|---|---|---|---|---|---|---|---|---|---|
| சூரியன் | 4 | 6 | 5 | 5 | 5 | 4 | 5 | 4 | 2 | 3 | 3 | 2 | 48 |
| சந்திரன் | 3 | 4 | 4 | 4 | 6 | 4 | 3 | 3 | 2 | 6 | 5 | 5 | 49 |
| செவ்வாய் | 4 | 3 | 4 | 3 | 3 | 4 | 5 | 3 | 1 | 4 | 3 | 2 | 39 |
| புதன் | 3 | 4 | 6 | 5 | 5 | 5 | 4 | 6 | 4 | 4 | 3 | 5 | 54 |

| | | | | | | | | | | | | | |
|---|---|---|---|---|---|---|---|---|---|---|---|---|---|
| குரு | 6 | 4 | 4 | 5 | 5 | 5 | 4 | 5 | 4 | 5 | 5 | 4 | 56 |
| சுக்கிரன் | 2 | 2 | 6 | 5 | 6 | 8 | 3 | 3 | 4 | 4 | 3 | 6 | 52 |
| சனி | 3 | 3 | 4 | 3 | 4 | 5 | 4 | 2 | 3 | 2 | 3 | 3 | 39 |
| **மொத்தம்** | 25 | 26 | 33 | 30 | 34 | 35 | 28 | 26 | 20 | 28 | 25 | 27 | 337 |

இப்படித் தயாரிக்கப்பட்ட பட்டியலில் கடைசிக் கட்டமாகிய 8வது கட்டத்தின் மொத்தத்தைக் கூட்டினால் 337 வரும். அதே போல மேஷ முதல் மீனம் வரையில் 12 ராசிகளின் கடைசிக் கட்டத்திலுள்ள மொத்தத் தொகையைக் கூட்டினாலும் 337 தான் வரவேண்டும். மொத்தம் 337 பரல்களைத்தான் 7 கிரகங்களும் 12 ராசிகளுக்கு அளிக்கின்றது. தொகை 337 என்றாலும் ஒவ்வொரு ஜாதகத்துக்கும் ராசியின் பரல்கள் ஒரே மாதிரி வராது. அந்தந்த லக்கினப் படியும், கிரகங்கள் இராசிகளின் நின்ற அடிப்படையிலும் மாறித்தான் வரும். எனவே சரியாக பரல்களை கவனமாக எண்ணிப் போட்டுக் கணக்கிட வேண்டும்.

அடுத்து ஒவ்வொரு ராசிப்பரல்களையும் கீழ்க்கண்டவாறு ஒரு கட்டம் போட்டு குறிப்பிட வேண்டும். இதை சர்வாங்க அஷ்டவர்க்கம் என்று குறிப்பிடுவார்கள். மேஷ முதலாக வந்த பரல்களை இக்கட்டத்தில் மேஷ முதலாகக் குறிப்பிட வேண்டும். அதன் பின் லக்கினம் ரிஷபம் ஆகையால், ரிஷபம் முதல் 1, 2, 3, 4 என்று மேஷம் வரை 12 பாவங்கள் என்று சிறிய எழுத்தாகக் குறிப்பிட்டு இதன் கீழேயே ராசிக் கட்டத்தையும் போட வேண்டும் (அ) இதில் குறிப்பிட்டுள்ளபடி லக்கினத்தையும் கிரகங்களையும் குறிப்பிட்டுக் கொள்ளலாம். இந்தக் கட்டங்களில் உள்ள பரல்கள்தான் அந்தந்த பாவத்தின் வலிவைக் கூறும். மேஷம் முதல் பரல்களை போட்டாலும் எது லக்கினமோ அதுதான் முதல் பாவம் என்பதை மறக்கக் கூடாது. அதிலிருந்தே மற்ற பாவங்களைக் கணக்கிட வேண்டும்.

| | | | |
|---|---|---|---|
| 27<br>11 | ரா<br>25<br>12 | ல<br>26<br>1 | 33<br>2 |
| 25<br>10 | **சர்வாங்க<br>அஷ்டவர்க்கம்<br>337** | | 30<br>3 |
| 28 9<br>குரு | | | சந்<br>34<br>4 |
| 20<br>8 | சூ புத<br>26<br>சு சனி<br>7 | 28 செ<br>கே 6 | 35<br>5 |

1ம் பாவம் முதல் 12ம் பாவம் வரையிலுள்ள பரல்களில் 30க்கு மேல் இருந்தால் அதி உத்தமம். 25க்கு மேல் 30க்குள் உத்தமம். 20 முதல் 25 வரை மத்திமம். 20க்கு கீழ் இருந்தால் சிறப்பில்லை. ஆனால் 6ம் பாவம், 12ம் பாவம் ஆகிய இரண்டும் பரல்கள் குறைவாக இருத்தலே சிறப்பு. ஒவ்வொரு கிரகத்தின் பரல்களின் பட்டியல் போட்டு முடிந்த பின் - ஒவ்வொரு கிரகத்துக்கும் ஆதி, திரிகோண, ஏகாதி சோதனை என்று மூன்று உண்டு. அதனால் பெரும் பயன் எதுவுமில்லை. அதனால் அதைப் பற்றிக் குறிப்பிடவில்லை. அதை விடவும் எளிய முறைகளில் பலன்களை அறியலாம்.

முக்கியமாகத் தேவைப்படுவது சர்வாங்க அஷ்டவர்க்கமே. இதைக் கொண்டுதான் பாவங்களின் வலிமையை நிர்ணயம் செய்ய வேண்டும். எனவே கீழ்க்கண்டவாறு விவரப்படுத்தினால் எளிதாகப் புரியும்.

## சர்வாங்க அஷ்ட வர்க்கம் 337ன் விவரம்

1. லக்கினம், உயிர், ரூபம், லட்சணம், திறமை...  26 உத்தமம்
2. தனம், குடும்பம், வாக்கு, கல்வி, நேத்திரம் (கண்)...  33 அதிஉத்தமம்
3. இளைய சகோதரம், தைரியம், காரியம், வெற்றி...  30 உத்தமம்
4. தாயார் சுகம், வீடு, வாகனம், நிலம், வித்தை...  34 அதிஉத்தமம்
5. புத்திரம், மாதுலம், பூர்வ புண்ணியம், புகழ், கீர்த்தி...  35 அதிஉத்தமம்
6. எதிரி, கடன், நோய்...  28 உத்தமம்
7. மனைவி, இன்பம், உறவினர்கள்...  26 உத்தமம்
8. ஆயுள், கண்டம்...  20 மத்திமம்
9. தகப்பனார், பாக்கியம், தர்மம், தீர்த்தயாத்திரை...  28 உத்தமம்
10. தொழில், ஜீவனம், கர்மம்...  25 உத்தமம்
11. மூத்த சகோதரம், லாபமேன்மை...  27 உத்தமம்
12. விரயம், சயனம், போகம்...  25 உத்தமம்

இப்படி விவரப்படுத்தப்பட்ட பாவங்களில் லக்கினம் 25 பரல்களுக்குக் குறையக்கூடாது. அப்போதுதான் ஜாதகர் திறமை யுள்ளவர் என்பது பொருள். 6, 12ஐத் தவிர மற்ற பாவங்கள்

உயர்ந்து இருக்கும் வரை நன்மை. 8ம் பாவம் உயர்வதை சிலர் நல்லது என்று கூறுகின்றார்கள். ஆனால் அடிக்கடி தொல்லைகளும், கண்டங்களும் ஏற்பட்டே தீரும். இதிலிருந்து மேலும் பல விவரங்கள் எடுக்கலாம். முதலில் மீனம் முதல் 4 பாவங்களாக கணக்கிட்டுக் கொண்டு எடுத்தால் 3 பிரிவுகளின் தொகை கிடைக்கும். அதைக் கீழ்க்கண்டவாறு பிரிக்கலாம்.

## மீனாதி கண்டப் பரல் விவரம்

பிரதமை    27 + 25 + 26 + 33  =  111
துதியை    30 + 34 + 35 + 28  =  127   மத்தள யோகம்
திருதியை  26 + 20 + 28 + 25  =   99
                                -----
          ஆக மொத்தம்            337

## லக்கினாதிபதி கண்டப் பரல் விவரம்

இதை லக்கினம் முதல் 4 பாவங்களாக எண்ண வேண்டும்.

பிரதமை    26 + 33 + 30 + 34  =  123
துதியை    35 + 28 + 26 + 20  =  109   பர்வத யோகம்
திருதியை  28 + 25 + 27 + 25  =  105
                                -----
          ஆக மொத்தம்            337

இம்மாதிரியாக வந்த பரல்களில் மீனாதிக் கண்டப் பரல் என்பது முற்காலத்தைப் பற்றிக் கூறுவது. லக்கினாதிபதி கண்டப் பரல் ஜாதகரின் நிலையை உணர்த்துவது. சிலர் மீனாதிக் கண்டப்

பரலுக்குப் பதில் மேஷம் முதலாகவும் 4 பாவங்கள் வீதம் எண்ணிக் கணக்கிடுவார்கள். ஆக இந்த மூன்று கண்டத்திலும் முன் கண்டமாகிய பிரதமைப் பரல் குறைந்து, துதியைப் பரல் உயர்ந்து, திருதியைப் பரல் மேலும் உயர்ந்திருந்தால் அது 'எக்காள யோகம்' எனப்படும். முன்னும் பின்னும் சற்றேறக் குறைய உயர்ந்து மத்திய கண்டம் குறைந்திருந்தால் அது 'உடுக்கை யோகம்' எனப்படும். முன் பின் சற்றேறக்குறைய குறைந்து மத்தியக் கண்டம் உயர்ந்திருந்தால் அது 'மத்தள (அ) டமர யோகம்' என்பதாம். முன் உயர்ந்து நடு குறைந்து, கடை அதை விட உயர்ந்து இருந்தால் 'வீணை யோகம்' எனப்படும். முன் அதிகம் உயர்ந்து பின் அதனினும் குறைந்து, கடை மேலும் குறைந்து காணப்பட்டால் 'பர்வத யோகம்' என்பதாம். முன் குறைந்து நடுவும் கடைசியும் ஏறத்தாழ சரியாக இருந்தால் 'வாசி யோக'மெனப் பெயர் பெறும். இதில் மீனாதி கண்டம் 'மத்தள யோகத்திலும்' லக்கினாதிபதி கண்டம் 'பர்வத யோகத்திலும்' வருவதால் அது குறிப்பிடப்பட்டுள்ளது.

லக்கின பிரதமைக் காண்டம் பிறந்தது முதல் 25 வயது வரையிலும், துதியைக் காண்டம் 25 வயது முதல் 50 வரையிலும், திருதியைக் காண்டம் 50 வயது முதல் கடைசிக் காலம் வரை குறிக்கும். அதில் உள்ளபடி அந்தந்த வயதில் பரல்களுக்கேற்றவாறு கணக்கிட்டுக் கொள்ள வேண்டும். .இந்த ஜாதகங்களின் லக்கின பிரதமைக் காண்டம் உயர்ந்துள்ளதால், பிறந்தது முதல் 25 வயது சிறப்பான வாழ்க்கையும், 25 வயது முதல் 50 வயது வரை சுமாரான யோகமும், கடைசிக் காலத்தில் யோகம் குறையும் என்பதைக் கவனித்து பலன் எடுக்க வேண்டும். சிலர் மீனாதிக் கண்டத்தையும், மேஷாதிக் கண்டத்தையும், கொண்டு கணக்கிடுவார்கள். அது சரியான முறையாக ஒத்துவரவில்லை. லக்கினம் முதலாகக் கணக்கிடுவதே

சரியானது. இனி அடுத்து மேலும் விவரங்கள் எடுக்கலாம். முதலில் எந்தத் திசை சிறப்பு என்பதைக் கவனிக்கலாம்.

| | | | | | |
|---|---|---|---|---|---|
| மேஷம் | + ரிஷபம் | + மிதுனம் | கிழக்கு | | |
| 25 | + 26 | + 33 | | = | 84 மத்திமம் |
| ரிஷபம் | + மிதுனம் | + கடகம் | தென்கிழக்கு | | |
| 26 | + 33 | + 30 | | = | 89 மத்திமம் |
| கடகம் | + சிம்மம் | + கன்னி | தெற்கு | | |
| 30 | + 34 | + 35 | | = | 99 உத்தமம் |
| சிம்மம் | + கன்னி | + துலாம் | தென்மேற்கு | | |
| 34 | + 35 | + 28 | | = | 97 உத்தமம் |
| துலாம் | + விருச்சிகம் | + தனுசு | மேற்கு | | |
| 28 | + 26 | + 20 | | = | 74 அதமம் |
| விருச்சிகம் | + தனுசு | + மகரம் | வடமேற்கு | | |
| 26 | + 20 | + 28 | | = | 74 அதமம் |
| மகரம் | + கும்பம் | + மீனம் | வடக்கு | | |
| 28 | + 25 | + 27 | | = | 80 மத்திமம் |
| கும்பம் | + மீனம் | + மேஷம் | வடகிழக்கு | | |
| 25 | + 27 | + 25 | | = | 77 அதமம் |

100க்கு மேல் அதி உத்தமம், 90க்கு மேல் உத்தமம், 80க்கு மேல் மத்திமம், 80க்கு கீழ் அதமம் என்பது.

## அடுத்து சில கணிதங்கள் :

1-4-7-10
26+34+26+25 கேந்திரப் பரல்கள் 111 தற்காலம் உத்தமம்

```
 1-5-9
26+35+28        திரிகோணப் பரல்கள்  89              உத்தமம்

 3-6-10-11
30+28+25+27     உபஜெயப் பரல்கள்   110              உத்தமம்

 2-5-8-11
33+35+20+27     பணபரப் பரல்கள்    115 பூர்வம்       உத்தமம்

 3-6-9-12
30+28+28+25     ஆபோக்கிலீயம்      111 எதிர்காலம்    உத்தமம்
```

கேந்திர, உபஜெய, பணபர, ஆபோக்கிலீயப் பரல்கள் 80க்கு கீழ் இருந்தால் அதமம். 80 முதல் 100 வரை மத்திமம். 100 முதல் 120 வரை உத்தமம். 120க்கு மேல் அதிஉத்தமம் என்று கொள்ள வேண்டும். திரிகோணம் 60க்கு கீழ் அதமம். 60 முதல் 75 வரை மத்திமம். 75 முதல் 90 வரை உத்தமம். 90க்கு மேல் அதிஉத்தமம் என்று கொள்ள வேண்டும்.

6, 8, 12 ஆகிய 3 இடப்பரல்களை விடவும், 2, 9, 11 ஆகிய இடங்களின் பரல் உயர்ந்து நின்றால் ஜாதகர் நல்ல தனப்புழக்கத்துடன் சிறப்பான லாப மேன்மையடைய முடியும். லக்கினப் பரல்களைக் கொண்டே மற்ற பாவங்களின் மேன்மையைக் கவனிக்க வேண்டும். ஜாதகரின் லக்கினப் பரலை விட 3ம் இடப் பரல் உயர்ந்திருந்தால் இளைய சகோதரர்கள் சிறப்புடன் இருப்பார்கள். 11ம் இடப்பரல் உயர்ந்து இருந்தால் மூத்த சகோதரர்கள் சிறப்புடன் இருப்பார்கள். 4ம் இடப் பரல் உயர்ந்து இருந்தால் தாயார் ஆதரவுடன் சுகமேன்மைகள், வீடு, நிலம், வாகனம் கிடைக்கும். 2ம் இடப் பரல் உயர்ந்து, 11ம் இடப் பரலும் உயர்ந்து 12ம் இடப்பரல் குறைவாக இருந்தால் தனச் சேர்க்கை ஏற்படும். 5ம் இடப்பரல் உயர்ந்தால் புகழ், கீர்த்தி,

புத்திரர்களால் மேன்மை அடையலாம். 6ம் இடப்பரல் குறைவதுதான் நல்லது. 7ம் இடப்பரல், உயர்ந்தால் மனைவியால் ஆதாயம் உண்டு. ஆனால் மனைவியின் ஆதிக்கம் இருக்கும். ஆயுள் பலம் ராசி ரீதியாக வலுத்திருந்தால் அஷ்டவர்க்கத்தில் 8ம் இடப்பரல் குறைவதுதான் நல்லது. கண்டங்களைக் குறைக்கும். 9ம் இடம் உயர்ந்தால் தகப்பனால் உயர்ந்து நிற்பார். அவர் ஆதரவு கிட்டும். தர்மம், பாக்கியம் உண்டு. 10ம் இடப்பரல் உயர்ந்து நின்றால் சிறப்பான தொழில் அமையும்.

இவ்வாறு ஒவ்வொரு பாவங்களின் வலிவைக் கணக்கிடுவது மட்டுமல்லாமல், ஒவ்வொரு கிரகமும் எந்த ராசிக்கு அதிகப் பரல் அளித்துள்ளதோ அந்த ராசி, அந்த கிரகத்திற்கு நட்பு, ஆட்சி, உச்ச வீடாக இருப்பினும், நன்முறையில் இருந்தாலும், தன்னுடைய திசாபுத்தி காலங்களில் நற்பலன்களை அளிப்பார்கள். பரல் அதிகமுள்ள ராசிகளில் சஞ்சாரம் செய்யும் போதும் நற்பலனை அளிக்கும். அஷ்ட வர்க்கத்தைக் கொண்டு உடன் பிறந்தவர்களின் தொகையைக் கூடக் கணக்கிடலாம். செவ்வாய் அஷ்ட வர்க்கத்தில் செவ்வாய் தான் நின்ற இடத்திற்கு 3ம் இடத்திற்கு எத்தனை பரல்கள் அளித்துள்ளதோ, அத்தனை இளைய சகோதரர்கள் இருக்கும். அதில் பகைக் கிரகங்கள் பரல் அளித்திருந்தால் அந்தப் பரல்களைக் கணக்கில் எடுத்துக் கொள்ளக் கூடாது. அதேபோல் லக்கினப் பகைவர்கள் கொடுத்த பரல்களையும் கணக்கில் கொள்ளக் கூடாது. மூத்த சகோதரம் பற்றிக் கணக்கெடுக்க செவ்வாய் நின்ற பதினோராம் வீட்டின் பரல்களை முதலில் சொல்லியவாறே கணிக்க சகோதரங்களின் நிலை தெரிய வரும். அஷ்டவர்க்கம் என்பது மிகவும் கவனமாகப் போட வேண்டிய கணிதம். சிறு தவறு நேர்ந்தாலும் மொத்தத் தொகையான 337

என்பது வராது. நன்கு கணிதம் செய்து விட்டால் துல்லியமாக வாழ்க்கையைப் பற்றிக் கூறலாம். சூரியன் அஷ்ட வர்க்கம் - தந்தையார் வர்க்கத்தையும், சந்திரன் அஷ்ட வர்க்கம் - தாயார் வர்க்கத்தையும், செவ்வாய் அஷ்டவர்க்கம் - சகோதர வர்க்கத்தையும், புதன் - மாதுல (அத்தை, மாமன்) வர்க்கத்தையும், குரு அஷ்டவர்க்கம் புத்திர வர்க்கத்தையும், சனி அஷ்டவர்க்கம் - ஆயுள் கண்டங்கள் பற்றியும், சுக்கிரன் மனைவியைப் பற்றியும் அறிய வகைசெய்யும்.

அஷ்டவர்க்கத்தில் சனி பகவான் லக்கினத்துக்கு 8ம் இடத்துக்கும், 3ம் இடத்துக்கும், தான் நின்ற ஸ்தானத்துக்கு 8ம் இடத்துக்கும் அதிகப் பரல்கள் அளித்திருந்தால் ஆயுள் பலமுண்டு. ஒவ்வொரு பாவத்தின் பரல்களைக் கொண்டு அந்தந்த பாவத்தின் பலாபலன்களை ஜாதகத்தில் எழுதிக் கொடுக்க வேண்டும். ஒவ்வொரு கிரகமும் பொதுவாக பரல்கள் அதிகமுள்ள ராசிகளில் வரும்போது நற்பலன்களைச் செய்வதாக கூறப்பட்டுள்ளது. நான் அளித்திருக்கும் முறையை விட எளிமையான முறை எந்தப் புத்தகத்திலும் இருக்காது. பலமுறை நன்கு படித்து கணிதம் போட்டுப் பாருங்கள். ஆரம்பத்தில் தவறு ஏற்பட்டாலும் இரண்டு மூன்று முறை போட்டால் சரியாக வந்துவிடும்.

## 4. தொழில் வகையை அறியும் முறை

ஒவ்வொரு மனிதனுக்கும் தொழில்தான் வருமானத்தை அளிப்பது. அதன் நிலையைப் பற்றி அறிந்து கொள்ள ஆர்வம் இல்லாதவர் இருக்க முடியுமா? முதல் பாகத்தில் இந்த பாவம் பற்றி சிறிய விளக்கம்தான் அளித்தேன். மற்ற புத்தகங்களிலும் அந்த அளவுதான் விளக்கம் இருக்கும். ஆனால் இப்பகுதியில்

தொழிலைப் பற்றிய ஆராய்ச்சியின் அடிப்படையில் அதிகமான விளக்கம் அளித்துள்ளேன். தொழிலைப் பற்றி அறிய 12ம் இடத்து அதிபதி, 10க்கு 8ம் இடத்தின் அதிபதி, சூரியன் ஆகியவர்களைக் கொண்டு அறிய வேண்டும் என்பதுதான் பொதுவிதி. ஆனால் சிறப்பு விதி, அம்சத்தைக் கொண்டே தொழிலைப் பற்றி துல்லியமாக அறிய வேண்டும் என்பதுதான். தொழில்கள் அனைத்தும் 7 கிரகங்களுக்கு மட்டுமல்லாமல், ராகு, கேதுக்களுக்கும் கூட சில தொழில்கள் அளிக்கப்பட்டுள்ளது. ஸ்தானம் இல்லாத ராகு கேதுக்களுக்கு எப்படி தொழில் அடிப்படை உள்ளது என்பது பலருக்கு ஆச்சரியமாகக் கூட இருக்கலாம். ராகு கேதுக்களின் அறிமுகத்தில் சில விஷயங்களைக் குறிப்பிட்டுள்ளதை கவனத்தில் கொள்ளுங்கள். முதலில் ஒவ்வொரு கிரகங்களுக்கும் உள்ள தொழிலின் அடிப்படைகளைக் குறிப்பிடுகிறேன்.

### சூரியன் :

அரசுப் பணிகள், மருத்துவம், மின்சாரம், தூதுவர்கள், நகை வியாபாரம், கம்பளி வியாபாரம், மருந்துப் பொருட்கள் வியாபாரம், அரசியல் பதவிகள், வாசனாதி திரவியங்கள், ரேடியோ, எலக்ட்ரானிக் சம்பந்தப்பட்டவை.

### சந்திரன் :

மது சம்பந்தமான பொருள்கள், திரவ சம்பந்தமானவை, சோடா, கலர், ஐஸ் போன்றவை. பால், தேநீர் விடுதி, நீர் அதிகம் தேவைப்படும் விவசாயப் பொருள்கள், நெல், கரும்பு ஆகியவை. துணி வியாபாரம், விவசாய விளை பொருள் விற்பனை, (கருநிற தானியங்கள் தவிர), பட்டுத் தொழில், நவரத்தின வியாபாரம், காய்கனி வியாபாரம்.

## செவ்வாய் :

என்ஜினியரிங், மெஷினரிகள், பெரிய, சிறிய தொழிற் சாலைகள், ஒர்க் ஷாப்புகள், எல்லாவிதமான மெக்கானிக்குகள், டிராக்டர், ரிக் போன்ற பூமியைத் துளைக்கும் வாகனங்கள், இரும்பு உருக்கி வார்ப்படம் செய்தல், சேனாதிபதி மற்றும் படை வீரர்கள், காவலர்கள், காவல் அதிகாரிகள், எலக்ட்ரானிக்ஸ், ரசாயனங்கள், பூச்சி மருந்து, உரங்கள், புன்செய்ப் பயிர்கள், எரிபொருள்கள்.

## புதன் :

எழுத்துவேலை (கணக்கர்கள்), ஜோதிடம், காவியம், கதை, கவிதை, எழுத்தாளர்கள், புரோகிதர்கள், சிற்பம், சித்திரம், விகடம் போன்ற ஆய கலைகள் 64க்கும் அதிபதியானவர் புதனே.

## குரு :

உபன்யாசர்கள், நீதித்துறை சம்பந்தப்பட்டவைகள், நீதிபதி, வக்கீல்கள், கொடுக்கல் வாங்கல் எனும் பைனான்ஸ், பாங்கு களில் வேலை, வேதாந்தம், தெய்வ அர்ச்சகர்கள், உயர் பதவிகள், தர்க்க ஞானம், பேராசிரியர்கள், ஆசிரியர்கள்.

## சுக்கிரன் :

கால்நடைகள், ஆட்களை ஏற்றிச்செல்லும் வாகனம், தயிர், பால், வெண்ணெய், நெய் வியாபாரம், ஆடம்பர அலங்காரச் சாதனங்கள் விற்பனை, ஜவுளிக் கடை, பெண்களுக்குத் தேவை யான பெண்கள் சம்பந்தப்பட்ட தொழில், ஹோட்டல்கள், ஆபரண வியாபாரம், மளிகைக் கடை, பேன்ஸி ஸ்டோர்கள், சினிமா, சங்கீதம், நடிப்பு.

## சனி :

மரம், கல், மண், பொருள்கள் ஏற்றிச் செல்லும் வாகனம், கருமை நிறமுள்ள பொருள்கள், மற்றும் கருநிற தானியம், எண்ணெய் வித்துக்கள், எண்ணெய் வகைகள், மெஷினரிகள் அல்லாத நேரடியான இரும்பு, ஸ்டீல், பழைய இரும்பு, பழைய வஸ்திரங்கள், துப்புரவுத் தொழில்கள், கசாப்புக் கடை, கீழ்த் தரமான வேலைகள், அடிமை, கள்ளத்தனமாக மது விற்பனை, பிறரை மிரட்டி பொருள் பறிக்கும் ரௌடிகள், சண்டை மூட்டி அதனால் ஆதாயம் பெறுதல், ஜெயில் வார்டர், காவலர்கள், மசகெண்ணை சம்பந்தப்பட்டவை. நிலக்கரி மற்றும் விறகுக்கரி வியாபாரம், சுரங்கத் தொழில், கட்டிட வேலை செய்வோர், காண்ட்ராக்டர்கள், மூட்டை தூக்குபவர்கள், கூலி வேலை செய்வோர்கள், திருடர்கள்.

## ராகு :

அரசாங்கத்துக்கு எதிரான கடத்தல் வேலைகள், பொய் சாட்சி சொல்லி பணம் வாங்கல், சூதாட்டத்தில் பிறரை ஏமாற்றுதல், நம்பிக்கை துரோகம் செய்தல், பிறரைக் கெடுக்க மாந்திரீகம், பில்லி, சூனியம் செய்தல், பிச்சையெடுத்தல், திருட்டுத் தொழில்.

## கேது :

சந்நியாசம், தேசாந்திரம் போதல், பில்லி சூனியங்களை நீக்கும் மாந்திரீகம், நன்மைக்காக செய்யப்படும் வசியப் பூஜைகள், நல்ல தெய்வங்களின் உபாசனை. அருள்வாக்கு போன்று குறி சொல்லுதல், விபச்சாரத் தொழில் ஆகியவை.

மேலே சொல்லியபடி 9 கிரகங்களுக்கும் தொழில்கள் கூறப்பட்டுள்ளபடி இராசியில் 10ம் வீட்டுக்கதிபர் அம்சத்தில்

எந்தக் கிரகத்தின் வீட்டில் உள்ளாரோ, அந்த வீட்டுக்குடைய வரின் தொழில்களில் எதையேனும் செய்வார். அதேபோல் 10க்குடையவர் ராசியில் எவர் வீட்டில் அமர்ந்துள்ளாரோ, அந்த வீட்டுக்கு அதிபதியானவர் அம்சத்தில் எவர் வீட்டில் இருக்கின்றாரோ அவருடைய தொழில்கள் கூட இணையலாம். இதை இன்னும் சற்று விளக்கமாகக் கூறுகின்றேன்.

10க்குடையவர் நின்ற வீட்டில் அவர் வலுவிழந்துவிட்டு, அவர் அமர்ந்த வீட்டுக்குடையோன் வலுப்பெற்று விட்டால், வலுப்பெற்றவர் அம்சத்தில் எவர் வீட்டை அடைகின்றாரோ, அந்தக் கிரகத்தின் தொழில் அமைந்துவிடும். ராசிக் கட்டத்தை மட்டும் எடுத்துக் கொண்டு அதில் தொழில் ஸ்தானாதிபதியின் நிலையைக் கொண்டு மட்டுமே தொழில் நிர்ணயம் செய்ய இயலாது. அதே போல் ராசியில் தொழில் ஸ்தானாதிபதியோடு இணைந்த கிரகங்களில் வலுப்பெற்றுள்ள கிரகத்தின் அடிப்படையிலும் தொழில் அமையலாம்.

சிலர் இரண்டு மூன்று தொழில்கள் செய்வதெல்லாம் இதன் அடிப்படையில்தான். தொழில் ஸ்தானாதிபதியோடு இணைந்த கிரகங்கள் நட்புக் கிரகங்களாகவும் இருந்து, சம வலிவுடன் இருந்து, அம்சத்திலும் நல்ல முறையில் இருந்தால், பல தொழில் வாய்ப்புக் கிடைக்கும்.

இதை ஒரு உதாரண ஜாதகம் மூலம் விளக்குகின்றேன்.

| | | | |
|---|---|---|---|
| | | | செ ரா சனி |
| ல | இராசி | | சுக்கிரன் |
| | | | சூ சந்திரன் பு |
| கேது | | | குரு |

| | | | |
|---|---|---|---|
| கு | | புதன் | சந்திரன் சனி |
| ல | அம்சம் | | கே |
| ரா | | | |
| | சு செ | | சூ |

பிறந்த தேதி 5-9-1945.

ஜனன கேது திசை இருப்பு 3-2-0

**சாரம்**

| | |
|---|---|
| பூரம் 2ல் சூரியன் | பூசம் 4ல் சுக்கிரன் |
| மகம் 3ல் சந்திரன் | புனர்பூசம் 3ல் சனி |
| மிருகசீரிஷம் 4ல் செவ்வாய் | திருவாதிரை 3ல் ராகு |
| மகம் 2ல் புதன் | மூலம் 4ல் கேது |
| உத்திரம் 4ல் குரு | சதயம் 3ல் லக்கினம் |

மேலே குறிப்பிட்டுள்ள ஜாதகத்தை நன்கு கவனியுங்கள். முதலில் இதுவரையிலும் உங்களுக்கு ஏற்பட்ட அனுபவத்தைக் கொண்டு இதில் உள்ள சாதக பாதகங்களைத் தனியாக எழுதி வைத்துக் கொள்ளுங்கள். தொழில் வகையைப் பற்றித்தான் இந்த அத்தியாயம் என்றாலும் ஒரு உதாரண ஜாதகத்தைக் கொண்டு பலாபலன்களைப் பிரிக்கும் முறையை இதுவரையில் கூறவில்லை. எனவே தொழிலுடன் இந்த ஜாதக ஆராய்ச்சி முறையையும் சேர்த்தே விளக்கி விடுகின்றேன். இப்படி ஒரு விளக்கத்தை எவரும் அளித்திருக்க இயலாது. இந்த ஜாதகம் சகல திறமைகளையும் பெற்றும், நல்ல செல்வாக்குள்ள குடும்பத்தில் பிறந்தும், அத்தனையும் இழந்து, தற்போது எந்தத் தொழிலும் இல்லாமல் அல்லல் பட்டுக் கொண்டிருப்பவர். அவர் சம்மதத்தின் பேரில் இதை விளக்கத்திற்காகப் பயன்படுத்திக் கொண்டேன். இதில் ஆராய்ச்சிக்குரிய விஷயம் ஏராளமாக உள்ளதால் இந்த ஜாதகத்தை எடுத்துக் கொண்டேன். நான் அளிக்கும் விவரங்களையும் நீங்கள் குறித்து வைத்துள்ள விவரங்களையும் ஒப்பிட்டுப் பாருங்கள். இது மிகவும் முக்கியமான விளக்கம், இது உங்களுக்கு அடிப்படைப் பயிற்சி என்றும் கொள்ளலாம்.

முதலில் லக்கினத்தைக் கவனியுங்கள். கும்ப லக்கினத்தில் பிறந்த இவருக்கு அம்ச லக்கினமும் கும்பமே. எனவே லக்கினமே வர்கோத்தமம், லக்கினாதிபதியாகிய சனி புனர்பூசம் 3ல், மிதுனமாகிய பஞ்சம திரிகோணத்தில் தன் நட்புக் கிரகமாகிய புதன் வீட்டில் நட்பு பெற்று அம்சரீதியாக வர்கோத்தமம் பெற்று விட்டார். எனவே லக்கினம் வலுவடைந்து விட்டது என்றாலும் சனியுடன் சேரக்கூடாதவரான செவ்வாய் கூடி விட்டாரே ! சனி, ராகு இணைவு கும்பத்திற்கு சிறப்புதான், அதுவும் மிதுனத்தில். ஆனால் செவ்வாய் இணைந்து சீர்குலைவை உருவாக்கி விட்டார். சனி, செவ்வாய் இணைவு சரியானதல்ல என்று முன்பே பலமுறை குறிப்பிட்டுள்ளேன். அதன் விளைவு இந்த ஜாதகத்தில் பிரதிபலிக்கின்றது. 5ம் இடத்தின் பெருமைகளை செவ்வாய் சீர்குலைத்து விட்டார். கும்பத்திற்கு சனியும் பாவி யாயிற்றே ! அவர் மட்டும் சீர்குலைவை ஏற்படுத்த மாட்டாரா என்றால் அவரும் தீமை செய்பவர்தான்.

ஆனால் பொதுச் சுபரானவரும், சிம்ம ராசியின் யோகருமான குருவின் நட்சத்திரமான புனர்பூசம் 3ல் நின்றவர், வர்கோத்தமம் பெற்று விட்டதால் அவரால் இந்த ஜாதகருக்கு பெரும் தீமை செய்ய இயலாது. இந்த ஜாதகத்தைக் கெடுத்தவர்கள் முக்கியமாக இருவர்தான். ஒருவர் செவ்வாய், மற்றவர் சுக்கிரன் 3, 10க்குடைய பாபரான செவ்வாய் தன் சுயசாரத்தில் நின்று அம்சத்தில் ஆட்சி பெற்றது தீமைகளைத் தலைவிரித்தாடச் செய்துவிட்டது. அஷ்டமாதிபத்தியமும் பெறும் புதன் வீட்டில் அமர்ந்தது மட்டுமல்லாமல், அந்த இடம் 10ம் இடத்துக்கு 8ம் இடம். எனவே நிரந்தரமாக ஒரு தொழிலையும் இவரால் செய்ய இயலவில்லை. எனவே 7ல் ஆட்சி பெற்ற சூரியன் அம்சத்தில் பகைவரின் சாரம் பெற்று 8ம் இடத்தில் அமர்ந்ததால் அடிக்கடி சம்பாத்தியத்தில் தடங்கல். கஷ்டப்பட்டு

1 அடி மேலே ஏறினால் 3 அடி கீழே தள்ளும் நிலைமைதான். இதுவரையிலும். சூரியன் 7ம் இடகேந்திரம் பெற்றதாலும், 10க்குடைய செவ்வாய் அமர்ந்த வீட்டின் அதிபதியான புதனும் 7ம் இட கேந்திரம் பெற்றதாலும் அரசுப் பணி கிட்டியது. ஆனால் சூரியன் அம்சத்தில் 8ல் நின்றதும், புதன் அஷ்டமாதிபத்தியம் பெற்றவர் அம்ச ரீதியாக 4ம் இட கேந்திரத்தில் நின்று ஆட்சி பெற்ற செவ்வாயை பார்த்ததால் அரசுப் பணியை இழக்க நேர்ந்தது. போதாக்குறைக்கு சனி வேறு ராசியில் 3ம் பார்வையாக சூரியனைப் பார்த்து விட்டார். சூரியனை சனி பார்த்தால் அடிமையாக அதாவது சம்பளம் என்று பெறவேண்டிய நிலைதான்.

ஆனால் சனி வர்கோத்தமம் பெற்று வலிமை பெற்று விட்டதால் இந்த ஜாதகரை நீண்ட காலம் அடிமைத் தொழிலில் வைத்திருக்கவில்லை. சுக்கிரதிசை முடிவதற்குள் அரசுப்பணியை மாற்றி சுயதொழில் செய்து விட்டார். இந்த ஜாதகரை ஓட்டாண்டி யாக்கியது சுக்கிரன்தான். இந்த ஜாதகர் பிறக்கும்போது சுமாராக அக்கால மதிப்பின்படி 5 லட்ச ரூபாய் அளவு சொத்து இருந்தது. மூன்று அருமையான பெரிய வீடுகள் இருந்தன. தற்போது அத்தனை சொத்துக்களையும் அழித்து விட்டார்.

சுக்கிர பகவான் தன் திசையில் 4, 9க்குடைய சுக்கிரன் 6ம் இடமாகிய கடகத்தில் கெட்டு லக்கின விரயாதிபதியான சனி பகவான் நட்சத்திரமாகிய பூசம் 4ல் அம்ச ரீதியாக ஆட்சி பெற்ற செவ்வாயோடு விருச்சிகத்தில் அமர்ந்ததால், தன் திசையில் இந்த ஜாதகரை அனைத்தையும் பிடுங்கிக் கொண்டு நடுத்தெருவில் நிற்க வைத்து விட்டார். அம்ச ரீதியாக செவ்வாய் வலுப்பெற்று தொழில் ஸ்தானத்தில் அமர்ந்தும் 10க்கு 8ம் இடத்தில் அம்சத்திலும் சனி அமர்ந்து, அஷ்டமாதிபதி புதன் ரிஷபத்தில் நின்று அம்சத்தில் ஆட்சி பெற்ற செவ்வாயைப் பார்த்ததால்

தொழில் வலுவே அற்றுப் போய்விட்டது. போதாக் குறைக்கு பணபரஸ்தானமான 2, 5, 8, 11 ஆகிய ஸ்தானங்களுக்கு அதிபதிகள் 2. 11க்கு குரு. 5க்கு புதன். குரு 8ல் பகை. புதன் 7ம் இட கேந்திரம் பெற்றாலும் லக்கினப் பகைவரான சூரியன் மற்றும் 6ம் இட சந்திரனோடு சேர்க்கை, சனியின் 3ம் பார்வை வேறு, கன்னியில் இருக்கும் குருவுக்கு செவ்வாய் பார்வை வேறு. தன நிலைமை எப்படி யிருக்கும் ? கையில் வாங்கி பையில் போடுமுன்பே பணம் பறந்துவிடும் நிலைதான். குருவும் சுக்கிரனும் கெடக்கூடாது என்று குறிப்பிட்டேன் அல்லவா ? இந்த ஜாதகம் அதற்கு உதாரணம். தனாதிபதியும், சுகபாக்கியாதிபதியும் கெட்டு விட்டால் வாழ்க்கையில் என்ன சுகம் கிடைக்கும் ?

தொழில் வகையைக் கவனிப்போம். 10க்குடைய செவ்வாயுடன் ராசியில் இணைந்தவர்கள் சனி, ராகு. செவ்வாய் நின்ற வீடான மிதுனத்தில் அதிபதி புதன். சிம்மத்தில் சூரியன், சந்திரன் ஆகியவர்களோடு இணைவு. இது நல்ல இணைவுதான். மறுக்க முடியாது. எனினும் 6க்குடையவரான சந்திரன், லக்கினப் பகைவரான சூரியனுடன், புதன் இணைந்து சிறப்பெதையும் அளிக்கவில்லை. மாறாக சப்தமாதி வலுப்பெற்றதால் ஊர் ஊராக அலைய வைத்தார். (சப்தமாதி பகைக்கிரகமாக இருந்து ஆட்சி உச்சம் பெற்று 4க்குடையவர் கெட்டால் ஓரிடத்தில் நிரந்தரமாக இருக்க முடியாது என்பது ஒரு விளக்கம்).

மேலும் ராசிக்கு 10ம் இடத்ததிபதியான சுக்கிரன் ராசிக்கு 12ல் கெட்டுப்போய் விட்டது. முற்றிலும் தொழில் வலுவைக் குறைத்து விட்டது. முன்பே குறிப்பிட்டுள்ளேன். சம்பாத்திய வலுவுக்கு சூரியனும், சிம்மமும் கெடக்கூடாது. இவர் ஜாதகத்தில் சிம்மத்தில் சூரியன் நின்றும், 6, 8க்குடையவர்கள் இணைவால் சூரியனும் சிம்மராசியும் மாசுபட்டு விட்டது.

வர்கோத்தமம் பெற்று பஞ்சமத்தில் அமர்ந்த சனி பார்ப்பதால் இவரால் அடிமைத் தொழில் செய்யவும் முடியாது. இவர் செய்த தொழில்களைப் பார்ப்போம். தொழில் ஸ்தானாதிபதியான செவ்வாய் அம்சரீதியாக தன் வீடாகிய விருச்சிகத்தில் அமர்ந்து, உடன் சுக்கிரன் புதன் பார்வையையும் பெற்றுள்ளார். மேலும் 2ம் இடத்தில் அம்சரீதியாக ஆட்சி பெற்ற குருவும் செவ்வாயைப் பார்த்துள்ளார். தொழில் ஸ்தானாதிபதி யோடு அம்சத்தில் நான்கு கிரகங்கள் வலுவுடன் பார்ப்பதால், இவர் நான்கு தொழில்களை அறிய வேண்டும். முதலில் செவ்வாயின் அடிப்படையான தொழில், சுக்கிரன், புதன் இணைந்தால் அவர்களின் அடிப்படை, குரு பார்த்ததால் குருவின் அடிப்படைத் தொழில் ஆக நான்கு; செவ்வாய் அடிப்படையில் இவர் கெமிக்கல்ஸ் (ரசாயனங்கள்) சம்பந்தத்துடன் புதன் கலைக்கு அதிபர் என்ற அடிப்படையில் போட்டோ தொழில் செய்தார்.

சுக்கிரன் சம்பந்தப்பட்டதால் சினிமாப் படத்தில் போட்டோ எடுப்பவராகவும் இருந்தார். ஆனால் ஏற்கனவே கூறியபடி இவர் அடிமைத்தொழில் செய்ய இயலாத காரணத்தால் சொந்தமாகவே போட்டோ ஸ்டுடியோ நடத்தினார். இது ராசியில் செவ்வாயுடன் சனி, ராகு இருந்ததால் கருமை என்று சொல்லப்படும் இருட்டறையில் செய்யப்படும் தொழில். அத்தோடு நில்லாமல் சுக்கிரன், புதன் இருவரும் சேர்ந்து, இவரைக் கதைகள், கவிதைகள் எழுதுதல் போன்ற எழுத்தாளராகவும் ஆக்கிவிட்டது. குரு பார்த்த காரணத்தால் வேதாந்த சாஸ்திரத்திலும் ஈடுபாடு கொள்ள வைத்து விட்டது. புரோகிதர், அர்ச்சகர் ஆகும் அளவிற்கு அவர் தயாராகிவிட்டார். சில மாதங்கள் என்னுடன் தொடர்பு கொண்டதால் ஜோதிடமும் கற்றுக் கொண்டார். பத்தாம் இடத்தில் அம்சரீதியாக செவ்வாய் ஆட்சி பெற்றதால் அரசியல் தொடர்பும் சில காலம் பெற்றார். ஆனால் எதிலும் பிரகாசம்

அடைய முடியவில்லை. அதன் காரணம் அவர் ஜனன முதல் வந்த திசைகள் சரியான திசைகள் இல்லை என்பதோடு மிகவும் கவனிக்க வேண்டிய ஒன்று, லக்கினத்தைத் தவிர மற்ற கிரகங்கள் அனைத்தும் ராகு, கேதுகளுக்கிடையில் கால சர்ப்ப யோகத்தில் அகப்பட்டுக் கொண்டது தான். இவரின் கூர்மையான அறிவும், அறிந்து கொள்ளும் திறமையும் **(Observation Mind)** என்னையே அசத்தியதுண்டு. ஆனாலும் இன்று வரை சிறப்பெதையும் பெற முடியாமல், அத்தனை சொத்துக்களையும் இழந்து வாடகை வீட்டில் உள்ளார். இவருக்கு சந்திரனுக்கு முன்னும் பின்னும் பொதுச் சுபர்கள் நின்று அனபசுனப யோகம் கிடைத்துள்ளது. அதுவும் பலனளிக்காமல் போய்விட்டது.

இவரின் கூர்மையான அறிவிற்குக் காரணம் லக்கினத்தை சூரியன், புதன், சந்திரன் ஆகியோர் பார்த்தது. என்னதான் பகைவர் என்றாலும் இராசி நாதர் லக்கினத்தைப் பார்ப்பது ஒரு விசேஷம்தான். அதுவும் ஆத்மகாரகராகிய சூரியன், மனதுகார கராகிய சந்திரன், கலைகளுக்கு அதிபரான புதன் ஆகியோரின் முக்கூட்டு மட்டுமன்றி லக்கினத்துக்கு அரையோகரான புதன் வீடாகிய கன்னியில் அமர்ந்த குரு அங்கு கெட்டாலும் 5ம் பார்வையால் 12ம் இடத்தையும், 7ம் பார்வையால் தன் வீடாகிய 2ம் இட மீனத்தையும், 9ம் பார்வையால் 4ம் இட ரிஷபத்தையும் பார்த்து விட்டார். குருவின் அமைப்பை விடவும் பார்வைதான் முக்கியம் என்பதைக் குறிப்பிட்டுள்ளேன். பொதுவாகவே எந்தக் கிரகமும் தன் வீட்டைத் தான் பார்த்தால் அந்த இடம் வலுவடையும், அந்த அடிப்படையில் 2ம் இட அதிபதி 8ல் கெட்டு விட்டதாலும், புதனும் 6க்குரியவரோடு இணைந்ததால் உயர் கல்வி பெற முடியவில்லை. எனினும் புதன் லக்கினத்தையும், குரு 2ம் இடத்தையும், 4ம் இடத்தையும் பார்த்ததால் விசேஷ யூகம் பெற்று விட்டார். வெறும் **S.S.L.C.** என்றாலும், அழகாக

ஆங்கிலம் பேசுவார். சமஸ்கிருத ஸ்லோகங்களை ஸ்பஷ்டமாக உச்சரிப்பார்.

4, 9 ஆகிய இடத்ததிபதி கெட்டு விட்டதால் தாய், தந்தை ஆதரவு இல்லை. 11ம் இட அதிபதி கெட்டதால் மூத்த சகோதரர் களின் ஆதரவு இல்லை. 3ம் இட அதிபதியான செவ்வாய் பஞ்சமத்தில் கெட்டதால் இளைய சகோதர ஆதரவும் இல்லை. எடுக்கும் காரியங்கள் யாவும் தோல்வி. திட்டம் போட்டு இவரால் எதிலும் வெற்றி பெற முடியாது. 7ம் இட அதிபதி சூரியன் ஆட்சி பெற்றும் 6, 8க்குடையவர்களின் இணைவு மனைவி வழியிலும் ஆதரவில்லாமல் ஆக்கிவிட்டது. 5ல் அரவம் நின்றும் லக்கினாதிபதியான சனியும், கர்மாதிபதியான செவ்வாயுடன் சேர்ந்து 5க்குடையவர் கேந்திர வலுப்பெற்று லக்கினத்தைப் பார்ப்பதால் புத்திர தோஷம் இல்லாமல் போய்விட்டது.

இதுவரையிலும் வந்த திசைகள் கேது, சுக்கிரன், சூரியன், சந்திரன் ஆகிய நான்கு திசைகளும் சிறப்பில்லை. காரணத்தை என் விளக்கங்களிலிருந்து நீங்களே யூகிக்கலாம். தற்போது நடப்பு செவ்வாய் திசை. இதுவும் சிறப்பளிக்காது; பிற்பாதியில் ஏதாவது சிறிதளவு நன்மை செய்தால்தான். ஆனால் ராகு திசை தான் இவருக்கு ஒளிவிளக்கு. திருவாதிரை 2ல் தன் சுயசாரத்தில் நிற்கும் இவர் அம்சரீதியாக மகரத்தை அடைந்தது சிறப்பு. அம்சத்தில் எவர் பார்வையும் பெறாத இவர்தான் இந்த ஜாதகர்க்கு நல்ல பலன்களை அளிக்க முடியும். காரணம் இராசிச் சக்கரத்தில் சிம்மத்திற்கு 11லும், அம்சத்தில் சிம்மத்திற்கு 6லும் நின்றதால்தான். இவ்வாறு இல்லையெனில் கும்பத்துக்கு பகையான சிம்ம ராசிக்கும் பகைவரல்லவா ராகு! இதனால்தான் லக்கினமும் ராசியும் திரிகோண ராசிகளாக அமைந்து விடுவது

நல்லது என்பது. இம்மாதிரி பகை லக்கினங்களாகவும், பகை ராசிகளாகவும் 6, 8, 12 ஆகிய அமைப்பில் அமைந்து விட்டால் லக்கினத்துக்கு நல்லது செய்பவர்கள் ராசிக்கு வேலை செய்ய மாட்டார்கள். இந்த அடிப்படையில் இதுவரையில் நடந்த 4 திசைகளும் சிறப்பளிக்கவில்லை. போதாக்குறைக்கு 6க்குடைய சந்திரன் தன் திசையின் கடைசியில் சுக்கிரனுடைய புத்தியில் (6ல் சுக்கிரன் நின்றதால்) திடீரென்று உடல் நிலை பாதிப்பையும் ஏற்படுத்திச் தொழில் செய்ய முடியாத அளவு முடக்கிவிட்டது. வைத்தியச் செலவு ஏராளமாகச் செய்தும் குணம் இல்லை. சனி தனுசுவுக்கு மாறும் வரை இவர் உடல்நிலையில் மாற்றம் ஏற்படாது என்று கூறிவிட்டேன்.

அதேபோல் இவர் தொழில் நிலையும் 10ம் இடத்தில் சனி இருக்கும் வரை அபிவிருத்தி அடையவும் இயலாது. தற்போது செவ்வாய் திசையில் குரு புத்தியும் வேலை செய்யாது. இந்த ஜாதக விளக்கத்தில் இருந்து ஓரளவு புரிந்து கொண்டிருப்பீர்கள். இன்னும் எவ்வளவோ விவரித்துக் கூறலாம். ஆனால் நீங்களே யூகம் செய்வதுதான் சிறப்பு.

பொதுவாக தொழில் அமைப்பு என்பது எவ்வளவோ இருப்பினும், 9 கிரகங்களின் அடிப்படையில்தான் வரும் என்பதை அனைவரும் உணர்ந்திருந்தாலும் எல்லோராலும், தொழிலைப் பற்றி உறுதியாகக் கூறிட இயலுவதில்லை. காரணம் அவர்களில் பெரும்பாலோர் ராசியை மட்டுமே கவனிப்பார்கள். அம்சம் என்பதைப் பற்றி அக்கறை கொள்வதேயில்லை. தச வர்க்கச் சக்கரமும், பாவகச் சக்கரமும் இல்லையென்றாலும் நவாம்சம் அவசியம் தேவை. நவாம்சத்தின் அடிப்படையில் தொழில் ஸ்தானாதிபதி பெறும் அம்சத்தையும், அவருடன் நவாம்சத்தில் இணைபவர்கள், பார்ப்பவர்களில் எவர் வலுவுடன்

உள்ளாரோ அவரின் அடிப்படையான தொழில்தான் அமையும். ஒவ்வொரு கிரகத்திற்கும் உள்ள முக்கியமான தொழில்களைப் பற்றிக் கூறியுள்ளேன். அதைக் கொண்டு நன்கு கணித்து தொழில் வகையைக் கூறிட வேண்டும். ராசியை மட்டும் வைத்துக் கொண்டு அவர் சேர்ந்தால் இந்தத் தொழில். இவர் பார்த்ததால் அந்தத் தொழில் என்று பல நூல்களில் குறிப்பிட்டிருப்பார்கள். அதெல்லாம் சரியாக ஒத்துவராது. நான் இங்கு குறிப்பிட்டிருக்கும் அமைப்பு கிரகத்தை அடிப்படையாகக் கொண்டது. பெரும்பாலான விஷய ஞானமுள்ள ஜோதிடர்கள் இந்த அடிப்படையைத்தான் முறைப்படுத்தி சரியான தொழில் முறையை அறிவிப்பார்கள். இது ஏறத்தாழ சரியாகவே வரும். மற்றும் ஒரு ஜாதகத்தைக் கொடுக்கின்றேன். இதை முதலில் நீங்களே தொழில் முறையை யூகித்து எழுதி வைத்துக் கொண்டு பிறகு என் விளக்கங்களைப் பார்த்து சரிசெய்து வித்தியாசங்களை அறிந்து கொள்ளுங்கள்.

| | | | |
|---|---|---|---|
| | | சூ | சு பு சந் செ கே |
| | இராசி | | |
| | | | கு |
| ரா | சனி | | ல |

| | | | |
|---|---|---|---|
| செ | | | பு சு ரா |
| சனி | **நவாம்சம்** | | |
| | | | சூ |
| கே | கு | சந் | ல |

இது ஒரு பெண் ஜாதகம். லக்கினாதிபதியான புதனே தொழில் ஸ்தானாதிபதியாக 10ம் இடத்திலேயே ஆட்சி பெற்று, உடல் லக்கினச் சுபராகிய சுக்கிரனையும் கொண்டு 3,8க்குடைய செவ்வாயையும், 11க்குடையவரும் மனதுகாரருமாகிய சந்திரனையும் கொண்டு ராகு கேதுக்களையும் உடன் கொண்டுள்ளதால் ராசி ரீதியான மன உறுதியற்ற ஜாதகி, சலனப்பட்ட மனம். சுக்கிரனும் புதனும் இணைந்ததாலும், பொன்னவனாகிய குரு லக்கினத்துக்கு அருகில் இருப்பதால் நல்ல அழகான நிறத்துடன் கண்டோரை ஈர்க்கும் நளினத்துடன் மிக அழகிய பெண். ஆனால் குணம், லக்னாதிபதியோடும், சுக்கிரனும் மற்றும் சந்திரனோடு இணைந்து விட்ட செவ்வாய் 4ம் பார்வையால் லக்கினத்தையும் பார்த்து விட்டாரே. ஆம், இப்பெண் ஒரு விபசாரி. ஆனால் கௌரவமான விபசாரி. அதென்ன கௌரவமான விபசாரி என்று கேட்கத் தோன்றுகிறதா?

அங்குதான் இந்த ஜாதகத்தின் நுணுக்கமே உள்ளது. அம்ச ரீதியாக 10க்குடையவரான புதன், சுக்கிரனுடன் இணைந்து தன் வீடாகிய மிதுனத்திலேயே இருப்பதால் கலைத் தொழில் மேற்கொண்டவள், நடனம், நடிப்பு என்று சினிமா நடிகையாகி விட்டாள். அம்சத்தில் நன்முறையில் அமர்ந்த புதன், சுக்கிரனை, ராசியின் செவ்வாய் உடன் இணைந்து கெடுத்ததைப் போலவே, அம்சத்திலும் வலுப்பெற்று புதன், சுக்கிரனையும், லக்கினத்தையும், சந்திரனையும் பார்த்து விட்டார். எனவே விபசாரத்துக்கு அடித்தளம் அமைத்தவர் செவ்வாய். போதாக்குறைக்கு சுகஸ்தானத்தில் ராகு. அம்சரீதியாக கேது. லக்கினத்துக்கோ, ராசிக்கோ சுபர் பார்வை இல்லை. பாவர்களின் வலு அதிகம். எனவே இந்த ஜாதகியை கீழ்த்தரமான தொழிலில் தள்ளி விட்டாலும், நல்ல வசதி வாய்ப்போடு வாழும் நிலையைச் சுக்கிரனும், புதனும் அளித்து விட்டார்கள். 3ம் இடத்தில் லக்கின யோகர் சனி கெட்டு விட்டார். அந்த இடம் பிறப்புறுப்பு என்பதை நீங்கள் அறிந்துள்ளீர்கள். சனி கெட்டு அங்கு நின்றதுடன், அம்சரீதியாக பாதக ஸ்தானதிபதியும் மாரகாதிபதியாகிய குரு நின்றதால் இப்பெண்ணுக்கு மர்மஸ்தான நோய் கடுமையாக ஏற்பட்டு அதன் அடிப்படையிலேயே மரணம் நிகழும் வாய்ப்புண்டு. பொதுவாக செவ்வாய் லக்னாதிபதியை, சுக்கிரனை, சந்திரனையும் பார்ப்பதென்பது குணத்தைக் கெடுக்கவேதான் செய்யும்.

தொழில் வகையை நன்கு கவனித்து ஆராய்ந்து பலன்கள் கூறுங்கள். அடிப்படையை அறிவித்து விட்டேன். கட்டடம் எழுப்ப வேண்டியது உங்கள் பொறுப்பு. சூரியன் அம்சரீதியாக வலுவுடன் இருந்தால் உயர்பதவி கூட கிடைக்கலாம். புதன் வலுவடைந்தால் வியாபார அடிப்படைதான் அதிகம் அமையும். சுக்கிரன் தொடர்பு ஏற்பட்டால் கலை சம்பந்தமான தொழிலும்

ஏற்படலாம். சுக்கிரன் மட்டுமே வலுவடைந்தால் அலங்கார, ஆடம்பர சாதனங்களின் விற்பனையில் மேன்மையடையலாம். குரு வலுவுடன் இருந்தால் நீதித்துறை, பணம் வழங்கும் இடங்கள், தெய்வ சம்பந்தமான தொழில்கள் அமையக்கூடும்.

தொழில் வழியைக் கணக்கிட ராசியை மட்டும் பயன் படுத்துதல் சரியான வழியல்ல. அம்சத்தில் உள்ள நிலையையும் கவனித்தே தொழில் வகையை நிர்ணயம் செய்ய வேண்டும். இதுவரையிலும் அளித்தது சிறப்பான விளக்கங்கள். எல்லோரும் பொதுவாக இந்த கிரகம் இப்படி இருந்தால் இப்படி, அந்த கிரகம் அப்படி இருந்தால் அப்படி என்றுதான் குறிப்பிட்டிருப்பார்கள். அதன்படி கணக்கிட்டால் சற்றும் நம் கணிப்புக்கே சம்பந்தம் இல்லாத தொழில் செய்து கொண்டிருப்பார். உலகத்தில் உள்ள அத்தனை தொழில்களும் ஒன்பது கிரகங்களின் அடிப்படையில் தான் உள்ளது. எனவே வெறும் ராசிக்கட்டத்தை மட்டும் வைத்துக் கொண்டு பலன் சொல்வது எதற்குமே சிறப்பில்லை என்பதை மறக்காமல் பலன்களை கணிக்க வேண்டும்.

## 5. நோய்களை அறிந்து பரிகாரம் செய்தல்

**தொ**ழில்முறை வகைப்படுத்தப்பட்டுள்ளது போலவே 7 முக்கிய கிரகங்களுக்கும், ராகு, கேது ஆகிய இரு சாயா கிரகங் களுக்கும் நோய்களும் பகிர்ந்தளிக்கப்பட்டுள்ளன. இன்று உலகில் உள்ள நோய்கள் எவ்வளவு என்பதை மிகப் பெரிய படிப்புப் படித்த மருத்துவர்களால் கூடக் கூற முடியாது. அத்துடன் ஒருவருக்கு வந்துள்ள நோய் என்ன என்பதை அறியவே நூற்றுக்கணக்கில் செலவு செய்ய வேண்டும். அதன் பிறகு வைத்தியத்திற்கு ஆயிரக்கணக்கில் செலவு செய்தாலும் குணமாகாத வியாதிகளும் உண்டு. ஆனால் அக்காலத்தில்

வைத்தியர் என்பவர் கைநாடியைப் பிடித்துப் பார்த்தே இன்ன வியாதி என்று நிர்ணயம் செய்து பஸ்பம், சூரணம், லேகியங்கள், தைலங்கள் மூலமாக குணப்படுத்தினார். அதேபோல் ஜோதிட சாஸ்திரத்திலும், கைரேகை சாஸ்திரத்திலும் வியாதிகளை இன்னதென்று கண்டுகொள்ள வகை செய்யப்பட்டுள்ளது. மெத்தப் படித்த மேதாவிகள் இப்படி கூறினால் எள்ளி நகையாடி இளக்காரமாகப் பேசுவார்கள். தங்களால் முடியாத போது கைவிரித்து விடுவார்கள்.

ஒரு மனிதருக்கு நோய்கள் வருவது அவரின் பூர்வ புண்யத்துக்கு ஏற்றவாறேதான். நோய் இல்லாத மனிதன் உலகிலே யாருமில்லை. இன்று பெயர் சொல்ல முடியாத அத்தனை நோய்களுக்கும் மூலம் மூன்றேதான். அவை 1. வாதம்; 2. பித்தம்; 3. சிலேத்துமம் ஆகிய மூன்றின் அடிப்படையிலே தான் அத்தனை வகையான வியாதிகளும் தோன்றும். இந்த மூன்றிற்கும் கர்த்தாக்களான கிரகங்களை முதல் பாகத்தில் குறிப்பிட்டுள்ளேன், என்றாலும் மறுபடியும் கூறி இந்த அத்தியாயத்தைத் துவக்குகின்றேன்.

| சூரியன், செவ்வாய் | - பித்தம் (உஷ்ணம்) |
| சனி, புதன் | - வாதம் |
| சந்திரன், சுக்கிரன் | - சிலேத்துமம் |

குருவுக்கு மூளை என்று குறிப்பிட்டுள்ளேன். என்றாலும் இந்த ஆறு கிரகங்கள் மட்டுமல்லாமல் ராகு, கேது ஆகிய சாயா கிரகங்களால் ஏற்படக் கூடியவையான திடீர் விபத்துகள், விஷ சம்பந்தமான பொருள்களால் ஏற்படக்கூடிய திடீர் பாதிப்பு களையும், நிவாரணம் செய்வது குருவின் வேலை. குருவுக்கு நோய் கொடுக்கும் தன்மை இல்லையா என்ற கேள்வி தோன்றும். குருவுக்கும் நோய்களை அளிக்கும் ஆதிபத்தியம் உண்டுதான்.

அதை மறுப்பதற்கில்லை. அதேபோல் வைத்தியம் செய்தால் குணப்படுத்தும் அமைப்பு குருவுக்கு மட்டுமே. அதையும் மறுப்பதற்கில்லை. விபத்துகள் எனும் போது அதில் செவ்வாய்க்கும் பங்குண்டு.

12 ராசிகளுக்கும் உரிய இடங்கள் எவை என்பதை முன்பே அறிந்துள்ளீர்கள். இந்த 12 ராசிகளிலும் எந்தெந்த ராசிகளில் கிரகம் உள்ளதோ, எந்தெந்த ராசிகளைப் பார்க்கின்றதோ அத்தனை நோய்களும் மனிதனிடம் இருக்கும்.

அட இதென்ன புதிய வம்பாக இருக்கின்றதே என்ற எண்ணமா? உண்மையில் அத்தனை நோய்களும் இருக்கத்தான் செய்யும். ஆனால் கிரகங்கள் அமர்ந்த, பார்த்த, இணைந்த கிரகங்களுக்கும், ஸ்தானங்களுக்கும் தக்கவாறே நோய்களின் கடுமை இருக்கும். லக்கின பாபர்கள், சுபர்கள் என்ற அடிப்படையில் நோயின் கடுமைகள் தோன்றும். நோய் என்றவுடன் 6ம் இடத்தை மட்டுமே கணிப்புக்கு எடுத்துக் கொள்ளக் கூடாது. 6ம் இடம், அதன் அதிபதி, 6ம் இடத்தில் அமர்ந்த கிரகங்கள், அவர்கள் பார்வையிடும் ஸ்தானங்கள், 6க்கு 6ம் இடமான 11ம் இடம், லக்கினம், 4ம் இடம், லக்கினாதிபதி, அவரோடு இணைந்த கிரகங்கள், அவரைப் பார்த்த கிரகங்கள், அதேபோல் ராசி, ராசியாதிபதி, அவருடன் இணைந்த கிரகங்கள் ஆகிய அனைத்தையும் கவனிக்க வேண்டும்.

முதலில் லக்கினாதிபதி, ராசியாதிபதி இருவரின் ஆதிகத்தில் உள்ள நோய்கள் உடலில் இருக்கவே செய்யும். அவரின் வலிவைப் பொறுத்து அந்த நோய்களின் கடுமை இருக்கும். அடுத்து அவர்களோடு இணையும் பாபக் கிரகங்களின் ஆதிக்கத்தில் உள்ள நோயும் அவர்களின் வலுவுக் கேற்றவாறு தாக்கும். அடுத்து 6ம் இடம், அவர் அமர்ந்த,

அவரோடு இணைந்த கிரகங்களில் எது வலிவோ அதற்குடைய நோய் கடுமையைக் காட்டும். ஆறில் அமர்ந்த கிரகத்தின் வலிவு, 6ம் இடத்தைப் பார்த்த கிரகங்களின் வலிமைக்கேற்றவாறு நோயின் கடுமை இருக்கும். அடுத்து 11ம் இட அதிபதி. அவர் நின்ற ஸ்தானம், அவர் பெறும் வலிமை, அவரைப் பார்க்கும் கிரகங்களின் வலிவு ஆகியவற்றைக் கொண்டும் எந்தக் கிரகம் மொத்தத்தில் வலிவுடன் உள்ளதோ, அதற்குரிய நோய் எந்த ஸ்தானத்தில் அமர்ந்ததோ, அந்த ஸ்தானத்திற்குரிய, மற்றும் பார்க்கப்பட்ட ஸ்தானங்கள் எவையோ அந்த ஸ்தானத்திற்குரிய இடங்களையும் நோய் தாக்கும். இது உங்களுக்கு சற்று குழப்பமாக இருக்கும். ஒரு உதாரண ஜாதகத்தைக் கொண்டு விளக்கினால் எளிமையாகப் புரிந்து கொள்வீர்கள். ஒரு நோய் மட்டும்தான் ஒரு மனிதனிடம் இருக்கும் என்று மட்டும் முடிவு செய்து விடாதீர்கள். அது தவறான முடிவாக அமையும். தொழிலுக்காக எடுத்துக் கொண்ட நண்பரின் கும்ப லக்கின ஜாதகத்தையே உதாரணத்திற்கு எடுத்துக் கொள்கின்றேன். அந்த ஜாதகத்தை ஒரு காகிதத்தில் அம்சத்துடன் குறித்துக் கொள்ளுங்கள். பாதசாரத்தையும் குறித்துக் கொள்ளுங்கள்.

இது கும்ப லக்கின ஜாதகம். இதன் அதிபதி சனி. எனவே அடிப்படையில் இவருக்கு வாத சம்பந்தம் நிச்சயமாக இருக்கும். இது அடிப்படை மட்டுமே. சனியின் வலுவுக்கேற்றவாறுதான் நிச்சயம் செய்ய வேண்டும். சனி மிதுனத்தில் அமர்ந்து வர்கோத்தமம் பெற்றுள்ளார். சனி வலிவு. அந்த இடம் புதனுடையது. புதன் சிம்மத்தில் அமர்ந்து 6, 7க்குடைய சூரிய, சந்திரர்களுடன் இணைந்து லக்கினத்தைப் பார்க்க, லக்கினாதிபதி சனி 3ம் பார்வையால் இவர்கள் மூவரையும் பார்பதால் சனி வலிமை பெற்று விட்டார் என்பது நிச்சயம். சனி நரம்புக்கு அதிபதியல்லவா ! எனவே இவருக்கு வாதத்துடன் நரம்பு

சம்பந்தமான கோளாறும் ஏற்பட்டே தீரும். காரணம் பாபரான செவ்வாய் மற்றும் ராகுவின் இணைவை சனி பெற்றுள்ளார்.

அடுத்து சிம்மத்தில் ஆட்சி பெற்ற சூரியன், 6க்குடைய ரோகாதிபதியான சந்திரன், மற்றும் புதனுடன் இணைந்து லக்கினத்தைப் பார்ப்பதோடு, சிம்மராசி. அதன் அதிபதி சூரியன். எனவே நிச்சயம் பித்த சம்பந்தமான கோளாறும் உண்டு. (உஷ்ணாதிக்க கோளாறு என்றும் கூறலாம்). 6ம் இடம் ஜல ராசியாகவும், அதில் ஜலக் கிரகம் என்று சொல்லப்படும். நீர்க் கிரகமும், விந்துக்கு ஆதிபத்தியம் பெற்ற சுக்கிரன் கெட்டு விட்டதால் இவருக்குப் புணர்ச்சியில் விந்து துரித ஸ்கலிதம் ஏற்பட்டுவிடும். தாம்பத்திய சுகத்தில் திருப்தி இருக்காது. லக்கினாதிபதியான சனியுடன் செவ்வாய் இணைவு காம இச்சையை அதிகமாக்கும். முறை தவறி அன்னியப் பெண் களிடமும் தொடர்பு கொள்ளச் செய்யும். எனினும் சப்தமாதி பதியாகிய சூரியன் தன் வீட்டிலே ஆட்சி பெற்று லக்கினத்தைப் பார்ப்பதால் உஷ்ணாதிக்கம் இவருக்கு உண்டு. எனவே தன் மனைவியின் உடல் சம்பந்தம் மட்டுமே இவருக்கு ஏற்றுக் கொள்ளக் கூடியதாக இருக்கும். அன்னியப் பெண்களிடம் இவரால் திருப்தியான சுகம் பெற இயலாது. மேலும் லக்கினாதி பதியோடு மர்ம ஸ்தானத்தைக் குறிக்கும் விர்ச்சிகாதிபதி செவ்வாய் இணைவு உள்ளதால் அன்னியப் பெண்களிடம் தொடர்பு இவருக்கு மர்ம ஸ்தான நோய் ஏற்பட வைத்து விடும். எனவே என் எச்சரிக்கையின் பலனாக அதைத் தவிர்த்து விட்டார். 6ம் இடம் கடகமான நீர் ராசி. அதன் அதிபதி நீர்க் கிரகமான சந்திரன். அவர் 7ம் இடத்தில் நின்று லக்கினத்தைப் பார்க்க 6ம் இடத்தில் சுக்கிரன் அமர்ந்தால் சிலேத்துமம் சம்பந்தப்பட்ட நோயும் ஏற்படும். இப்படி மூன்று வகையிலும் நோய்கள் தாக்கவே செய்யும். குரு பார்வை லக்கினத்துக்கும்,

ராசிக்கும் இல்லை. 6ம் இடத்திற்கும் இல்லை. அதன் அதிபதிக்கும் இல்லை. மாறாக குணப்படுத்தும் குருவே அஷ்டமத்தில் கெட்டு விட்டார். எனவே இவர் காலம் முழுவதும் நோயின் பிடியிலேயே தான் இருக்க நேரிடும். பொதுவாக வாதம், பித்தம், சிலேத்துமம் என்றால் புரிந்து கொள்வது சிலருக்கு கடினமாகத் தோன்றலாம். ஆனால் இது ஒன்றும் கடினமானதல்ல. எனினும் பிரித்துக் காட்டுகின்றேன்.

இருதயம், உஷ்ணாதிக்கம், பித்த மயக்கம், வாந்தி, நெஞ்சு வலி, திடீர் ஜுரங்கள், எலும்பின் மூட்டுகளில் வலி, எலும்பு முறிவு, மர்மஸ்தான நோய்கள், பெண்களுக்கு மாதவிடாய்க் கோளாறுகள், கர்ப்பக் கோளாறுகள், கை, கால், உடம்பெரிச்சல் போன்றவை சூரியன், செவ்வாயால் ஏற்படும் கோளாறுகள்.

அனைத்து விதமான நரம்புக் கோளாறுகள், வாயு சம்பந்தமான கோளாறுகள், சித்தப் பிரமை, பைத்தியம், மூட்டு வலிகள், தசைப் பிடிப்பு, சுளுக்கு, பாதம், முழங்கால் குடைச்சல், குதிகால் வலிகள் போன்ற அத்தனை வாதங்களும் சனி, புதனால் ஏற்படும் கோளாறுகள்.

சுவாசக் கோளாறுகள், நுரையீரல் கோளாறுகள், ரத்த சம்பந்தமான கோளாறுகள், வயிற்று வலிகள், ஆஸ்த்மா, ஈஸ்னோபிலியா, சைனஸ் போன்றவைகளால் ஏற்படும் தொல்லைகள், ஆண்மைக் குறைவு, துரித ஸ்கலிதம் போன்றவை சந்திரன், சுக்கிரன் ஆகிய இருவரால் ஏற்படும் கோளாறுகள்.

தோல் சம்பந்தமான வியாதிகள், தசைக்கோளாறுகள், மூளை சம்பந்தப்பட்ட கோளாறுகள் குருவால் ஏற்படக் கூடியவை.

விஷ சம்பந்தமான பாதிப்புகள், குஷ்டம், வெண்மேகம், சூனியம் போன்றவைகளால் ஏற்படும் கோளாறுகள் ராகு, கேது களால் ஏற்படும் கோளாறுகள்.

மேஷம் முதல் மீனம் வரையிலும் ஒவ்வொரு ராசி களுக்கும் உரிய உறுப்புகள் விவரத்தை அறிவீர்கள். எனினும் மறுபடியும் விவரத்தை குறிப்பிடுகின்றேன்.

| | | | | |
|---|---|---|---|---|
| மேஷம் | - | தலை | துலாம் | - அடிவயிறு |
| ரிஷபம் | - | முகம் | விருச்சிகம் | - பிறப்புறுப்பு |
| மிதுனம் | - | நெஞ்சு | தனுசு | - குதம் (ஆசனவாய்) |
| கடகம் | - | இருதயம் | மகரம் | - தொடைகள் |
| சிம்மம் | - | மேல்வயிறு | கும்பம் | - முழங்கால் |
| கன்னி | - | தொப்புள் இரைப்பை | மீனம் | - பாதம் |

இப்படி உள்ள ராசிகளில் எந்த ராசியில் எந்தக் கிரகம் வலிவுடன் உள்ளதோ அப்பகுதியில் அந்த கிரகத்தால் உண்டாகும் நோய்கள் ஏற்படும். லக்கின பாபராக இருந்து வலுப் பெற்றால் நோயின் தன்மை வலுவாகும். உதாரணமாக மேஷம் லக்கினமாக இருந்து, அதில் செவ்வாய் ஆட்சியுடன் இருந்தால் தலைவலி, பித்தமயக்கம், கிறுகிறுப்பு, உஷ்ணாதிக்கம் போன்றவை ஏற்படும். அவர் பார்வை படும் இடங்களான கடகம், துலாம், விருச்சிகம் ஆகியவை சம்பந்தப்பட்ட இருதயம், வயிறு, பிறப்புறுப்பு ஆகிய இடங்களிலும் பாதிப்பு இருக்கும். செவ்வாயுடன் சந்திரன் இணைந்து இருந்தால், ஆஸ்த்மா சம்பந்தமான ஈஸ்னோபிலியா, சைனஸ் தொந்தரவுகளுடன் காமாலை நோய் கூட ஏற்பட வாய்ப்புண்டு. பெண்ணாக இருப்பின் நிச்சயம் மாதவிடாய்க் கோளாறுகள் ஏற்பட்டே தீரும். பார்வை படும் இடங்களுக்குப் பாதிப்பு இல்லை என்று என்னிடம் சில ஜோதிடர்கள் மறுத்துரைத்தார்கள். அவர்களுக்கு ஆதார பூர்வமாக மருத்துவ சோதனையின் மூலமாகவே நிரூபித்துக்

காட்டியுள்ளேன். கடுமை சற்றுக் குறைவாக இருக்குமாயின் தொல்லைகள் இருக்காது என்று கூறிவிட இயலாது. மகரத்தில் நின்ற செவ்வாய், சனி 7ம் பார்வையால் கடகத்தைப் பார்த்ததால் இருதய நோய் கண்டு சிரமப்பட்டவர்களையும் பார்த்துள்ளேன்.

நிச்சயமாக கிரகங்களின் வலிமைக்கேற்றவாறு நின்ற ஸ்தானம் மட்டுமல்லாமல், பார்க்கும் ஸ்தானங்களின் நோயை மட்டுமல்லாமல் உடன் இணையும் கிரகங்களின் நோயையும் சேர்த்தே அளிக்கும். மிதுனத்தில் செவ்வாய், சந்திரன், சனி இணைவு இருந்தால் நிச்சயமாக சுவாசக் கோளாறு ஏற்படுவதுடன், ஆஸ்த்மா, ஈஸ்னோபிலியா, பிராங்கைடீஸ் ஆகியவை ஏற்படும். கடகத்தில் சனி நின்று அம்ச ரீதியாக வலுப் பெற்றால் இருதய சம்பந்தமான நோய் கடுமையாகத் தாக்கும். விருச்சிகத்தில் செவ்வாய் நின்றால் மர்ம ஸ்தான நோய் ஏற்படவே செய்யும். தனுசில் செவ்வாய் (அ) சனி இருந்தால் மூலநோய் ஏற்படும். இப்படி ஒவ்வொரு ஸ்தானங்களிலும் கிரகங்களின் அமைப்பைக் கொண்டு வியாதியை அறிந்து கொள்ளலாம். இப்படி ஏற்படும் நோய்களை மருத்துவத்தால் குணப்படுத்துகின்றார்கள் என்றாலும், குருவின் சஞ்சாரத்தைக் கவனிக்க வேண்டும். என்னவிதமான நோய் எந்தக் கிரகத்தால் தோன்றியிருக்குமோ, அந்தக் கிரகத்தையும், நோய் ஏற்பட்டுள்ள ஸ்தானத்தையும் குரு பார்க்கும் போது செய்யும் வைத்தியம் நோயைக் குணப்படுத்தும். அதுபோல் குரு பார்வை வரும் வரை காத்திருக்க முடியுமா ? வைத்தியம் செய்யத்தானே வேண்டும். எனவே அம்மாதிரி குருபார்வை இல்லாமல் இருந்தாலும், நோய் ஏற்படக் காரணமான கிரகத்துக்கும், நோய் ஏற்பட்டுள்ள ஸ்தானத்தின் கிரகத்திற்கும் முறைப்படி பரிகாரம் செய்ய, நோயின் கடுமை குறைவதோடு குணமாகும் வாய்ப்பும் கிட்டும். கிரகங்களுக்கு பரிகாரம் செய்வதோடு, வைத்திய நாத ஸ்வாமிக்கும் அர்ச்சனை அபிஷேகம் செய்ய வேண்டும். கடும்

நோயாக இருப்பின் வைத்தீஸ்வரன் கோவிலுக்கு நேர்ந்து கொண்டு நம்பிக்கையுடன் இந்த நூலின் கடைசி அத்தியாயத்தில் கொடுக்கப்பட்டிருக்கும் வைத்திய நாத ஸ்வாமி தோத்திரத்தை தினமும் பாராயணம் செய்வது நன்மையளிக்கும். கிரகங்களுக் குரிய கோவில்களுக்கு ஒரு முறை சென்று வருவதோடு, வீட்டிலும் முறைப்படி தினமும் காலை மாலை இரு நேரமும் ஸ்லோகங்களைக் கூறி வணங்கி வர எந்நோயும் கட்டுப்படும். கிரகங்களின் அதிதேவதைகளுக்கும், ப்ரதி அதிதேவதைகளுக்கும் கூட அர்ச்சனை அபிஷேகம் செய்வது விசேஷ பலனளிக்கும் என்பதை மறக்கக் கூடாது.

| சனி செ | | ரா | |
|---|---|---|---|
| | இராசி | | |
| | | | |
| | சந் கே | சூ | ல சுக் பு கு |

இந்த ஜாதகத்தை உற்றுக் கவனியுங்கள். இதுவரையிலும் நீங்கள் பெற்ற அனுபவத்தைக் கொண்டு இந்த ஜாதகரின் குறைகளைக் கண்டுபிடித்து தனியாக காகிதத்தில் குறித்துக் கொண்டு நாள் அளித்துள்ள விவரங்களோடு ஒத்திட்டுப்

பாருங்கள். புதுமையான வித்தியாசங்களை உணரலாம். இது போன்ற விளக்கங்கள் எந்த நூலிலும் நீங்கள் காண முடியாது.

கன்னி லக்கினம், விருச்சிக ராசி கொண்ட இந்த ஜாதகரின் கிரக நிலைகளை நன்கு கவனியுங்கள். லக்கினம் பெண் ராசி. ராசியும் பெண் ராசி. ஆண் கிரகங்களாகிய சூரியன், குரு, செவ்வாய் மூவரும் வலுவிழந்து விட்டார்கள். பெண் கிரகங்களாகிய சந்திரன், சுக்கிரன், ராகு மூவரும் நீசம். ஆனால் அலிக் கிரகங்களான புதனும், கேதுவும் உச்சம். மற்றொரு அலியான சனி 7ம் இடத்தில். இவரின் நிலை என்ன? புரியவில்லையா! ஆணும் இல்லாமல், பெண்ணும் அல்லாமல் இருக்கும் 'அலி' வழக்கில் 'பொட்டையன்' என்பார்களே அதுதான். லக்கினாதி பதியான புதன் லக்கினத்தில் உச்சம். உடன் விந்துக்கதிபதியான சுக்கிரன் நீசம். பிறப்புறுப்பு ஸ்தானமாகிய விருச்சிகத்தில் அலிக் கிரகமாகிய கேது உச்சம். பிறப்புறுப்பின் அதிபதியான செவ்வாய் அலி கிரகங்களுடன் தொடர்பு பெற்று பெண் ராசியில் வலுவிழந்து விட்டார். குடும்பாதிபதி, சப்தமாதிபதி ஆகிய இருவரும் லக்கினத்திலேயே கெட்டு விட்டார்கள். மேலும் மாங்கலிய ஸ்தானாதிபதியான செவ்வாய் 8ம் இடத்திற்கு 12ல் சனியுடன் இணைந்தது திருமணம் என்ற வாய்ப்பையே அழித்து விட்டது. திருமணம் செய்து கொண்டால் இவரால் முடியுமா என்பது வேறு விஷயம். திருமண விருப்பம் என்பதே ஏற்படாது. ஆனாலும் இவரால் பெண்களை விரும்ப முடியாது. ஆண்களை விரும்புவார். ஆண்களின் தொடர்பை விரும்புவார். அதைத் தவிர்க்கவே முடியாது. பிறப்பால் இவர் ஆண் என்றாலும் ஆண் தன்மை இல்லை. எனவே தன்னைப் பெண்ணாகவே கருதிக் கொண்டு, பெண் உடைகளையே விரும்புவார். ஆனால் பெண்மைக்குரிய உறுப்புகள் இல்லை. இவ்விதம் ஆண் கிரகங்களும், பெண் கிரகங்களும் வலுவிழந்து அலி கிரகங்களின் வலிவு அதிகமானால் அலிகள்தான். இதுவும் ஒரு வகையில்

குறைபாடு என்பதால் இந்த அத்தியாயத்தில் குறிப்பிட்டேன். கண்களைப் பற்றி விசேஷமாக இரண்டாம் இடத்தைக் கொண்டும், சுக்கிரனைக் கொண்டும் நிர்ணயம் செய்து கொள்ள வேண்டும். இரண்டாம் இடத்து அதிபதி கெட்டு, சுக்கிரனும் கெட்டு விட்டால் கண்பார்வைக் கோளாறு ஏற்படும். அம்ச ரீதியாகவும் இவர்கள் வலுவிழந்து, 2ல் பாபக் கிரகங்கள் இருந்தால் கண் பார்வையே இல்லாமல் குருடாகக் கூடும்.

கிரகங்களுக்கு முறையான பரிகாரங்கள் செய்து நோய் களைக் கட்டுப்படுத்தலாம். சில போலிகள், சாந்தி செய்கின்றேன், கழிப்பு கழிக்கின்றேன் என்று கூறுவார்கள். அது வெறும் ஏமாற்று வேலை. கிரக க்ஷேத்திரங்களுக்குச் சென்று முறைப்படி அர்ச்சனை அபிஷேகம் செய்து, வீட்டில் காலை மாலை ஸ்தோத்திரங்கள் ஸ்லோகங்கள் கூறி வழிபாடு செய்வதுதான் வியாதி குணமடைய வைத்தியத்திற்குத் துணை புரியும்.

## 6. ஆயுள் கணிதத்தைப் பற்றி சில விளக்கங்கள்

முதல் பாகத்திலேயே இதன் விளக்கங்களை அளித் துள்ளேன். மேலும் சில விளக்கங்கள். ஆயுர்தாய கணிதம் என்பது ஒரு மனிதனின் துல்லியமான ஆயுள் எவ்வளவு என்பதைப் பற்றிக் கணிக்க உதவும். ஆனால் அது எளிமையான கணிதம் அல்ல. பல அரணங்கள் செய்து கணக்கிட வேண்டும். இது பற்றி வராகமிகிரரின் பிருகத் ஜாதகம் மற்றும் ஜாதக பாரிஜாதம், பராசர ஓரையிலும் கொடுக்கப்பட்டுள்ளது. அவை யாவும் மிகவும் கடினமான முறையில் உள்ளன. அதை எளிமைப் படுத்தினால் அனைவர்க்கும் பயன்படும். ஆனால் அது தனிப் புத்தகமாக அமையும். அந்த எண்ணம் எளியேனுக்கு உள்ளது. காலம் கைகூடினால் முயற்சி பலிதமாகலாம். எனினும் சில

அடிப்படை விஷயங்களை உங்கள் விஷய ஞானத்திற்காக அளிக்கின்றேன்.

பராசர ஓரையில் 32 விதமான வழிகள் சொல்லப்பட்டுள்ளன. எனினும் முக்கியமாக 8 விதமான வழிகளை அனைவரும் பயன்படுத்துகிறார்கள். அதன் விவரத்தைக் கவனிப்போம்.

1. லக்கினம் வலிமையாக இருந்தால் அம்சக ஆயுர்தாயம்
2. சூரியன் வலிமையாக இருந்தால் பிண்டக ஆயுர்தாயம்
3. சந்திரன் வலிமையாக இருந்தால் நைசர்கிக ஆயுர்தாயம்
4. செவ்வாய் வலிமையாக இருந்தால் பிண்டாஷ்டக ஆயுர்தாயம்
5. புதன் வலிமையாக இருந்தால் ராசிமஜ ஆயுர்தாயம்
6. குரு வலிமையாக இருந்தால் நட்சத்திர ஆயுர்தாயம்
7. சுக்கிரன் வலிமையாக இருந்தால் காலச் சக்கர ஆயுர்தாயம்
8. சனி வலிமையாக இருந்தால் அம்சக ஆயுர்தாயம்.

இம்மாதிரியான 8வித ஆயுர்தாயங்களில் பிருகத் ஜாதகத்தில் பிண்டாயுர்தாயம், அம்சகாயுர்தாயம், நைசர்கிக ஆயுர்தாயம் ஆகிய மூன்றைப் பற்றியும் கூறப்பட்டுள்ளது. ஆயுர்தாய அரணம் செய்ய நல்ல ஆயுள் பலமுள்ள ஜாதகங் களையே பயன்படுத்த வேண்டும். ஆயுள் பலமற்ற ஜாதகங்களில் ஆயுர்தாய கணிதம் தேவையற்றது. இதைக் கணக்கிடும் முறை முதல் பாகத்திலேயே விளக்கப்பட்டுள்ளது.

பிண்டாயுர்தாயத்தில் ஒவ்வொரு கிரகமும் ஆயுளாக சில ஆண்டுகள் அளிக்கின்றது. அந்த ஆண்டுகளைக் கொண்டு லக்கினாயுர்தாய வருடம் கண்டு அதன் பின் சத்ருக்ஷேத்திர

அரணம், அஸ்தங்கத அரணம், சுக்கிரபாத அரணம், குரு ரோதய அரணம் ஆகியவைகளைச் செய்து ஆயுளை அறிய வகை அளிக்கப்பட்டுள்ளது. அந்த கணிதங்களை நான் இங்கு அளிக்க வில்லை. அதற்கான காரணம் முன்பே கூறியதுதான். இது கடினமான கணிதம். இதை எளிமைப்படுத்தி விளக்கமாக அளித்தால் குறைந்தபட்சம் 100 பக்கங்கள் தேவைப்படும். எனவே இதைப் பற்றிய அடிப்படை விவரத்தை மட்டும் அளித்துள்ளேன்.

பொதுவாக ஆயுளைக் கண்டறியும் முறை முன்பே கூறப்பட்டுள்ளது. கடகம் முதல் தனுசு வரையிலுமுள்ள ராசிகளில் குருவும், மகரம் முதல் மிதுனம் வரையுள்ள 6 ராசிகளில் சனியும் இருந்தால் எந்த லக்கினமானாலும் தீர்க்கமான வயதுண்டு என்பது ஒரு விளக்கம். லக்கினத்துக்கு முன்னும் பின்னும், ராசிக்கு முன்னும் பின்னும் பாபக் கிரகங்கள் இருப்பின், லக்கினாதிபதி அதிபலம் பெற்றால் அன்றி ஆயுளைப் பற்றி நிச்சயம் செய்ய இயலாது. ஆயுளைப் பற்றி அறிய நன்கு நிதானித்து கவனமாக ஆராய வேண்டும். குரு லக்கினத்தை வலுவுடன் இருந்து பார்த்தால் எப்படியும் ஆயுள் பலம் உண்டு. சனி வலுவுடன் லக்கினத்தைப் பார்த்தாலும் ஆயுள் பலம் உண்டு. சனி ஆயுள் காரகராகையால் அவர் நிலைமையும் நன்கு கவனிக்க வேண்டும். ஆயுள் பலமில்லாதவர்களுக்கு ஜாதகப் பலன் கூற இயலாது.

இதுவுமன்றி காலச் சக்கர திசைக் கணிதம் ஒன்றும் உண்டு. அதன் மூலமாக தத்துகள், கண்டங்கள், சுகதுக்கங்களை அறிந்து கொள்ளலாம். இதுவும் திசாபுத்திகளைப் போல பிரித்துப் பலன்கள் அறிவதோடு ஆயுளையும் நிர்ணயம் செய்யலாம். காலச் சக்கர திசை நட்சத்திர பாதங்களின் அடிப்படையில் அமைப்பது. இதில் சூரியன் முதல் சனி வரையிலும் 7

கிரகங்களுக்கு மட்டுமே வருடங்கள் அளிக்கப்பட்டுள்ளது. ராகு, கேதுகளுக்கு இடமில்லை. சூரியனுக்கு 5 வருடம், சந்திரனுக்கு 21 வருடம், செவ்வாய்க்கு 7 வருடம், புதனுக்கு 9 வருடம், குருவுக்கு 10 வருடம், சுக்கிரனுக்கு 16 வருடம் என்று அளிக்கப்பட்டுள்ளது.

அசுவினி, பரணி, கார்த்திகை, புனர்பூசம், பூசம், ஆயில்யம், அஸ்தம், சித்திரை, சுவாதி, மூலம், பூராடம், உத்திராடம், பூரட்டாதி, உத்திரட்டாதி, ரேவதி ஆகிய 15 நட்சத்திரங்களுக்கும் சவ்விய நட்சத்திரங்கள் (அ) வலவோட்டு நட்சத்திரங்கள் என்று பெயர் பெறும்.

ரோகிணி, மிருகசீரிஷம், திருவாதிரை, மகம், பூரம், உத்திரம், விசாகம், அனுஷம், கேட்டை, திருவோணம், அவிட்டம், சதயம் ஆகிய 12 நட்சத்திரங்கள் அபகவ்விய நட்சத்திரங்கள் (அ) இடவோட்டு நட்சத்திரங்கள் என்று பெயர்.

கிரகங்கள் நின்ற பாதத்தைக் கொண்டு அதற்குரிய வருடங்களை, தத்து, பாய்ச்சல், புரட்சி என்று முறைப்படி கணிதம் செய்து காலச் சக்கர திசையினை அறிந்து கொள்ளலாம். இதுவும் சற்று சிக்கலான கடினமான கணிதம். தற்போது இதையெல்லாம் பயன்படுத்திக் கொள்பவர்களின் தொகை குறைந்துவிட்டது. தற்போது ஜோதிடத்தின் நிலை ஆரூடம் கேட்பது போல் ஆகி விட்டது. நன்கு கணிக்கப்பட்ட ஜாதகத்தைக் கொண்டு நல்ல முறையில் ஆராய்ந்து பலன் கூற 2 மணி நேரமாவது ஆகக் கூடும். ஆனால் இரண்டு மணி நேர உழைப்புக்கேற்ற ஊதியம் கிடைக்காது. ஜாதகம் கேட்க வருபவர்களின் பிரச்சனைகள், கேள்விகள் அனைத்திற்கும் ஜோதிடம் சற்றும் பிசகில்லாமல் கூற வேண்டும். ஆனால் எவ்வளவு விளக்கமாகக் கூறினாலும் திருப்தியும் ஏற்படாது. 5ரூபாய் கொடுப்பதற்கு மூக்கால்

அழுவார்கள். ஆனால் ஏதாவது ஒரு தோஷத்தைக் கூறி 100 ரூபாய் செலவு வைத்தாலும் செய்து விடுவார்கள். அதனால் சிலர் இம்மாதிரியான முறையை மேற்கொள்ளுகிறார்கள். அவர்களைப் போன்றவர்களைத்தான் நம்புவார்கள். இது இக்கலைக்கு ஒரு சாபம் போல் ஆகிவிட்டது.

## 7. எந்த வயதில் எந்த திசையில் யோகம்

இது ஒரு புதுமையான தலைப்பாகத் தோன்றும். ஆனால் திசைகள் சில வயது காலங்களில் வந்தால் அதியோகத்தை அளிப்பதாக கிரந்தம் கூறுகின்றது. சாதாரணமாக நடைமுறையில் நன்முறையில் இருக்கும் கிரகத்தின் திசை எதிர்பார்த்த அளவு செயற்படாமல் சென்றுவிடும். அப்போது ஜோதிடரின் கூற்று சரியாக அமையாமல் தவறி விடக் கூடும். ஆனால் நம் முன்னோர்கள் அத்தனையையும் யூகித்து நமக்கு விளக்கங்கள் அளித்துச் சென்று விட்டார்கள்.

'தொட்டனைத்தூறும் மணற்கேணி' போன்று தோண்டத் தோண்ட நீர் குறையாமல் வருவதைப் போன்று விஷயங்களும் அளவின்றி வந்து கொண்டேயிருக்கும். அதை நம்மால் இயன்ற வரை கிரகித்துக் கொள்ள வேண்டியதுதான். நன்முறையில் அமைந்துள்ள கிரகங்களின் திசைகள் கீழ்க்கண்ட வயதுகளில் வருமானால் அதியோகம் ஏற்படும் என்று கிரந்தத்தில் கூறப் பட்டுள்ளது. கிரந்தத்தில் ராகு கேதுக்களைப் பற்றிய விவரங்கள் காணப்படவில்லை. எனவே ராகு, கேதுகள் நவக்கிரக பரிபாலனம் தொடங்குவதற்கு முன்பே கிரந்தம் தோன்றி இருக்கலாம் என்று கருத இடமுள்ளது. இந்த காலங்களிலும் ராகு, கேது ஆகிய இருவரைப் பற்றிக் குறிப்பிடவில்லை. எனவே ராகு, கேது ஆகியவர்களின் திசை பற்றிய விவரங்களைத்

தனிப்பட்ட முறையிலேயே ஆய்வு செய்து கொள்ள வேண்டி உள்ளது.

ஒருவர் பிறந்த காலம் முதல் 7 கிரகங்களுக்கும் வயது முறைப்படுத்தி அளிக்கப்பட்டுள்ளது. அதன் விபரம் :

பிறந்து 1 வயது வரை சந்திரனுடைய ஆதிபத்தியம்.
2 வயது முதல் 3 வயது முடிய செவ்வாயின் ஆதிபத்தியம்.
4 வயது முதல் 12 வயது முடிய புதனின் ஆதிபத்தியம்.
13 வயது முதல் 32 வயது முடிய சுக்கிரனின் ஆதிபத்தியம்.
33 வயது முதல் 50 வயது முடிய குருவின் ஆதிபத்தியம்.
51 வயது முதல் 70 வயது முடிய சூரியனின் ஆதிபத்தியம்.
71 வயது முதல் 120 வயது முடிய சனியின் ஆதிபத்தியம்.

இந்தப் படிக்குப் பார்த்தால் அக்காலத்தில் திசாபுத்திகள் இவ்விதமாகவே இருந்திருக்கக் கூடுமோ என்ற எண்ணம் ஏற்படுவதோடு, அக்காலத்தில் மனிதன் 120 வயது வரை வாழ்ந்திருக்கக் கூடும் என்றும் தோன்றுகின்றது. மேற்சொன்ன வயதுகளில் அந்தந்த திசை வந்து அக்கிரகங்கள் நன்முறையில் அமைந்திருந்தால் நல்ல யோகம் கிடைப்பதாக அறியப் படுகின்றது. இளவயதினில் யோகமா என்ற சந்தேகம் தேவையற்றது. இளவயது யோகம் குடும்பத்திற்கு மேன்மை அளிக்கும் அல்லவா! சில குழந்தைகள் பிறந்த நேரம் குடும்பத்தை உயர்நிலைக்கு உயர்த்தி விடுகிறதல்லவா! இம்மாதிரி உயர்வு பெற்ற ஒரு ஜாதகத்தை இங்கு உதாரணத்திற்குக் குறிப்பிடுகின்றேன்.

பின்வரும் ஜாதகன் திருவோண நட்சத்திரத்தில் பிறந்தவன். சந்திர திசையில் பிறந்தவன். இச்சாதகன் பிறப்பதற்கு முன் இவரின் தந்தை சாதாரணமாகத்தான் இருந்தார். பூமியில் விளைந்து வரும் எப்பொருளாயினும் விற்று வியாபாரம் செய்து வந்தார்.

| | | | |
|---|---|---|---|
| | ரா | | |
| | இராசி | | ல பு<br>செ சு |
| குரு<br>சந் | | | சூ |
| | | சனி<br>கேது | |

| | | | |
|---|---|---|---|
| செ<br>கே | | சந்<br>கு | |
| பு | அம்சம் | | சூ |
| | | | சு |
| | ல | சனி | ரா |

இந்த ஜாதகன் பிறந்தவுடன் கணிதம் செய்து பலன் கூறினேன். இந்தப் பையனுக்கு ஒரு வருடம் பூர்த்தியாவதற்குள் நல்ல நிலையில் உயர்வீர்கள் எனக் கூறினேன். நம்பிக்கையற்ற நிலையில் சென்றார். மறு வருடம் என்னிடம் வந்த போது மிகவும் மகிழ்ச்சியுடன், நீங்கள் சொல்லியது போலவே நடந்தது. ஒரு வருடத்தில் நெல் மற்றும் அரிசி வியாபாரத்தில் 1 லட்சம் வரை சம்பாதித்து என் நிலையை ஸ்திரப்படுத்திக் கொண்டேன் என்று கூறினார். காரணம் கடக லக்கினாதிபதியான சந்திரன் சுபச் சந்திரனாக மகரத்தில் குருவுடன் இணைந்து, லக்கினத்தைப் பார்த்துள்ளார். குருவும் செவ்வாயும் நீசம் என்றாலும், நீசப் பரிவர்த்தனையோடு, நீசபங்கமும் பெற்று விட்டார்கள். அம்ச ரீதியாக சந்திரன் உச்சம் பெற்றதோடு குருவுடன் இணைவு. செவ்வாய் மீனத்தில். சனி கெட்டவர் என்றாலும் வர்கோத்தமம் பெற்று ராசியிலும், அம்சத்திலும் செவ்வாய் பார்வையைப் பெற்றுள்ளார். மேலும் பாவிகளாகிய புதன், சுக்கிரன் லக்கினத்தில் பகை பெற்று அம்ச ரீதியாகவும் பெரும் வலிவடையவில்லை. மேலும் மேஷ ராகுவுக்கு 3 கேந்திரங்களிலும் கிரகங்கள், அம்சத்தில் ராகு கன்னியாம்சம் பெற்று குருவின் பார்வையையும் பெற்றுள்ளார். எனவே அடுத்து வரும் திசைகளும் நற்பலன் களை அளிக்கும் என்பதில் ஐயமில்லை. இங்கே குறிப்பிட்டுள்ள வயதுகளைத் தவிர மற்ற வயதுகளில் நற்கிரகங்களின் திசை வந்தால் பலனளிக்காதா என்ற கேள்விக்கு பலன் அளிக்கும், இந்த வயதுகளில் குறிப்பிட்ட திசைகளின் கிரகங்கள் நன்முறையில் அமைந்தால் அதியோகம் கிடைக்கும் என்பது தான் இதன் கருத்து.

எவ்வளவோ பேருக்கு சுக்கிர திசை வருகின்றது. சுக்கிரன் நன்முறையில் அமைந்திருந்தால் மிகப் பிரமாதமான யோகம் என்று கூறுகின்றனர். அவரும் மிக ஆவலாக சுக்கிர திசையை

மிகுந்த பிரயாசையுடன் எதிர்பார்க்கின்றார். ஆனால் பிரமாத மான யோகமாக இல்லாமல் சாதாரண யோகத்தோடு சென்று விடக்கூடும். ஆனால் 13 வயது முதல் 32 வயதுக்குள் மிகப் பெரும் யோகம் பெற்று, சகல சௌபாக்கியத்துடன் மேன்மை யான வாழ்க்கை பெற்றே தீருவார். நல்ல மனைவியை அடைந்து சுகபோகத்துடன் வீடு, வாகனாதிகளுடன் வாழ்வார். பலன்கள் கூறும்போது இம்மாதிரி சிறு நுணுக்கங்களையும் நன்கு கவனித்துக் கூறினால் பலன்கள் துல்லியமாக அமையும்.

எனக்குத் தெரிந்த நண்பர் ஒருவருக்கு கும்ப லக்கினம். சூரியனும், புதனும், சுக்கிரனும் மீனத்தில். மற்ற கிரகங்கள் வலுவில்லை. அம்ச ரீதியாக சுக்கிரன், ரேவதி 4ல், புதன் ரேவதி 3ல், சூரியன் ரேவதி 1ல், அவர் தொழில் என்று எதுவுமே செய்வதில்லை. உத்தியோகமும் வியாரமும் எதுவுமேயில்லை. ஆனால் வருமானம் மட்டுமே வந்து கொண்டேயிருகின்றது. சூதாட்டம்தான் அவருக்குத் தொழில். சீட்டாட்டத்தில் தினமும் நூறு ரூபாய்க்கு குறையாமல் வருமானம் பெறுவார். ஒரு தினம் கூட அவர் தோல்வி என்று கூறினதேயில்லை. போதாதற்கு லாட்டரி சீட்டு வாங்குவார். அதிலும் பல பரிசுகள் அவ்வப் போது வரும். இதை ஏன் குறிப்பிடுகிறேன் என்றால், சுக்கிரன் நன்முறையில் அமைந்தவர்களுக்கு சூதாட்டம், லாட்டரி போன்ற வற்றில் ஆதாயம் கிடைக்கும். சுக்கிரன் நன்முறையில் அமையப் பெறாதவர்களுக்கு நிச்சயம் இதில் ஆதாயம் கிட்டாது. கைப் பொருள்தான் விரயமாகும். இது ஒரு வெறி போன்று வளர்ந்து ஆளையே மூழ்க வைத்து விடும். சிலருக்குப் பெண்கள் மூலம் ஆதாயம் கிடைக்கும். மகர லக்கினதாரர்களுக்கும், கன்னி லக்கினதாரர்களுக்கும் சுக்கிரன், புதன் நன்முறையில் அமைந் திருந்தால் பணக்காரப் பெண் மூலம் திடீர் ஆதாயம் கிடைக்கக் கூடும். எனவே சுக்கிரன், புதனின் நிலையை நன்கு கணித்தே,

திடீர் யோகம் பற்றிக் கூற வேண்டும். வீண் ஆசைகளை உருவாக்கி அவர்களைத் தூண்டக் கூடாது. உழைப்பை மறந்து விட்டு லாட்டரி சீட்டு மோகத்தில் உள்ள மக்களை சில போலிகள் இம்மாதிரி ஆசைகாட்டி விடுகின்றார்கள். சிலர் எண் கணித அடிப்படையில் கூறுவதாக காரணமும் சொல்வார்கள். லக்கினத்தையும், ராசியையும் மீறி எண்கணிதம் மட்டுமே நன்முறையில் பலனளித்து விடும் என்பது உண்மையான கூற்றல்ல. அதைப் பற்றிய விளக்கம் எண் கணிதத் தலைப்பில் வரும்.

## 8. ஜாதகம் இல்லாதவர்களுக்கு பேர் ராசி மூலம் பலன் அறிதல்

**பே**ர் ராசி மூலம் பலன் அறியக் கூடுமா என்ற கேள்விக்கு, அறிய இயலும் என்பதுதான் பதில். பெயரின் முதல் எழுத்தைக் கொண்டு, அவருக்குரிய நட்சத்திரத்தை அறிந்து, அந்த நட்சத்திரம் எந்த ராசியில் உள்ளதோ அதையே ராசியாகக் கொண்டு, எந்த நட்சத்திரமோ அதன் அதிபதியின் திசையை முதலாகக் கொண்டு, அவர்களின் வயதைக் கேட்டு, வயது வரையில் வரிசையாக திசைகளைக் கணக்கிட்டு நடப்பு திசையைக் கொண்டு, அந்த சமயம் கோசாரத்தில் கிரகங்களின் நிலையைக் கொண்டு பலன்கள் கூறலாம். இது 50 சதவிகிதம் சரியான பலனை அறிய இயலும்.

இதற்கு முதலில் பெயர்களின் முதல் எழுத்து எந்த நட்சத்திரத்தில் வருகின்றது என்பதை அறிய வேண்டும். இம்முறை முக்கியமாக ஜாதகம் இல்லாதவர்கள் திருமணம் செய்து கொள்ள மிக்க உதவியாக இருக்கின்றது. பேர் ராசிக்கு திருமணப் பொருத்தம் பார்ப்பது வழக்கில் உள்ளதுதான்.

அனைத்துப் பஞ்சாங்கங்களிலும் தமிழ்ப் பெயர் எழுத்துக்களே அளிக்கப்பட்டிருக்கும். அதில் சில சிக்கல்கள் உள்ளன. தங்கராஜ் என்ற பெயருக்கும் தண்டபாணி என்ற பெயருக்கும் வித்தியாசம் உண்டு. ஆனால் இரண்டும் 'த' என்ற முதல் எழுத்தில்தான் வரும். ஆனால் உச்சரிப்பில் வித்தியாசம் வரும். பஞ்சாங்கத்தில் சுவாதிக்கும் 'தா' வரும்; பூரட்டாதிக்கு 'தா' வரும். இரண்டில் எதைக் கொள்வது என்பது குழப்ப மானது. அதேபோல் 'சு' அஸ்வினிக்கும் வரும். சதயத்திற்கும் வரும். இதுபோல் பல எழுத்துக்கள் இரு நட்சத்திரங்களில் வரும். ஆனால் உச்சரிப்பில் வித்தியாசம் வரும். எனவே ஆங்கில எழுத்துக்களையும் உடன் இணைத்துக் கொண்டால் மிகச் சுலபமாக பெயரின் முதல் எழுத்தைக் கொண்டு பெயரின் நட்சத்திரங்களை அறிந்து கொள்வது எளிது.

CHU-சு, CHE-சே, CHO-சோ, LA-லா - அஸ்வினி

LI-லி, LU-லு, LE-லே, LO-லோ - பரணி

A-அ,ஆ, E-இ,ஈ, V-உ - கார்த்திகை

O-ஒ, VA-வ, VI-வி, VU-வு - ரோகிணி

VE-வே,வெ, VO-வோ, KA-கா, KI-கி - மிருகசீரிஷம்

KU-கு, KA-க, NGA-ங, CHA-ச - திருவாதிரை

KE-கே, KO-கோ, HA-ஹ, HI-ஹி - புனர்பூசம்

HU-ஹு, HE-ஹே, HO-ஹோ, DA-டா - பூசம்

DI-டி, DU-டு, DE-டே, DO-டோ - ஆயில்யம்

MA-ம,மா, MU-மு,மூ, ME-மெ,மே, MI-மி - மகம்

MO-மொ,மோ, TA-ட, TI-டி, TU-டு, MOW-மௌ - பூரம்

TE-டே, TO-டோ, PA-பா, PI-பி, PA-ப - உத்திரம்

| | |
|---|---|
| PU-பு,பூ, SHA-ஷ, NA-ன, DA-டா | - அஸ்தம் |
| PE-பெ,பே, PO-போ,பொ, RA-ர,ரா, RI-ரி,ரீ | - சித்திரை |
| RU-ரு,ரூ, RE-ரெ,ரே, RO-ரொ,ரோ, THA-த,தா | - சுவாதி |
| THI-தி,தீ, THU-து,தூ, THE-தெ,தே, THO-தொ,தோ | - விசாகம் |
| NA-ந,நா, NI-நி,நீ, NU-நு,நூ, NE-நெ,நே | - அனுஷம் |
| NO-நொ,நோ, NAI-நை, YA-ய,யா, YE-யி, YU-யு | - கேட்டை |
| YOO-யூ, YE-யே, YO-யோ, BA-ப, BI-பி, BA-பா, BU-பு | - மூலம் |
| BOO-பூ, BEE-பீ | - பூராடம் |
| BE-பெ,பே, BO-பொ,போ, JA-ஜ,ஜா, JI-ஜி,ஜீ | - உத்திராடம் |
| JU-ஜு, JE-ஜெ,ஜே, JO-ஜொ,ஜோ, GA-கா | - திருவோணம் |
| GA-க,கீ, GU-கு,கூ, GE-கெ,கே | - அவிட்டம் |
| GO-கொ,கோ, SA-ஸ,சா, SI-ஸி,ஸீ, SU-ஸு,சு | - சதயம் |
| SE-ஸெ,ஸே, SO-ஸொ,ஸோ, DHA-த,தா, DHI-தி,தீ | - பூரட்டாதி |
| DHU-து,தூ, JHA-ஜா, SRI-ஸ்ரீ | - உத்திரட்டாதி |
| DHE-தெ,தே, DHO-தொ,தோ, CHI-சி,சீ, CHA-ச,சா | - ரேவதி |

மேற்கண்ட எழுத்துக்களின்படி பெயர் நட்சத்திரங்களிலிருந்து ராசியை அறிந்து கொள்ளலாம். ஏற்கனவே ராசிகளில் நட்சத்திரங்கள் அடைபடும் விதத்தை அறிந்துள்ளீர்கள். எனினும் மிருகசீரிஷம், சித்திரை, அவிட்டம் ஆகிய நட்சத்திரங்கள் முறையே ரிஷபம், மிதுனம், கன்னி, துலாம், மகரம், கும்பம் ஆகிய இரு ராசிகளிலும் வரும். எப்படி ராசியை அறிவது என்பது கேள்விக்குரியதுதான். ஆனால் அனுபவத்தில் அறிந்து கொள்ளலாம். மிதுனம், கன்னி ராசிக்காரர்கள் சற்றுப் பெண் சாயல் கொண்டு பயந்த சுபாவத்துடன் மென்மையாகவும், இனிமையாகவும் பேசுவார்கள். ரிஷப, துலாம் ராசிக்காரர்கள்

சற்று வேகமாகவும், படபடப்பாகவும் பேசுவதோடு பேச்சில் கம்பீரம் இருக்கும். மகர ராசிக்காரர்கள் கொஞ்சமும் பணிவில்லாமல் அலட்சியமாக இருப்பார்கள். கும்ப ராசிக்காரர்கள் அடக்கமாக, அமைதியாக அதிகம் அலட்டிக் கொள்ளாமல் இருப்பதோடு, கண்களில் ஒருவிதமான சோகம் தெரியும்.

இதேபோல் புனர்பூசம், விசாகம், பூரட்டாதி ஆகிய நட்சத்திரங்கள் முறையே மிதுனம், கடகம், துலாம், விருச்சிகம், கும்பம், மீனம் ஆகிய ராசிகளில் வரும். இதையும் அந்த ராசிகளின் குணங்களுக்கேற்ப அறிந்து கொள்ளலாம்.

அடுத்து கார்த்திகை, உத்திரம், உத்திராடம் ஆகியவை முறையே மேஷம், ரிஷபம், சிம்மம், கன்னி, தனுசு, மகரம் ஆகியவற்றில் அமையும். இதையும் எளிதாக ராசியின் குணங்களுக்கேற்றவாறு வரும் நபரைக் கவனித்தால் அறிந்து கொள்ளலாம். மற்ற நட்சத்திரங்கள் முழுமையாக ராசிகளில் அடைபட்டு விடும். எனவே பிரச்சனை இல்லை.

லக்கினங்களுக்குப் பலன் சொல்லும் முறையிலேயே, அவர் கேட்கும் காலத்தில் கிரகங்கள் உள்ள நிலையைக் கொண்டு நடக்கும் திசையின் அதிபதி ராசிக்கு நல்லவரா கெட்டவரா என்பதைக் கொண்டு திசையின் பலன்களை அறியலாம். உதாரணமாக சின்னசாமி என்பவர் பெயர் ராசியைக் கொண்டு பலன்களைக் காணலாம். அவர் வயது 35 எனக் கொள்வோம். 'சி' என்ற முதல் எழுத்து CHI என்ற ஆங்கில எழுத்தில் வரும். எனவே அவருடைய நட்சத்திரம் ரேவதி. ரேவதி நட்சத்திரம் முழுமையாக மீன ராசியில் அமையும். ஆகையால் அவர் மீன ராசிக்குரியவர். பிறக்கும்போது புதன் திசை என்று கணக்கிட்டு,

| | | |
|---|---|---|
| புதன் திசை | 17-0-00 | |
| கேது | 7-0-0 | |
| சுக்கிரன் | 20-0-00 | |
| | -------- | |
| | 44-0-00 | |
| வயது | 35-0-00 | |
| | ------- | |
| | 9-0-0 | வருடம் சுக்கிர திசையில் இருப்பு |
| | ------- | |

சுக்கிரன் மீன ராசிக்கு 3,8க்குடையவர். சிறப்பாக திசை செயல்படாது. சூரிய திசை முதல் நல்ல பலன்கள் நடக்கும். இது பெரும்பாலும் ஒத்துவரும். காரணம் இயற்கையாகவே பெயருக்கும் அவரின் ஜாதகத்துக்கும் தொடர்பு இருக்கும். அவருக்கு வேறு பெயர் கூட இருக்கும். ஆனால் பிறக்கும் போது வைத்த பெயரைத்தான் பயன்படுத்திக் கொள்ள வேண்டும். இதன் அடிப்படையில்தான் நியுமராலஜி என்னும் எண் கணிதம் பயன்படுத்தப்படுகின்றது. அது அந்தத் தலைப்பில் வரும். அதையும் இத்துடன் இணைத்துக் கொள்ளலாம். இன்ஷியலோடு ஆங்கிலத்தில் அவர் பெயரை எழுதிக் கொண்டு ஒவ்வொரு எழுத்துக்கும் உரிய எ்ண்ணைக் கூட்டி மொத்தத் தொகை எந்த எண் வருகின்றதோ அந்த எண்ணுக்குரிய அமைப்புடன் இருப்பார்.

பெயர் ராசி மூலம் பலனை அறிவது தற்போது வழக்கில் குறைந்து கொண்டு வருகின்றது. தற்போது குழந்தைகளுக்கு ஜாதகக் குறிப்பாவது எழுதி வைத்து விடுகின்றார்கள். ஆனால் வெறும் குறிப்பு துல்லியமான பலனை அறிய உதவாது என்பதை அவர்கள் அறிவதில்லை. தோராயமான பலனை மட்டும் வெறும்

ராசிக் கட்டத்தைக் கொண்டு அறிய முடியும். அதைச் சிலர் ஒப்புக் கொள்வதே இல்லை. வெறும் ராசிக் கட்டமே அனைத்துப் பலன்களையும் அறிவிக்கும் என்றால் எதற்காக நம் முன்னோர்கள் இந்த கணிதங்களையெல்லாம் உருவாக்கி யுள்ளார்கள் என்பதைச் சிந்திப்பதேயில்லை.

பெயர் ராசி மூலம் பலன் அறிவதில் ஆரம்பத்தில் சில தப்புகள் நேர்ந்தாலும் அனுபவம் அதிகமாக அதிகமாக சட்டென்று பலன்களை நிர்ணயிக்கும் தகுதியினைப் பெற்றிடலாம். தேர்ந்த நூலறிவும், அனுபவ அறிவும் இணைந்தே ஜோதிட சாஸ்திரத்தில் புலமை பெற உதவும். எவ்வளவு விஷய ஞானம் இருந்தாலும் போதாது. சில சமயங்களில் சிக்கலான ஜாதகங்கள் வந்து ஜோதிடரின் அறிவுக் கூர்மைக்கு சவால் விடும். அடுத்த அத்தியாயம் உங்களின் திறமையை சோதிக்கும்.

## 9. பிரமுகர்களின் உதாரண ஜாதகங்கள்

**இந்த** தலைப்பும், விஷயங்களும் எதற்காக என்ற யோசனையா? எவ்வளவுதான் விஷயங்களை மட்டுமே அறிந்து கொண்டாலும், ஏன்? எப்படி? எதற்காக? என்ற கேள்விகள் இல்லை யென்றால் அறிவு விருத்தியாகாது. விவாதத்தில் நிறைய விஷயங்களை அறிந்து கொள்ளலாம். ஆனால் எந்த ஜோதிடராவது தம் வேலைகளை விட்டுவிட்டு உங்களிடம் விவாதத்துக்கு வருவாரா? அக்காலத்தில் தர்க்கம் (LOGIC) ஒரு சாஸ்திரமாகவே இருந்தது. சீடர்கள் குருவிடத்தில் விவாதம் செய்வார்கள். குறுக்குக் கேள்விகள் கேட்பார்கள். அதை குருவும் ஏற்றுக் கொண்டு விளக்கங்கள் அளிப்பார். அம்மாதிரியான விவாதங்கள் அறிவுக் கூர்மையை மேம்படுத்தும். அத்தகைய

பயிற்சியைப் போன்றதுதான் இப்பகுதி. இதில் பிரபலமான வர்களின் உதாரண ஜாதகங்கள் அளிக்கப்பட்டுள்ளன. முதலில் அந்த ஜாதகங்களில் உள்ள சிறப்புகள் என்ன என்பதைத் தனியாக ஒரு காகிதத்தில் குறித்துக் கொண்டு, அதன்பின் அளிக்கப்பட்டுள்ள விவரங்களை ஒத்திட்டுப் பாருங்கள். இதன்மூலம் நீங்கள் எதை எதை விட்டு விட்டீர்கள் என்பதை அறிந்து கொள்வதோடு அந்த ஜாதகங்களை ஆராயும் திறனையும் வளர்க்கும்.

4ம் அத்தியாயத்தில் நான் முதலில் குறிப்பிட்டுள்ளேனே அந்த கும்ப லக்கின ஜாதகத்தைப் பற்றி மேலும் சில விளக்கங்கள் அளித்து விட்டு தொடர்கின்றேன். அவர் என்ன பிரமுகரா என்று எண்ண வேண்டாம். அந்த ஜாதகத்தில் உள்ள ஒரு நுணுக்கத்தை இங்கு குறிப்பிடுகின்றேன். இதை நான் முதலில் குறிப்பிட வில்லை. இந்தப் பகுதியில் குறிப்பிடுவதுதான் சிறந்தது என்று கருதினேன்.

அவர் தன்னுடைய தொழில் அமைப்பு பற்றி பல ஜோதிடர்களிடம் ஜாதகத்தைக் காட்டிக் கேட்ட போது பலர் பலவிதமாகக் கூறியுள்ளார்கள். என்னிடம் அவர் காட்டிய போது, நான் நன்கு ஆராய்ந்து பார்த்தேன். தொழில் ஸ்தானாதி பதியான செவ்வாய் ராசி ரீதியாக 5ம் இடமாகிய மிதுனத்தில் பகை பெற்றார். எனினும் மிருகசீரிஷம் 4ம் பாதத்தில் செவ்வாய் இருந்ததால், அம்ஸ ரீதியாக 10ம் இடமாகிய விருச்சிகத்திலேயே ஆட்சி பெறுகின்றார். இது வலுவான அமைப்புதான் ஐயமில்லை. மேலும் ராசியில் வலுவிழந்த சுக்கிரன் மற்றும் புதன் ஆகிய இரு யோகர்களும் அம்சத்தில் செவ்வாயோடு இணைவும், பார்வையும் பெறுகின்றார்கள். இது செவ்வாய்க்கு மேலும் வலு கூட்டுகின்றது. ஆனால் தொழில் வலுவில்லை. ஒரு ஜாண் ஏறினால் ஒரு முழம் சறுக்குகின்றது. பலரிடம் பார்த்துச் சலித்துப் போன அவர் ஒருவேளை தன் ஜாதகமே தவறாக இருக்குமோ

என்ற எண்ணத்தில் திருச்சி சென்று சுக்ர நாடியில் விரல் ரேகையைக் கொண்டு தன் ஜாதகத்தை நாடி ஜோதிடக் கட்டில் இருந்து எடுத்துக் கொண்டு வந்துள்ளார். பொதுக் காண்டம் மற்றும் தொழில் காண்டம் பார்த்துள்ளார். என்னிடம் இதனைப் பற்றிக் கூறவில்லை.

நான் என் அறிவுக்கெட்டிய வரையில் ஆராய்ந்தேன். அம்ச ரீதியாக செவ்வாய் வலுப்பெற்றும், குரு, புதனால் பார்க்கப்பட்டும், சுக்கிரன் இணைந்தும் உள்ள நிலை தொழில் வலுவைக் குறைப்பதாகக் கருத இடமில்லை. எப்படி இவருக்கு தொழில் சரிவு ஏற்பட்டது என்பதையும் யூகிக்க முடியவில்லை. சட்டென்று எனக்கு பொறி தட்டினாற் போன்று ஒன்று கவனத்தில் வந்தது. ஒரு புத்தகத்தில் ராகு, கேது ஆகிய இருவருக்கும் 3, 7, 11 ஆகிய ஸ்தானங்கள் பார்வை என்று குறிப்பிடப்பட்டிருந்தது. எனினும் நான் இதில் கருத்து வேறுபாடு கொண்டேன். அவர்கள் இருவருக்கும் 7ம் பார்வை மட்டும்தான் என்பதில் உறுதியாக இருந்தேன். எனினும் இச்சாதகம் அந்த எண்ணத்தை அசைத்து விட்டதோடு மாற்றமும் செய்து விட்டது.

அம்ச ரீதியாக மகரத்தில் உள்ள ராகு 3ம் பார்வையாக அப்பிரதட்சணத்தில் செவ்வாயைப் பார்த்து, 11ம் பார்வையால் மீன குருவையும் பார்க்க, கேது 3ம் பார்வையால், ரிஷப புதனையும், 11ம் பார்வையால் சம்பாத்திய காரகனாகிய சூரியனையும் (கன்னி) பார்க்கின்றார் என்ற கோணத்தில் ஆராய்ந்தேன். அதே கோணத்தில் ராசி ரீதியாக செவ்வாயோடு இணைந்த அரவோனாகிய ராகு 11ம் பார்வையால் அப்பிரதட்சணமாக சிம்மச் சூரியனையும் பார்த்துள்ளார் என்பதோடு, மதிக்குப் பத்தோன் ஆகிய சுக்கிரன் மதிக்கு 12ல் கெட்டுப் போய் இருப்பதும் காரணமாக இருக்கலாமோ என்ற கருத்தில் நோக்கும்போது நிலைமை ஒத்து வருவதாகப்பட்டது.

நான் முன்பே கூறியுள்ளேன். சூரியனோடு ராகு சம்பந்தம் ஏற்பட்டால் சம்பாத்தியத்தில் சிக்கல்கள் தோன்றும் என்று, அதன்படி இவர் ஜாதகத்தில் ராசி மற்றும் அம்ச ரீதியாக அரவங்களின் பார்வையைச் சூரியன் பெறுவதால் இந்நிலை தோன்றக் கூடும் என்ற கருத்தில் அவரிடம் இந்த விளக்கத்தைக் கூறினேன். அவரும் சற்று ஜோதிட விஷயங்களில் ஆர்வமும், தொடர்பும் கொண்டவராகையால் என் கூற்றைக் கேட்டதும் சிரித்துக் கொண்டே, சுக்ர நாடியில் எடுக்கப்பட்ட தன் ஜாதகத்தை என்னிடம் கொடுத்தார். பொதுக் காண்ட பாடல்களைப் படித்துப் பார்த்துவிட்டு தொழில் காண்டத்தைப் பார்த்தேன். அதிர்ச்சி யுற்றேன். பாடல் எளிமையானதுதான். அப்படியே இங்கு குறிப்பிடுகின்றேன். என் அதிர்ச்சி எதனால் என்பதை நீங்களே புரிந்து கொள்ளுங்கள். இதில் ஒரு முக்கியமான நுணுக்கம் அடங்கியுள்ளது.

**1.** அறுதொழிலுக்கும் முதலாகி நிற்குமய்யன்
அடிபணிந்து மகனோரவன் தசத்தின் உண்மை
பொருள் படவே உரைக்குமுன் சாட்சி சிலவாகபுகல
உயிர் சாலதுவாய் கவியும் நண்டு
நண்டவனும் மால், அனலி வேங்கைதன்னில்
நாரி குரு, சிகி வில்லு, வீணை மற்றோர்
வண்ணமுறும் கோளிவ்வார் காண்பதாலே
அறியலாம் தோற்றமிவன் நன்னோரில்லில் !

**2.** நன்றுதரும் பெரிதொத்து அத்தனின்னோன்
நாட்டத்தின் மகரமுடன் னகரமென்ன
அன்னையவள் சிப்பியினுள் மணியும் முன்னாய்
தேவிதனின் சொல்லும் பின்னாய் கூடும்
உன்னிதமாய் அத்தனே இல்லால் பேர் கேள்
உரைக்கலாமே மதி தெரியா நாளே என்ன!

**3.** எண்ணவரும் உயிர் பத்தோன் உயிர்க்கு கோணம்
இயம்ப மதிபத்தோன் கவியுமே காண்
உன்னிதமாய் கோளிவ்வார் காண்பதாலே
வருமிவனின் மனம்போல தேட்டின் மேன்மை
மேன்மையுடன் வரவுடனே விரிவு மொத்து
மதிநலன்கள் தான்கண்டு குடும்பம் மேலாய்
உன்னிதமாய் வாழ்ந்திடுவன் கடைநாள் மட்டும்
உரைத்ததையே அறிந்தீரோ சீடனே நீர்!

**4.** சீடா என்றுரைத்ததொரு திவ்ய தேவா
சிறப்பாமோ உயிர்பத்தோன் அரவின் சேர்க்கை
காட்சியுறும் மதிபத்தோன் மதிக்கு வியத்தில்
காணுவதால் பலன் மேலோ தேட்டு தன்னில்
தன்னிவனின் மனம் போல பலன்களோங்கா
தனத்தட்டு இடை மத்தி அல்லல் பல்வார்
உன்னிதங்கள் காணாணே முயற்சி தன்னில்
உரைத்ததையே உரையாமல் விட்டீர் தேவா!

**5.** விட்டேன் என்றுரைத்ததொரு சீடனே கேள்
விளம்புமுன் வாக்கறிந்து உரைத்தேன், சாந்தி
இட்டம்போல் ஒழுகிடவே நன்மை மேன்மை
இயம்பிடுவேன் மேற்பலன்கள் இவன் தனக்கு
தன்னிவனின் வயது காண் நாற்பான் ஒன் சார்
தறியலாம் தேட்டது சிறப்பினொப்ப
உன்னிதங்கள் உண்டிவர்க்கு நவீனத்தும்
உரைக்கலாம் கலையாதி வகையுமொத்தே!

**6.** ஒத்துவரும் பலிதங்கள் நாற்பானீர் மேல்
ஓதலாம் பலன் மேன்மை விரிவு மொத்து

நத்திவரும் கோளாய்வு இடையு மத்தி
 காட்டலாம் பலன் சீரே காண்பானென்ன
கண்டிடுவான் ஏற்றங்கள் எந்திரசீர்,
 கலையாதி வகை ஒத்த சூட்சர மொத்து
வண்ணமுறும் வாழ்வவர்க்கு நாற்பானீர்
 வறியலாம் நாற்பானைந் தரகினாதி!

இதுவரையிலும் நமக்குப் போதுமானது. மேலும் நான்கு பாடல் உள்ளது. அதில் இவரின் கடைசிக்கால மேன்மைகள் பற்றி உரைக்கப்பட்டுள்ளது. பாடலைப் படித்தீர்களா? எளிமை யான சொற்களால் பல விஷயங்கள் கூறப்பட்டுள்ளன. நான் அதிர்ச்சியுற்ற காரணத்தை யூகித்துக் கொண்டீர்கள்? இல்லை யெனில் நான் அவருடைய தொழிலைப் பற்றி அறிவித்துள்ள விளக்கத்தையும், இந்த அத்தியாயத்தில் கொடுத்துள்ள விளக்கத் தையும் பாருங்கள். நான் சொல்லிய பலன்தான் பாடலில் உள்ளது. நான் அவருக்கு பலன்களை முன்கூட்டியே சொன்ன பிறகுதான், அதுவும் சில மாதங்களுக்குப் பின் தொழிலைப் பற்றி மட்டுமே ஆராயச் சொல்லிவிட்டு அதன் பின்தான் சுக்ர நாடிப் பாடலை என்னிடம் கொடுத்தார். அதில் இடைமத்தியில் 'கோளாய்வு' என்று குறிப்பிட்டுள்ளதைக் காண வேண்டும். இவர் ஜாதகத்தை அறிவுக்காக மட்டுமே கற்றுக் கொண்டார். எனவேதான் 'கோளாய்வு' என்று மட்டுமே குறிப்பிடப் பட்டுள்ளது. நான் யூகித்த காரணத்தையே குருவிடம் சீடன் கேட்பதாக பாடலில் வருகின்றது. லக்கினம் என்பதுதான் உயிர் என்று குறிப்பிடப்பட்டுள்ளது. உயிர் 'சால்' என்றால் கும்ப லக்கினம். கவியும் நண்டு என்பது கடகத்தில் சுக்கிரன், நண்டவனும் என்பது சந்திரனைக் குறிக்கும். மால் என்பது புதன், அனலி சூரியன். இவர்கள் வேங்கையில் என்றால் சிம்மம். நாரி என்பது கன்னி, சிகியென்பது கேதுவைக் குறிக்கும். அவர்

வில்லில் அதாவது தனுசில். வீணை மற்றோர் என்றால் மிதுனத்தில் மற்றவர்கள். எவ்வளவு நுணுக்கமாக கிரகங்களின் நிலை கூறப்பட்டுள்ளது என்பதைக் கவனியுங்கள். சீடன் கேட்ட கேள்விக்கு குருவானவர் சாந்தி செய்ய வேண்டும் என்று கூறுகின்றார். இதை சாந்திக் காண்டத்தில் கண்டு அவர் செய்தால் பலன்கள் நன்முறையில் நடக்கும். நான் ஆரம்பத்தில் கூறியது போல செவ்வாய் திசையின் பிற்பாதி முதல் நற்பலன்கள் நடக்கும் என்பது ஊர்ஜிதமாகின்றது.

இனி அடுத்து ஒரு ஜாதகம் பார்ப்போம். இந்த ஜாதகத்தை நன்கு கவனியுங்கள். இதில் குரு, சனி, செவ்வாய் மூவரும் உச்சம். புதன் ஆட்சி, உச்சம், மூலத்திரிகோணம் பெற்றுள்ள தோடு, சுக்கிரன் நீசபங்க ராஜ யோகம். சூரியன் ஆட்சி, சந்திரன் சுபச்சந்திரனாக சப்தமகேந்திரத்தில் உள்ளார். ஆஹா! கிரக அமைப்புகள் உன்னதமாக உள்ளனவே, பெரிய ஆளுடைய ஜாதகம்தான் என்று நினைப்பீர்கள்.

| | | | |
|---|---|---|---|
| | (கே) | | ல |
| | **இராசி** | | குரு |
| செ | | | சூ |
| சந் | | சனி (ரா) | புத சுக் |

பெரிய ஆள் மட்டும் அல்ல. மிகப் பெரிய ஆள். தேவர்களையெல்லாம் கலங்க அடித்து, யாராலும் வெல்ல முடியாத பாராக்கிரமசாலி. மிகுந்த பக்திமான். சங்கீத விற்பன்னர். கயிலையைப் பெயர்த்தெடுத்தவர். இன்னும் புரியவில்லையா? இராவணேஸ்வரர் ஜாதகம்தான் இது.

ஆனால் இராவணேஸ்வரன் வதம் முடிந்த பின்தான் ராகு, கேதுகளின் பரிபாலனம் தொடங்கியது. என்பது வரலாறு. எனவேதான் ராகு, கேதுக்களை அடைப்புக்குள் போட்டுள்ளேன். எனினும் இராவணேஸ்வரன் வதத்தில் ராகு, கேதுவாகிய ஸ்வர்பானுவின் பங்குண்டு என்பதை மறுக்க இயலாதபடி ராகு, கேதுகளின் நிலை இந்த ஜாதகத்தில் உள்ளது. நான் முன் ஜாதகத்தில் குறிப்பிட்டபடி ராகு கேதுகளுக்கு 3, 7, 11 பார்வை உண்டென்பதை இந்த ஜாதகம் உறுதிப்படுத்துகின்றது. இந்தப் பார்வைகள் இல்லையென்று கூறுவோர் உண்டு. நானும் ஆரம்பத்தில் 3,11 பார்வைகள் கிடையாது என்றுதான் கருதினேன். பல ஜாதகங்களை ஆராய்ந்ததில் என் அபிப்பிராயத்தை மாற்றிக் கொள்ள வேண்டிய நிலை ஏற்பட்டது. இனி ஜாதகத்தைக் கவனியுங்கள். ஒரு ஜாதகத்தில் ஆட்சி, உச்சம், மூலத்திரிகோணம் என்ற மூன்று அமைப்பும் இருந்தால் அது வைசேஷிகாம்ஸம் என்று குறிப்பிடப்படும். இதை ஒவ்வொரு வர்க்கமாகவும் கணக்கில் கொண்டு எத்தனை வர்க்கம் என்று கணக்கிட, 1 உச்சம், 2 ஆட்சி, 3 மூலத்திரிகோணம் ஆக 8 வர்க்க மேன்மையுடைய ஜாதகம். இதற்கு சாஸ்திரத்தில் தேவலோகாம்சம் என்று பெயர். சிவனை மயக்கியதோடு மட்டுமல்லாமல் தேவாதியர் அனைவரையும் நடுங்க வைத்து 7 கிரகங்களையும் சிம்மாசனப் படிகளில் குப்புறப் படுக்க வைத்து அவர்களின் முதுகின் மேல் கால் வைத்து நடந்து, சிம்மாசனத்தில் அமர்ந்து, பேரும் புகழும் பெற்றவர் அல்லவா! சாகா வரம்

பெற்ற இவரின் சம்ஹாரத்திற்காக, பகவான் விஷ்ணு ராம அவதாரம் எடுக்க நேர்ந்தது. கிரகங்கள் அளித்த வலுவைக் கவனியுங்கள். லக்கின யோகர்களாகிய சனியும், சுக்கிரனும் நன்முறையில் அமைந்து விட, லக்கினாதிபதி அதிபலம் பெற்றுள்ளார். 2ல் குரு 8ல் செவ்வாய் ஆகிய இருவர் வலுப் பெற்றும் பாதகம் அளிக்க வகையில்லாமல் இருவரும் சம சப்தமாகப் பார்த்துக் கொண்டதோடு, சனி குருவைப் பார்த்தும் உள்ளார். 3க்குடைய தைரிய, வீர தீர பராக்கிரம, காரிய வெற்றி ஸ்தானாதிபதி 3ல் ஆட்சி மூலத் திரிகோண வலு, குடும்ப ஸ்தானத்தில் ஒரு கிரகம் உச்சம் பெற்றாலும், சனியின் பார்வை குடும்ப ஸ்தானத்தையும் அதில் உள்ள கிரகத்தையும் பார்த்துள்ள தோடு குடும்பாதிபதியான சந்திரனையும் பார்த்துள்ளது பாதகத்தைக் குறைத்து, வலுவை அதிகமாக்கியுள்ளது. மனத்துக்கு அதிபதியான சந்திரன் சுபராக ராசியில் நின்று லக்கினத்தைப் பார்த்தது அசாத்திய மன உறுதியை அளித்து விட்டது. 3க்குடையவரின் ஆட்சியும் 8, 9க்குரியவரின் உச்சமும் ஆயுளைக் குறைக்க வழியில்லாமல் செய்து விட்டது. எதிரி ஸ்தானாதிபதியான செவ்வாய் 8ல் உச்சம் பெற்றாலும், அவர் நின்ற ஸ்தானாதிபதி வலுப்பெற்றும், 6ம் இடத்தை குருவும் பார்த்து விட்டதால் இவருக்கு எதிரிகளை அதிகமாக உருவாக்கி விட்டது. ஆனால் லக்கினாதிபதி மூன்று வலிவைப் பெற்றுள்ள தால் அசைக்க இயலவில்லை. புதனும், சுக்கிரனும் இணைந்தது கலைகளில் ஈடுபாட்டையும், வித்தைகளையும் உருவாக்கி யுள்ளது. 9க்குடையவரின் உச்சம் தெய்வ பக்தியை அளவிறந்து அளித்தது. 5ல் வேறு நின்றுள்ளார் அல்லவா ? இவ்வளவு உன்னதமாக இருந்தவரை அழிக்க இயலாதென்றுதான் அவரின் குணத்தைக் கெடுக்க ராகு, கேதுகளைப் பயன்படுத்திக் கொண்ட தாகக் கருத இடமுள்ளது. காரணம் லக்கினத்துக்கும், லக்கினாதி பதிக்கும் பாபர் பார்வை இல்லை. எனவே மறைமுகமாக ராகு,

கேதுகளைப் பயன்படுத்தித்தான் குணத்தைக் கெடுத்துள்ளதாகத் தெரிகின்றது. நேரடியாக அசுரருக்கு அசுரரே கெடுதல் செய்ய முடியாது என்பதால் லக்கினத்திற்கு 11ல் கேதுவும், ராசிக்கு 11ல் ராகுவும் வைத்து முறையே 11ம் பார்வையால் மறைமுகமாக கேதுவால் லக்கினத்தையும், ராகுவால் ராசியும் பார்க்க வைக்கப்பட்டுள்ளது என்று யூகிக்க இடமுள்ளது. இரு அரவங் களும் சுற்றி வளைத்ததாலேயே இவரின் சம்ஹாரம் மேலும் ராமரின் கோதண்டத்திலே ராகுவே அமர்ந்து இராவணனைக் கொன்றதாகக் கூறப்படுகின்றது. காரணம் இராவணேஸ்வரன் வதத்திற்கு பின்பே ராகு, கேதுவின் நவக்கிரக பரிபாலன தொடக்கம் என்பதனால்தான் என்று யூகிக்கலாம். நன்கு கவனியுங்கள். எந்தத் தவறும் செய்ய இயலாதவாறு பாபர்களின் பார்வை லக்னத்துக்கோ லக்னாதிபதிக்கோ சுக்கிரனுக்கோ, சந்திரனுக்கோ இல்லை. சனி 3ம் பார்வையால் சந்திரனைப் பார்த்தாலும் சனி யோகர் அல்லவா? எனவே கெடுக்க அவரால் இயலாது. மாரகம் அளிப்பவர்கள் குருவும், செவ்வாயுமே. ஆனால் அவர்கள் மாரகம் அளிக்க முடியாத நிலையில் சனியின் வலிமை உள்ளதால் மாரக லட்சணம் பெற்றுள்ள கிரகங்களும் இல்லை. 11ம் இடமாகிய மாரக ஸ்தானத்துடன் தொடர்பு பெற்றவர் சனிதான். ஆனால் அவர் அயுள் ஸ்தானத்திற்கு அதிபதியாகவும், ஆயுள் காரகத்துவமும் பெற்றுள்ளவர். மேலும் லக்கினச் சுபரும், யோகரும் கூட. எனவேதான் ராகு, கேதுகளின் உதவியைக் கொண்டே இராவணேஸ்வர வதம் நடந்திருக்க வேண்டும். இன்னும் பல விளக்கங்கள் கூறிக் கொண்டே போகலாம். இடம் போதாது. அடுத்து ஒருவரைச் சந்திக்கலாம்.

இது விஷ்ணுவின் அவதாரம் என்று சொல்லப்படும் பரசுராமர் ஜாதகம். இதன் சிறப்புகளைக் கவனியுங்கள். இதில் புதன் உச்சம், ஆட்சி, மூலத்திரிகோணம், சூரியன் ஆட்சி மூலத்

திரிகோணம். சுக்கிரன் ஆட்சி மூலத் திரிகோணம். குரு ஆட்சி. ஆக இதிலும் 8 வர்க்க மேன்மை உள்ளது.

பரசுராமரின் கோபம் ஜகம் அறிந்த ஒன்று. லக்கினத்தில் சூரியன், செவ்வாயின் பார்வை வேறு. பொதுவாகவே சிம்ம லக்கின ராசிக்காரர்களுக்கு முன்கோபம் உண்டு. இவ்விதம் சிம்மத்தில் சூரியன் நின்று செவ்வாயால் பார்க்கப்படுவது என்பது-

| குரு | கேது | செ | |
|---|---|---|---|
| | இராசி | | ல சூ |
| சந்திரன் சனி | | சுக்கிரன் ரா | புதன் |

### குணமெனும் குன்றேறி நின்றார் வெகுளி
### கணமேயும் காத்தல் அரிது

- என்னும் வள்ளுவரின் வாய்மொழிக்கொப்ப, அவரால் எத்தனை க்ஷத்திரியர்கள் சிரம் இழந்தார்கள்! 3க்குடையவரான சுக்கிரனின் ஆட்சி, மூலத்திரிகோணம் இவரை தைரியமிக்க பராக்கிரமசாலியாக்க, 2ம் இட புதன், குருவால் பார்க்கப்பட்டு

வேத சாஸ்திரங்களில் கரைகண்டவராகவும், தநூர் சாஸ்திரப் புலமையும், எவரும் வெல்ல முடியாத வீரத்தையும் அளித்துள்ளது. பிறப்பால் மகரிஷி என்றாலும், வீரத்தில் அவரை மிஞ்சியவர்கள் யார் ? தந்தையின் சொல் மீறாமல் தாயின் சிரத்தைக் கொய்து பின் தந்தை அளித்த வரத்தைக் கொண்டே தாயின் உயிரைக் கேட்டுப் பெற்றதை மறக்கவும் கூடுமோ! 4,9க்கு ஆதிபத்தியம் பெற்றவர் செவ்வாய். பிதுர்காரராகிய சூரியன் லக்கினத்தில் சந்திரனுக்கு கேந்திரத்தில் குரு நின்று கஜகேசரி யோகம் பெற்றுள்ளார். 9ம் இடத்தில் ஞானகாரகர் கேது நின்றது ஞானத்தை அளிக்கத் தவறவில்லை. இவ்விதமாக கிரகங்கள் வலுப்பெறுவது பல கோடி ஜாதகங்களில் ஒன்றுதான். வாக்கு ஸ்தான அதிபதி வலுப்பெற்று குருவால் பார்க்கப்பட்டதால் வாக்குச் சுத்தம் மட்டுமல்லாமல் வாக்குப் பலிதமும் ஏற்பட்டு உள்ளது. பெரும்பாலும் தவ சிரேஷ்டர்களுக்கு 2, 5,9 ஆகிய ஸ்தானங்கள் மற்றும் 11ம் இடம் உயர்ந்து நிற்கும். 4ம் இடம் கூட சிறப்புடன் அமையும். 7ம் இட அதிபதியான சனி கூட தனுசு ராசியில் அமர்ந்து இருந்தாலும் ஏன் இவர் பிரம்மச்சாரியாகவே இருந்தார் என்ற கேள்விக்கு விடை கண்டு பிடியுங்கள்.

பொதுவாக 2ல் ஒரு கிரகம் உச்சமடைந்தால் மனைவிக்கு ஆகாது என்று குறிப்பிட்டேன் அல்லவா ? இராவணேஸ்வரன் ஜாதகத்தில் குரு இருந்தாலும் உச்சனை இரு உச்சர்கள் பார்த்ததில் பரஸ்பரம் குருவும், செவ்வாயும் பார்த்து வலுவைக் குறைத்து விட்டார்கள். போதாதற்கு சனி யோகராக பஞ்சமத்தில் நின்று பார்த்தது அவரின் குடும்ப வாழ்விற்கு இன்னல் இல்லை. ஆனால் இங்கு அப்படியல்ல. குருவும், புதனும் ஆட்சி பெற்றாலும் குரு மாங்கல்ய ஸ்தானமான 8ல் நின்று விட்டார். புதனுக்கோ குருவை விட வலிமை அதிகம். 8ல் நின்ற குரு 4ம் இடமாகிய சுக ஸ்தானத்தைப் பார்த்ததோடு, செவ்வாயும் 4ம் இடத்தையும் பார்த்து, சப்தமாதிபதியாகிய சனியையும்

பார்க்கின்றார். மனைவி அமைய ரிஷப துலாம் கெடக்கூடாது என்பது ஒரு விதியல்லவா ? இதில் ரிஷபம் செவ்வாயாலும், துலாம் ராகுவாலும் கெட்டுவிட்டது. இங்கு மறுபடியும் ராகு கேதுகளின் 3, 11 பார்வைகளைக் கவனத்தில் கொண்டு வாருங்கள். லக்கினத்துக்கு 7 இடத்தையும் ராசிக்கு ஏழாம் இடத்தையும் கேது பார்க்க, ராகுவோ லக்கினத்தையும் பார்க்கின்றார். மேலும் அஷ்டமாதிபர் யாராயினும் அவர்கள் அஷ்டமத்தில் வலுப்பெறுதல் சிறப்பென்று கூறுவதற்கில்லை. 8ம் இடம் 7க்கு இரண்டாம் இடம் என்பதை மறக்கக் கூடாது. இந்த ஜாதகத்தில் இவரின் திருமண வாழ்க்கையை மறுத்தவர்கள் குரு, புதன், ராகு, கேதுவே. இன்னும் பல விளக்கங்கள் உள்ளன. அவ்வப்பொழுது சுட்டிக் காட்டுகின்றேன். அடுத்த ஜாதகம் இவருக்கு நேர்மாறானது.

| | | | |
|---|---|---|---|
| கு சந் சனி | | | ரா |
| | இராசி | | |
| | | | பு |
| ல கே | | | சூ செ சு |

இது ஒரு மகான் ஜாதகம். ஆரம்பத்தில் கெட்டுச் சீரழிந்து, பல பெண்களுடன் தொடர்பு கொண்டு தொழு நோய் பிடித்து

உயிரை மாய்த்துக் கொள்ள முயன்ற சமயம் முருகக் கடவுளால் அருள்பாலிக்கப்பட்டு தீர்க்கதரிசனம் பெற்று அவரின் கூர்வேல் நாக்கில் பட செந்தமிழ்ப் பாவலனாகி படிப்பதற்கே கடினமாக உள்ள திருப்புகழை பாடிய அருணகிரிநாதரின் அருமையான ஜாதகம் இது.

முன் ஜாதகம் நைஷ்டிக பிரும்மசாரியுடையது. இதுவோ பல கன்னியரிடம் காம சுகத்தை அளவிறந்து பெற்று குஷ்ட நோய் தாக்கப்பட்டவர். கிரகங்களின் நிலையைக் கவனியுங்கள். உபய லக்கினம், உபயராசி, நான்கு கேந்திரங்களிலும் கிரகங்கள். 5ம் இட இரண்டாம் திரிகோணத்தில் கிரகம் இல்லையென்றாலும், செவ்வாய் 8ம் பார்வையால் பார்த்து நிறைவு செய்து விட்டார். 9ம் இட மூன்றாம் திரிகோணத்தில் புதன் இப்படியாக கேந்திர திரிகோணங்கள் மட்டுமே வலிவு. ஆட்சி பெற்ற கிரகம் குரு மட்டுமே. முன் இரு ஜாதகங்களைப் போல் வலிமை பெற்றதல்ல இச்சாதகம். எனினும் தெய்வ அருள் கிட்டி ஞானியாகி விட்டார். இவருக்கு ஞானம் ஏற்படக் காரணம். முதலில் லக்கினத்தில் கேது, 7ல் ராகு, பூர்வ, புண்ய, ஆன்மீக புகழ் ஸ்தானாதிபதி செவ்வாய், லக்கினத்தைப் பார்க்க 9ம் இடம் 11 இட அதிபதிகள் இருவரும் செவ்வாயுடன் இணைந்து தசம கேந்திரத்தில். புதனோ 9ம் இடத்தில். சூரியனும், புதனும் பரிவர்த்தனம். சதுர்த்த கேந்திரத்தில் லக்கினாதிபதியான குருவுடன் இணைந்த சனி சந்திரன் இவர்கள் மூவரின் பார்வையும் 10ம் இடத்துக்கு. எனவே இவர் இயற்கையில் கெட்டவர் அல்ல. செவ்வாய் சுக்கிரன் இணைவு காம இச்சையைத் தூண்டவே செய்யும். எனினும் குரு வலிமை பெற்று பார்க்கும்போது அவர்கள் எழுச்சி தடைதான். எனினும் ஏதோ ஓர் மாயையால்தான் இவர் அத்தனை துன்பங்களை ஏற்க வேண்டியேற்பட்டது. ஜாதக ரீதியாக ஆராய்ந்தால், கல்லினுள் மறைந்துள்ள தேரையைப்

போல் இவரினுள் இருப்பது புலப்படும். தனுசு கேதுவும் சரி, மிதுன ராகுவும் சரி பெருமளவு கெடுதல் புரியும் வாய்ப்பில்லை. லக்கினத்தை சனி பார்த்தாலும் குருவின் இணைவு பெற்றவர் பெரும் தீமை செய்துவிட இயலாது. செவ்வாயோ லக்கின, ராசிச் சுபர். அவராலும் இவருக்கு கெடுபலன்கள் அளிக்க இயலாது என்பதுதான் உண்மை. இது இறைவனின் சோதனைதான். இப்படி உள்ள ஜாதகத்தில் தீமைகள் தலைவிரித்தாட முடியாது. காரணம் கிரகங்கள் அமர்ந்த நிலைதான். 5 கிரகங்கள் குருவின் கட்டுப்பாட்டில் உள்ளன. தனுசு, கேதுவும் 7ம் இட மிதுன ராகுவும் கெடு பலன்கள் அளிக்க மாட்டார்கள். எனினும் சோதனைக்களம் 7ம் இடம்தான். 3ம் இடமாகிய யோகஸ்தான அதிபதி சனி, செவ்வாய், சுக்கிரன் ஆகியோர்களின் பார்வையும் சோதனைதான். ராகு, கேதுகளின் இணைவு குஷ்ட நோயை அளித்தது. பாதகாதிபதி என்றாலும் புதன் தீர்த்த யாத்திரை போல் பல க்ஷேத்திரங்களைக் காண வைத்து விட்டது.

| | | | |
|---|---|---|---|
| | | | சந் |
| ரா | இராசி | | |
| செ | | | கே |
| பு | சூ | ல சு கு சனி | |

இந்த ஜாதகத்தைக் கவனியுங்கள். சனி உச்சம், செவ்வாய் உச்சம், சுக்கிரன் ஆட்சி மூலத் திரிகோணம், 4 வர்க்க மேன்மையுள்ளதோடு 4 கேந்திரங்களும், 5, 9-திரிகோணங்களும் கிரகங்களால் இணைவு. நல்ல உயர்வு பெற்ற ஜாதகம் என்று கூறத் தோன்றுகின்றதல்லவா ? ராஜயோக கேந்திரங்கள், மேஷம், கடகம், துலாம், மகரம் முழுமையடைந்து விட்டது. ஆம், இவர் பேரரசர், மொகலாயப் பேரரசர் அக்பரின் ஜாதகம் இது. கிரகங்களின் நிலையைக் கொண்டு தர நிர்ணயம் செய்யுங்கள். லக்கினாதிபதி, லக்கின சுபரும், யோகரும், 4, 5க்குடைய சனி, 3, 6க்குடைய குரு இவர்களின் இணைவு பெரும் மேன்மையை அளித்து விட்டது. 2, 7க்குடையவரின் மகர உச்சம். நல்ல பராக்கிரமத்துடன் ஆட்சி புரிந்தவர். 11ல் கேது, லக்கினத்தில் குரு, பஞ்சமத்தில் ராகு நின்றாலும் குரு பார்வை இவரை விவேகியாக்கியது. கடவுள் நம்பிக்கையுடன், சர்வ மதக் கொள்கையுடையவராக இருந்தார். புதிதாக 'தீன் இலாஹி' என்ற ஒரு மதத்தையே துவக்கினார். மதவெறி இல்லாமல் இந்துக்களுக்கும், முஸ்லிம்களுக்கும் பாலமாக ராஜபுத்திரப் பெண்மணியைத் திருமணம் செய்து கொண்டவர். மிக்க பெருந்தன்மையுடன் நடந்து கொண்டவர். சிறந்த ராஜ தந்திரி. சிறப்புடன் ஆட்சி புரிந்து சரித்திரத்தில் இடம் பெற்றவர். சுக்கிரன், குரு இருவருமே பாவிகள் என்றாலும், லக்கினத்தில் அவர்களை நன்முறையில் இணைப்பவர் சனிதான். பொதுவாக லக்கினாதிபதி லக்கினத்தில் ஆட்சிபெறுவதும், லக்கினச் சுபர், யோகர் லக்கினத்தில் உச்சம் பெறுவதும் சிறப்பை அளிக்கத் தவறுவது இல்லை. சந்திரனை குருவும் குரு மனையேறிய புதனும் பார்ப்பது நல்ல கவித்துவம், புலமையை அளித்துள்ளது. புதன் தன் வீட்டைப் பார்ப்பது மேலும் மேன்மையை அளிக்கின்றது. கவிஞர்களை ஆதரித்தவர். நகைச்சுவையுணர்வு மிக்கவர் என்று வரிசை நீண்டு கொண்டே போகலாம்.

| | | | |
|---|---|---|---|
| பு | சு | | செ<br>ரா |
| சூ<br>குரு | | | |
| | | | ல |
| கே | | சனி | சந் |

இந்த ஜாதகத்தைக் கவனியுங்கள். ஒரு கிரகம் மட்டுமே உச்சம். லக்கினமோ சிம்மம். ராஜயோகம் இல்லை. எனினும் ஒரு சாம்ராஜ்யத்தையே நடுங்க வைத்தார். ‘மலை எலி’ என்று பெயர் பெற்ற வீர சிவாஜி சாதகம் இது. மூன்று கிரகங்கள் தன் வீட்டைத்தான் பார்க்கும் அமைப்பு, தன் வீட்டைத் தான் பார்க்கும் கிரகங்கள் எப்படியும் அந்த இடத்தை மேன்மை அடையச் செய்துவிடும் என்பதில் ஐயமில்லை. பேரரசர் ஔரங்கசீப்பின் சிறையிலிருந்து சாதுரியமாகத் தப்பியவர். அவரைக் கலங்க அடித்து பல கோட்டைகளைப் பிடித்தவர். 3ல் சனி உச்சம், சுக்கிரன் 3ம் இடத்தைப் பார்ப்பது, சிம்மத்தின் அதிபதி சிம்மத்தை யோகரோடு சேர்ந்து பார்ப்பது அசாத்திய மான துணிச்சலைக் கொடுத்துள்ளது. சிறந்த வீரராக இருந்தார். அத்துடன் மதியூகியாகவும் செயல்படுத்த வைத்துள்ளார் குரு பகவான். எனினும் குருவும் சந்திரனும் சஷ்டாஷ்டகமாக

அமைந்து அவர் வாழ்க்கையில் பல போராட்டங்களைச் சந்திக்க வைத்து விட்டது. தந்தையார் ஸ்தானம் பழுது பட்டுவிட்டது. 9க் குரியவர் 11ல் பகை பெற்று, சனியின் பார்வை 9ம் இடத்துக்கு. எனவே அவரின் தந்தையாரின் ஆதரவு அவருக்கு கிட்ட வில்லை. தாயாருக்குரியவரும் செவ்வாய்தான். எனினும் 4ம் இடம் பழுதுபடவில்லை. தாயன்புடன் வளர்ந்தவர். வீர சாகஸங்கள் புரிந்தவர். ராஜ பரம்பரையில் தோன்றியவர் அல்ல. பொதுவாக சர லக்கினங்களே அத்தகைய உயர்நிலையை அளிக்கும். சாதாரணமாகப் பிறந்தாலும் சர லக்கினங்கள், கிரகங்கள் நன்முறையில் அமைந்து விட்டால் நாடாளும் வாய்ப்பை அளித்துவிடும். எவ்வளவுதான் சிறப்புடன் இருந்தாலும் ஸ்திர லக்கினங்கள் முழுமையான ராஜயோகம் பெறுவதில்லை. பெற்றாலும் நீடித்திருப்பதில்லை என்பதுதான் சாஸ்திர உண்மை. சிவாஜியும் நீணட காலம் ஆட்சி புரிய வில்லை. ஆனால் பராக்கிரமத்தில் குறைந்தவரல்ல.

| | | | |
|---|---|---|---|
| | புத | சூரி<br>சந் | சுக் |
| செ<br>கே | **இராசி<br>3–6–1924<br>மிருகசீரிஷம்<br>1ம் பாதம்** | | <u>ல</u> |
| | | | ரா |
| | குரு | சனி | |

பிறந்த தேதி 3-6-1924. செவ்வாய் திசை இருப்பு 5-9-13. மிகச் சாதாரண எளிய குடும்பத்தில் பிறந்து, படிப்படியாக உயர்ந்து தமிழக முதல்வராகிய டாக்டர் கலைஞர் மு.கருணாநிதி அவர்களின் ஜாதகம் இது.

ராஜயோக கேந்திரத்தில் லக்கினம் அமைந்துள்ளது. லக்கினத்தில் கிரகம் இல்லை என்றாலும் லக்கினாதிபதி சந்திரன் உச்சம் மற்றும் 5ம் இடத்தில் உள்ள குரு லக்கினத்தைப் பார்த்துள்ளார். எனவே லக்கின கேந்திரம் வலுவுற்றுள்ளது. சதுர்த்த கேந்திரத்திலும், தசம கேந்திரத்திலும் கிரகம் உள்ளது. சப்தம கேந்திரத்தில் கிரகம் இல்லையெனினும் அந்த வீட்டின் அதிபதி சதுர்த்த கேந்திரத்தில் உச்சம். இந்த ஜாதகத்தில் இரு கிரகம் உச்சம். சந்திரன் உச்சத்துடன் மூலத்திரிகோண வலுவும் பெற்றுள்ளார். எனவே 3 வர்க்க மேன்மையுள்ளது. மேலும் கேந்திர, திரிகோணங்கள் வலுவடைந்து விட்டது. 2ம் இடம் பழுதுபட்டுவிட்டது. அதன் அதிபதி ரிஷபத்தில் பகை என்றாலும் அங்கு அவர் திக் பலம். குருப்பார்வை வேறு, லக்கினாதிபதி யுடன் இணைந்து குரு பார்வையும் பெற்றதால் மிக்க திறமையை உண்டாக்கி விட்டது. லக்கின யோகர்களில் குரு நன்முறையில் உள்ளார். செவ்வாயின் நிலைமை சரியில்லை. அஷ்டமத்தில் கேதுவோடு இணைவுடன் 2ம் இடத்தைப் பார்த்ததால் கல்வி வளம் இல்லை. என்றாலும் புதன் தசம கேந்திரம் பெற்றுள்ள வாய்ப்பு அவரைப் படிக்காத மேதையாக்கி விட்டது. அவரின் இலக்கியப் புலமையும், கவிதை, காவியத் திறமையும் பேச்சாற்றலும் உலகம் அறிந்ததுதானே. லக்கினாதி பதியை செவ்வாய் பார்த்தது கோபக்காரர் ஆக்கியது என்றால் குரு பார்வை அதன் வேகத்தை கட்டுப்படுத்திவிட்டது. லக்கினத்தை குரு பார்த்துள்ளதால் அறிவுக் கூர்மையையும், விவேகத்தையும் அளித்துள்ளது. சனியும் பார்ப்பதால் அவர்

எடுக்கும் முடிவுகளில் சில தவறு நேர வாய்ப்புள்ளது. அப்படி யான ஒன்றுதான் மறைந்த தமிழக முதல்வர் மாண்புமிகு எம்.ஜி.ஆர். அவர்களை கட்சியை விட்டு நீக்கியது. அது அவரின் விவேகத்துக்கு ஏற்பட்ட களங்கம் என்று கூடக் கூறலாம். ராஜ தந்திரத்தை உச்சம் பெற்ற சனி ஆட்டி விட்டார். சனி யோகர் அல்ல. ஆனால் ராசிக்கு யோகர். எனவே அவர் திசையில் ஆட்சி பீடத்தை அளித்து, அவரே அதைப் பறித்து விட்டார். புகழ் ஸ்தானாதிபதியான செவ்வாய் அஷ்டமத்தில் இருந்தாலும், அவரை அரவங்கள் சூழ்ந்தாலும் புகழ் கீர்த்தியில் சற்று களங்கம் ஏற்படலாமே தவிர 5ம் இடத்துக் குரு அவரின் புகழ் கீர்த்தியை முற்றிலும் இழந்து போகவிட மாட்டார். லக்கின உச்சாதிபதி திரிகோணம் பெற்று உச்சம் பெற்ற லக்கினாதி பதியைப் பார்ப்பது குரு சந்திர, கஜ கேஸரி யோகத்தையும் அளித்துள்ளது. அஷ்டமாதிபதி வலுப்பெறுதல் கூடாது என்று குறிப்பிட்டேன் அல்லவா ? சப்தம அஷ்டமாதிபதி உச்சம் பெற்று தொழில் ஸ்தானத்தைப் பார்ப்பதால் அடிக்கடி சரிவுகள் ஏற்பட்டே தீரும் என்றாலும் தனாதிபதி லாபத்தில் திக் பலம் பெற்றுள்ளதால் தன விஷயங்களில் இவருக்குச் சரிவு என்பதே கிடையாது. தன ஸ்தானத்தில் அரவம் நின்றாலும், தனச் சரிவு ஏற்படாது. அதற்குப் பதில் அவருக்கு முதல் குடும்பத்தைக் கெடுத்து விட்டான். முதன் மனைவியை இழந்து விட்டார். இம் மாதிரியான கிரகங்களின் அமைப்பு ஒருவரின் வாழ்க்கையை மேன்மையடையச் செய்யும்.

அடுத்ததாக, இதுவும் சாதாரண குடும்பத்தில் பிறந்து உன்னத நிலைக்கு உயர்ந்தவர். முன்னவர் பட்டப் படிப்பு இல்லை. இவர் எம்.ஏ. பட்டதாரி. 2க்குடையவரும் லக்கினாதி பதியான சனியும், செவ்வாயும் இணைந்து நீசபங்க ராஜயோகம் பெற்றதுடன், 2ம் இடத்தை குரு, சூ, பு, சுக் ஆகியவர்கள் பார்க்க

சிறந்த பேச்சாற்றல், கதைகள், கட்டுரைகள் போன்றவற்றில் சிறப்பு அடைய வைத்துள்ளது. 8ல் அதிகமாக கிரகங்கள் இருப்பது இவரைப் பண விஷயத்தில் கட்டுப்படுத்திவிட்டது.

| | | | |
|---|---|---|---|
| | சனி செ | ரா | |
| | **இராசி** | | சந் |
| ல | | | குரு சூ பு சு |
| | | கே | |

5ம் இடத்து ராகு, மற்றும் 9ம் இடத்து புதன், 10ம் இடத்து சந்திரன் ஆகியோர் 8ல் இருப்பது இவருக்கு புத்திர தோஷத்தை அளித்துள்ளது. தத்துப் பிள்ளைகள்தான். வாரிசு இவருக்கு இல்லை. இச்சாதகத்தில் சுபர்கள் வலுப் பெறவில்லை. பாவர்களே வலுப் பெற்றுள்ளார்கள். பாப லக்கின ஜாதகம். எனவே பாபர்களே யோகம் அளித்தனர். தமிழகத்தின் ஆட்சி பீடத்தை அலங்கரித்தவர். ஆனால் நீண்ட காலம் அவரை ஆட்சியில் இருக்க விடவில்லை. இதில் மூன்று கிரகங்கள் ஆட்சி, ஒரு நீச பங்கம், ஒரு உச்சம் உள்ளது. எனவேதான் இவரால் ஒரு கட்சியைத் தொடங்கி மக்களை ஈர்க்க முடிந்தது. ஆம். 'திராவிட முன்னேற்றக் கழகத்தின்' ஆரம்ப கர்த்தாவான மதிப்பிற்குரிய

சி.என். அண்ணாதுரை அவர்களின் ஜாதகம்தான் இது. பொதுவாக இம்மாதிரி கிரக வலுக்களோடு, சர லக்கினத்தில் பிறந்தவர்கள்தான் ஆட்சிப் பொறுப்பை ஏற்றுக் கொள்கின்றார்கள். மற்ற லக்கினதாரர்களுக்கு சிறப்பான அமைப்பில் இருந்தால், கிரகங்கள் அதிபலம் பெற்று இருந்தால் ராஜயோகம் கிடைக்கும். மற்றப்படி கிரக லக்கின வலுவில்லாமல் ராஜயோகம் அடைய முடியாது. அடைந்துள்ளதாக ஒரு ஜாதகம் கூறுகின்றது. அதைக் கவனியுங்கள்.

| | | | |
|---|---|---|---|
| | கு | | கே |
| ல | இராசி | | சனி |
| பு சூ செ | | | |
| ரா சு | | சந் | |

இந்த ஜாதகத்தை நன்கு கவனியுங்கள். பாப லக்கினமாகிய கும்ப லக்கின ஜாதகம். சனி 6ல் இருப்பது நல்லது என்பது பொதுவான கருத்து. ஆனால் லக்கினாதிபதி 6ல் நின்று பகை பெறுவது சிறப்பாகுமா! இந்நிலையில் லக்கினத்திற்கு ராகுவைத் தவிர எவர் பார்வையுமில்லை. முதலில் லக்கினமே வலுப் பெறவில்லை. லக்கினாதிபதி நின்ற ஸ்தானாதிபதியாவது வலுப்

பெற்றாரா என்றால் அவர் 9ம் இடமாகிய பாப ஸ்தானத்தில் வலு எதுவும் இல்லாமல் குருவால் மட்டுமே பார்க்கப்பட்டுள்ளார். குருவுக்கே இதில் வலிமையில்லை.

பொதுச் சுபரும், தன வாக்கு ஸ்தானாதிபதி 3ல் மறைவது சிறப்பல்ல. அங்கு அவர் பகை இல்லை என்றாலும் வலுவுடன் இல்லை. குருச்சந்திர யோகம், கஜகேசரி யோகம் உண்டென்றாலும் அதனால் பெரும் பயன் ஏற்படாது என்ற வகையில் மாரகாதிபதியான செவ்வாய் 12ல் உச்சம் பெற்று குருவைப் பார்ப்பது வலு கொடுக்கும் நிலை அல்ல. பொதுவாக 6, 8, 12ல் ஒரு கிரகம் உச்சம் பெறுவது தீமையைத்தான் தலை விரித்தாடச் செய்யும் என்றால் பாவர்கள் தீய ஸ்தானங்களில் வலுப் பெறுதல் நன்மையாகுமா? அவர்கள் தீய ஸ்தானங்களில் நின்று வலிவை இழக்க வேண்டும். அந்நிலைதான் சாதகரின் மேன்மைக்குத் துணை புரியும். லக்கினச் சுபரான சுக்கிரன் 11ம் இடம் என்றாலும் பணபர, உபசெய ஸ்தானத்தில் நின்று தன் பகைவரான குருவால் பார்க்கப்பட்டுள்ளதால் அவருக்கும் வலிமையில்லை. மற்றொரு அரை யோகரான புதனும் 12ம் இடத்தில் வலிமை இழந்து விட்டார். இப்படி பொது நோக்கில் காணும்போது செவ்வாயைத் தவிர எந்தக் கிரகமும் வலுப் பெறவில்லை. கேந்திர வலுவுமில்லை. 4 கேந்திரங்களும் சிறப்பில்லை. திரிகோணங்களும் சிறப்பில்லை. இந்நிலையில் ஒரு சாதகம், அதுவும் ஸ்திர ராசி, அதிலும் விருத்த பருவத்தில் வரும் கும்ப லக்கினம் எங்ஙனம் ராஜ யோகம் பெற முடியும்? பெற்றுள்ளது என்று கூறுகின்றார்கள். பல ஆதாரங்களைக் குறிப்பிடுகின்றார்கள். அடிப்படை வலுவில்லாமல் மிக உயர்ந்த கட்டடம் எப்படி கட்ட இயலும்? ராசிதான் அடிப்படை. அம்ஸம் அதற்கு துணை புரிவதுதான்.

இச்சாதகம் இவர் பெற்றுள்ள மிக உயர்ந்த நிலையைப் பெற்றுத் தராது. 5ம் இடத்து கேது ஞானத்தை வழங்கலாமே அன்றி ஆட்சி பீடத்தை அளிக்காது. கேது திசையில் இவர் தமிழக ஆட்சிபீடத்தை அலங்கரித்திருப்பதாக அறியப்படுகின்றது. இவர் பெற்றுள்ள அபரிமிதமான செல்வாக்கு, சொல்வாக்கிற்கு இந்த ஜாதகம் சற்றும் பொருத்தமாக இல்லை. அவர் விரலசைத்தால் தமிழகமே அசையக்கூடிய நிலையில் உள்ளவரின் சாதகம் இது என்பதை ஏற்றுக் கொள்ள இயலவில்லை. கலைஞர் மு.கருணாநிதியை வெற்றி கண்டவர் அவர் என்றால் அவர் சாதகத்தை விடவும் இச்சாதகம் உயர்ந்து நிற்க வேண்டுமல்லவா? அவ்வளவு வலிமை இந்த சாதகம் பெறவில்லையே. இது மாண்புமிகு எம்.ஜி.ஆர். அவர்கள் ஜாதகம் என்று குறிப்பிடப் பட்டுள்ளது. பிறப்பு 17-1-1917, ராகு திசை இருப்பு 8-4-0. இதுதான் அவரின் சாதகம் என்றால் 'பாவகச் சக்கரத்தின்' நிலையைக் கொண்டு தான் உறுதி செய்ய இயலும். வாக்கு ஸ்தானாதிபதி அதிபலம் பெறாத நிலையில் ஒருவரின் சொல்லுக்கு கோடிக்கணக்கான மக்கள் மதிப்பளிக்கக் கூடுமா? மற்றவர்கள் 6ம் இடத்து சனியையும், 5ம் இட கேது மற்றும் 11ம் இட ராகு, சுக்கிரனைக் காட்டியே பேசுகின்றார்கள். சனி லக்கினாதிபதி என்பதையே கவனத்தில் கொள்ளவில்லை என்றுதான் கூறத் தோன்றுகின்றது. இந்த ஜாதகம் M.G.R. அவர் களுடையது அல்ல என்ற எண்ணமே ஏற்படுகின்றது.

லக்கினம் மற்றும் லக்கினாதிபதியே வலுவற்ற நிலையில் புகழ் ஸ்தானாதிபதி தன் வீட்டிற்கு 8ம் இடத்தில் மிதுனத்துக்கு சஷ்டியாதிபதியோடும், 3ம் இடத்ததிபன், மற்றும் லக்கினப் பகைவரான சூரியனோடு லக்கினத்திற்கு 12ம் இடத்தில் இருப்பது இன்றைய அவரின் புகழ் கீர்த்திக்கு துணை செய்யாது. அவரின் சாதகம் ராஜயோகத்தின் கீழ் வர வேண்டும். இந்த சாதகம் ராஜ

யோக அடிப்படை இல்லை. இதோ அடுத்து ஒரு ஸ்திர ராசி ஜாதகத்தினை அளிக்கிறேன். அதையும் இதையும் ஒத்திட்டுப் பாருங்கள். என் கூற்றை நீங்கள் புரிந்து கொள்ளலாம்.

| | | | |
|---|---|---|---|
| | | | சனி |
| | இராசி | | ரா |
| கே | | | சூ ல<br>கு சந்<br>சு பு |
| | | | செ |

இந்த ஜாதகத்தை நன்கு கவனியுங்கள். இதுவும் ராஜயோக சாதகம் அல்ல. ஒரு கிரகம் மட்டுமே ஆட்சி. அதுவும் லக்கினத் திலேயே. சிம்ம லக்கின அதிபதியான சூரியன் சிம்மத்திலே ஆட்சி பெற்று உடன் நான்கு கிரகங்கள் இணைந்து ராசியும் சிம்மமே. லக்கினத்தில் இணைந்த ஐந்து கிரகங்களின் பலமே இவரை சிம்மாசனத்துக்கு உரியராக்கியுள்ளது.

இது நம் முன்னாள் பிரதமர் மாண்புமிகு ராஜீவ்காந்தி அவர்களுடையது. பிறந்த தேதி 20-8-1944. காலை 8-00 மணி. சுக்கிர திசை இருப்பு 14-6-00. தற்போது ராகு திசையில் சனி புத்தி நடப்பு. இவருக்கு 12ம் இட கடக ராகு ஆட்சியை அளித்துள்ளார். கடகத்தில் நின்றுள்ள ராகுவுக்கு கேந்திரத்தில்

கிரகங்கள் இல்லை. எனவே நீடித்த யோகம் என்று கூறுவதற்கு இல்லை. 11ம் இடத்தில் சனி இருப்பது நல்ல அமைப்பு. எனினும் அவரே 6க்குடையவராகவும் இருந்து லக்கினத்தைப் பார்ப்பது எதிரிகள் அதிகம் என்பதோடு எதிரிகளால் ஆபத்தும் உண்டு என்பதை மறுக்க இயலாது. மேலும் பாதகாதிபத்தியம் பெறும் செவ்வாய் யோகராக இருந்து 2ம் இடம் கன்னியில் கெட்டு விட்டது நல்லதல்ல. பாதகர் செவ்வாய் 8ம் இடத்தை பார்ப்பதும் நல்லதல்ல. ஆனால் 8ம் பார்வையால் தன் ஸ்தானமான 9ம் இட மேஷத்தைப் பார்க்கின்றார். இதைச் சிலர் பிரமாதமான அமைப்பு என்று கூறுவார்கள்.

யோகாதிபதியான பாதகாதிபதி கெட்டுப் போய் பாதக ஸ்தானத்தைப் பார்ப்பது பாதகத்தைக் குறைப்பதற்குப் பதில் அதிகமாக்கவே செய்யும். அவர் கெடாமல் 9ம் இடத்தைப் பார்த்தால் நிச்சயம் நன்மைதான். மேலும் குரு பகவான் யோகர் என்றாலும் அவரே மாரகாதிபதி. மற்றொரு மாராகாதிபதியான 3, 10ம் இடத்து சுக்கிரனும் லக்கினத்தில் இணைந்தது இவருக்கு எப்போதும் ஆபத்து என்ற சூழ்நிலைதான். இவருடைய தாயார் மறைந்த பிரதமர் மதிப்பிற்குரிய திருமதி இந்திராகாந்தி அம்மையாருக்கு 2ல்தான் செவ்வாய், கேது 6ல் இருப்பது எதிரிகளை வெல்வார் என்றாலும் 6க்குடையவர் தன் ஸ்தானத்துக்கு 6ல் நின்று லக்கினத்தைப் பார்ப்பது எதிரிகளின் வலுவைக் கூட்டவே செய்யும். இது ராஜயோகத்தின் அடிப் படையில் கிடைத்த யோகம் அல்ல. என்றாலும், லக்கினத்தின் வலிமை அதிகம். இப்படியாக ஏதாவது ஒரு வகையில் லக்கின மாவது அதிபலம் பெற வேண்டும். இவரின் புகழ் கீர்த்திக்கு காரணம் குரு பகவானே. 5ஐப் பார்க்கின்றார் அல்லவா ? இது போல் கெடாமல் தன் வீட்டைப் பார்க்கும் கிரகங்களே அந்த ஸ்தானத்தை நன்முறையில் காக்கும். இவர் தன்னுடைய சுற்றுப்

புறத்தை எச்சரிக்கையுடன் கவனிக்க வேண்டும். நண்பர்கள் (அ) நெருங்கியவர்கள் என்று கூட இருப்பவர்களே இவருக்கு துரோகம் செய்து விடுவார்கள். காரணம் சுக்கிரன், குருவின் இணைவுடன் புதன் இணைவும்தான், மிதுனத்தில் சனி, கன்னியில் கெட்டுப்போன செவ்வாய். எனவே எச்சரிக்கை அவசியம் தேவை. சிம்மத்திற்கு முழு யோகர் என்பவர் எவரும் இல்லை என்பதை மறக்கக் கூடாது. முன் சாதகத்துக்கும் இதற்கும் உள்ள வித்தியாசங்களைக் கூர்ந்து கவனித்துப் பாருங்கள்.

| | | | |
|---|---|---|---|
| | | குரு | கே |
| | **இராசி**<br>**19–11–1917** | | ல<br>சனி |
| சந் | | | செ |
| சுக்<br>ராகு | சூரி<br>புதன் | | |

இந்த ஜாதகத்தை கவனியுங்கள். கடக லக்கினம். லக்கினாதிபதி சுபராக 7ல் நின்று 7க்குடையவரோடு பரிவர்த்தனம். லக்னகேந்திரம், சப்தமகேந்திரம் வலு. சனி தசம கேந்திரத்தைப் பார்ப்பதால் அதுவும் வலுப்பெறுகின்றது. இரு திரிகோணங்களும் வலு. இதில் எந்தக் கிரகமும் ஆட்சி, உச்சம் இல்லை. எனினும் லக்கினாதிபதி பரிவர்த்தனம் பெற்றதால்

வலிமை. மேலும் குரு, சுக்கிரன் பரிவர்த்தனம். செவ்வாய், சூரியன் பரிவர்த்தனம். ஆக 3 பரிவர்த்தனங்கள் ஏற்பட்டுள்ளது. பரிவர்த்தனம் பெற்ற கிரகங்கள் வலிமை பெறுவதாக சாஸ்திரம் புகழுகின்றது. ஏறத்தாழ ஆட்சி வலுவைப் பெறும் நிலைதான். இதுவே இந்த சாதகத்தின் அடித்தளம். 3க்குடைய புதன் திரிகோணம் பெற்று சூரியனிடம் இணைந்த நிலை, குருவால் பார்க்கப்படல், 3ம் இடத்தை குருவும், சனியும் பார்க்க சந்திரன் லக்கினத்தைப் பார்க்க அசாத்திய துணிச்சல், தைரியம். இதில் செவ்வாய் தன் வீடாகிய 5ஐ பார்ப்பது அதிஉன்னதம். மித்திரன் வீட்டிலிருந்து நட்புடன் தன் வீட்டைப் பார்க்கின்றார். சனி தன் வீட்டைப் பார்ப்பதும், சந்திரன் தன் வீட்டைப் பார்ப்பதும் வலுக் கூட்டுகின்றது. 10ம் இடத்ததிபதி 10க்கு 5ல் நன்முறையில் அமர்ந்தது இவருக்கு ஆட்சிப் பொறுப்பைத் தேடிக் கொணர்ந்தது. 5ம் இடம் அருமையாக இருந்ததால், புகழ் கீர்த்திக்கு அளவே இல்லை. உலகம் முழுவதுமே புகழக் கூடிய நிலை பெற்றார். சந்திரனை குரு பார்த்து மேலும் வலுவைக் கூட்டி, சிறந்த ராஜதந்திரி என்ற பெயரைப் பெற்றுத் தந்தது. நமது பெருமைமிகு மறைந்த பிரதமர் இந்திரா காந்தி அவர்களின் சாதகம்தான் இது.

6ல் ராகு கோதண்ட ராகுவாகி, 6ம் இடத்ததிபர் 6க்கு 6ல் அதாவது 11-ல் நின்றதும் அந்த ஸ்தானத்துக்குடையவரால் பரிவர்த்தனம் பெற்றதும் எதிரிகளை உருவாக்கிவிட்டது. வெல்லும் திறமையை ராகு அளித்தாலும் கடக லக்கினமல்லவா? சமயம் பார்த்து காலை வாரவும் ராகு தயங்க மாட்டார் என்பதை இந்த ஜாதகம் உணர்த்துகின்றது. இவருக்கு சிம்மத்தில் சனி அஷ்டமச் சனியாக இருந்த போது, பதவி பறிபோய் பல துன்பங்களை அனுபவித்தார். மறுபடியும் கன்னிக்கு சனி வந்தவுடன் பதவியை மீட்டுக் கொடுத்தார். துலாத்திற்கு சனி வரும்போது இவருக்கு ஆபத்து ஏற்படக்கூடும் என்று கணித்தேன். துலாத்தில் அவர்

உச்சம் பெற்று 3ம் பார்வையால் 6ம் இடத்தையும் 10ம் பார்வையால் லக்கினத்தையும் பார்த்தார். அது சமயம் நிலைமைகளைக் குறிப்பிட்டு கடிதம் எழுதியிருந்தேன். சனி துலாத்துக்கு வந்த நாள் முதல் அவர் குறி வைக்கப்பட்டு, தப்பித்துக் கொண்டே வந்தார்.

30-10-1984ந் தேதி என்னால் மறக்க முடியாத நாள். அன்று மாலை அகஸ்மாத்தாக ஒரு விலாசம் தேடி டைரியைப் புரட்டினேன். அதில் இந்திராகாந்தி அவர்களின் ஜாதகத்தை எழுதி வைத்திருந்தேன். ஐப்பசி மாதம். எனவே 2, 7க்குரிய இரு மாரகாதிகளும் ஒன்றிணைந்து நிற்க, செவ்வாய் 2ல் நின்றதால் மாரக லக்ஷணம் பெற்றவர். அதே போல், சந்திரன் 7ல் நின்றதால் மாரக லக்ஷணம் பெற்றவர். ஏதோ ஓர் பொறி தட்டியது. வாசன் பஞ்சாங்கத்தை எடுத்து அன்றைய கிரக நிலைகளைக் குறித்தேன். கீழ்க்கண்டபடி அன்றைய நிலை ஐப்பசி மாதத்தைக் கடப்பாரா என்ற கேள்விக்குறி தோன்றியது. எண்ணத்தை எழுதினேன்.

<table>
<tr><td></td><td></td><td>ரா</td><td></td></tr>
<tr><td></td><td colspan="2" rowspan="2">இராசி<br>30–10–1984<br>மாலை<br>மறுநாளும்<br>இதே நிலை</td><td>ல</td></tr>
<tr><td>சந்</td><td></td></tr>
<tr><td>கு<br>செ</td><td>கே<br>சுக்</td><td>சூ<br>பு<br>சனி</td><td></td></tr>
</table>

நான் ஆங்கிலத்தில் கடிதம் எழுதுவதைப் பார்த்து பக்கத்துக் கடைக்காரர் - அவர் காங்கிரஸ்காரர் - என்னிடம் என்ன ஆங்கிலத்தில் எழுதுகிறீர்களே என்று கேட்டார். நான் தலைநகர்க்கு உங்கள் அம்மாவுக்குத்தான் கடிதம் என்று கூறினேன். என்ன விஷயம் என்று கேட்டார். நிலைமையைக் கூறினேன். சிரித்தார். நீங்கள் சொல்வது பைத்தியக்காரத்தனம் என்றார். ஏதோ என் மனசுக்குத் தோன்றியது. கடிதம் எழுதுகிறேன். நாளை தபாலில் அனுப்ப வேண்டும் என்றேன். மறுநாள் காலை 31-10-1984 புதன் கிழமை 10 மணிக்கு மேல் தான் கடைக்கு வந்தேன். நான் கடைக்குள் நுழையக்கூட இல்லை. பரபரப்புடன் என்னிடம் வந்து கண்களில் நீர் கசிய, நீங்கள் நேற்றிரவு சொன்னது நடந்து விட்டது. அம்மாவைச் சுட்டு விட்டார்கள் என்று சொன்னார்.

சற்று யோசித்த நான் உடனே “முடிந்து விட்டது” என்று கூறினேன். சற்றுத் திகைத்து விட்டார். ஏனென்றால் அந்த சமயம் சுடப்பட்ட செய்தி மட்டும்தான் வந்திருந்தது. மரணச் செய்தி வராத நேரம். நீங்க அப்படிச் சொல்லக்கூடாது என்றார். நான் விதி வலிமை மிக்கது. கிட்டத்தட்ட இரண்டு வருடமாக அவர் விதியுடன் போராடிக் கொண்டே வந்தார். இம்முடிவை துலாத்துக்கு சனி வரும் போதே எதிர்பார்த்தேன். அன்றைய கிரகங்களின் நிலையைக் கவனியுங்கள். சிலந்தி வலை போல் அவரின் உயிரைப் பறிக்க பின்னப்பட்டிருக்கும் நிலை புரியும். லக்கின இரு யோகர்களும் எதிரி ஸ்தானத்தில், செவ்வாய் பார்வை லக்கினத்துக்கு, மாரக ஸ்தானமாகிய 7ல் லக்கினாதி பதி தான் ஜனன காலத்தில் இருந்த நிலையில். யோகரான குரு எதிரி ஸ்தானத்தில் நின்று ஆட்சி பெற்று, 7, 8க்குடைய உச்சச் சனியால் பார்க்கப்பட்டு குரு 2ம் இட மாரக ஸ்தானத்தைப் பார்க்க, இரு மாரகாதிபதிகளும் துலாத்தில் இணைந்து நீசபங்கம் பெற்று வலிமை பெற, 5ல் உச்சம் பெற்ற கேது, 3ம் இடத்தைப்

பார்த்து 11ம் பார்வையால் ராசியையும், சந்திரனையும் பார்க்க, ராகு 3ம் பார்வையால் தர்மஸ்தானமாகிய 9ஐயும் 11ம் பார்வையால் லக்கினத்தையும் பார்க்க இரு அரவங்களும் தங்கள் பகையை முடிக்க வளைத்து விட்டது. சூரியனோடு இணைந்த மாரகாதிபதி சனி, குரு, செவ்வாய் உதவியோடு காரியத்தை முடித்து விட்டான். நான் மிகவும் பயந்தது செவ்வாயால்தான். உடன் இருந்தே குழி பறித்து விட்டார்கள். குருவும், செவ்வாயும்; நண்பர் என்னிடம் கூறியதும், இது வெளியாட்களால் செய்யப் பட்டதல்ல, உடன் இருந்தவர்களே செய்து விட்டார்கள் என்றும் கூறிவிட்டேன். நல்லவர்களே கெடுக்கவும் தயங்க மாட்டார்கள் என்பதை உணர்த்தவே இதைக் குறிப்பிட்டேன். பொதுவாக நவக்கிரகங்களை முற்றிலும் நல்லவர்கள் என்றோ, முற்றிலும் தீயவர்கள் என்றோ கருத இடமில்லை. இராவணேஸ்வரன் வதம் போலவே இந்த ஜாதகத் திலும் நிகழ்ந்துள்ளதை கவனியுங்கள். இம்மாதிரியான வலுமிக்க ஜாதகங்களே சரித்திரத்தில் இடம் பெறும் அமைப்புக்கிட்டுகின்றது.

| | | | |
|---|---|---|---|
| | | | ரா |
| | **இராசி**<br>**14–11–1889** | | ல<br>சந் |
| | | | சனி |
| கே<br>கு | சூ | புத<br>சுக் | செ |

இது மறைந்த பிரதமர் ஜவஹர்லால் நேரு அவர்களின் ஜாதகம். இவர் ஜாதகத்தை உற்றுக் கவனித்து சாதக பாதகங்களைக் கவனியுங்கள். எவ்வளவு சிறப்பான ஜாதகம் என்றாலும் பாதகமும் இணைந்தே இருக்கும். ஒரு கிரகம் ஒரு புறம் நன்மை செய்யும் போதே, மறைமுகமாக மற்றொரு பாவத்திற்கு தீமை ஏற்படுத்தாமல் விடுவதில்லை. இம்மாதிரி 2ல் பாவக்கிரகங்கள் இருப்பது இல்வாழ்க்கையை ஏதேனும் ஒரு வகையில் பாதிக்கவே செய்து விடுகின்றது. குரு பார்வை சமன் செய்யக்கூடும் என்றாலும் தீமையினை முற்றிலும் தடுத்திட இயலாது. இங்கு கொடுக்கப்பட்டுள்ள ஜாதகங்கள் பொது நோக்கையே எடுத்துரைக்கும்.

ஆழ்ந்த சிறப்புப் பலன்களை சப்தவர்க்கத்திலும், பாவகம், அஷ்டவர்க்கம் ஆகிய கணிதங்கள் மூலமும், கிரகங்களின் வலுவைக் கொண்டு உரைப்பதுதான் தெளிவான துல்லியமான முறை. மேலும் வருஷ பலம், அயன பலம், மாத பலம், பட்ச பலம் ஆகியவற்றையும் கணக்கில் கொள்ள வேண்டும். அதற்கெல்லாம் கணிதம் உள்ளது. கடினமான கணிதங்கள். எளிமைப்படுத்த வேண்டும். அக்கால அறிஞர்கள் நம்மை விட கூர்மையான அறிவு படைத்தவர்களாக இருந்துள்ளார்கள் என்பது மறுக்க முடியாத உண்மை. பல நூல்களில் கிரகங்கள் இந்த நிலையில் இருந்தால் இப்படி என்று பலன்கள் பொது வாகவே குறிப்பிடப்பட்டிருக்கும். அதன்படி அப்படியே பலன்கள் நடைபெறாது. வெறும் நூலைக் கொண்டு சோதிடம் கூறிட இயலாது. நூலறிவு என்பது அடிப்படை அஸ்திவாரம். அதைக் கொண்டு அனுபவ அறிவால் ஏன்? எப்படி? எதற்காக? என்ற கேள்விகளை மனதில் எழுப்பி அதற்கான விடைகளை அறிய வேண்டும். இனி அடுத்த அத்தியாயத்தைக் கவனிப்போம்.

இதுவும் பொதுவான அமைப்புத்தான் என்றாலும் அனுபவ ஆராய்ச்சியைக் கொண்டு எழுதப்பட்டதால் நல்ல பலனளிக்கும்.

## 10. கிரகங்களின் சில விசேஷ இணைவுகளின் பலன்கள்

மேஷ லக்கினத்தில் பிறந்தவர்களுக்கு மேஷத்தில் சூரியன், குரு, சந்திரன் (அமாவாசை, வளர்பிறை) ஆகியவர்களின் முக்கூட்டு சிறப்பான பலன்களை அளிக்கும். எப்படியும் ஒரு உயர்வான வாழ்வை அளித்துவிடும். எப்போதும் ஒரு கிரகம் தனித்திருப்பதை விட உடன் கிரகங்கள் இருப்பது நல்லது. அதுவும் நட்புக் கிரகங்கள் இருப்பது நல்லது. சூரியனுடன் இணையும் கிரகங்கள் அஸ்தங்க தோஷம் பெறும் என்றாலும், மேஷ, கடக, சிம்ம, விருச்சிக, தனுசு லக்கினங்களுக்கு சிறப்பையே அளித்திடும். சூரியனுடன் அஷ்டமாதிபதி, ராகு, கேதுகளின் தொடர்பு அறவே விலக்கப்பட வேண்டும். அஷ்டமாதிபதியான கிரகம் அஸ்தங்க தோஷம் பெற்றாலும் அதன் வலிமை குறைவதில்லை. ராகு, கேது இருவருக்கும் அஸ்தங்க தோஷம் இல்லை.

2ம் இடத்தில் அதே மூவரின் இணைவு நல்ல சிறப்பை அளிக்கும். 7க்கு 8ம் இடம் 2ம் இடம். அங்கு ஒரு கிரகம் உச்சம் பெறக்கூடாது என்பதுதான் விதி. சில வேளைகளில் விதி விலக்கு ஏற்படும். குருவின் இணைவு சமன் செய்யும். மூலநூலில் உள்ள பலன்கள் நடக்காமல் போகும் காரணம் இதுதான். பொதுப் பலன் கொடுக்கப்பட்டிருக்கும். கிரகங்களின் இணைவு பார்வைக்கேற்ற வாறும், லக்கினத்துக்கு சுப, அசுப ஸ்தானங்களுக்கேற்றவாறும் பலன்கள் மாறத்தான் செய்யும்.

4ம் இடமாகிய கடகம், 5ம் இடமாகிய சிம்மம் ஆகிய இடங்களிலும் இந்த மூவரின் இணைவு நன்மை செய்யும். பாபர்களின் பார்வை இணைவு கூடாது. மேஷத்தில் சூரியன், குரு, சனி இணைவும் தொழில் வகையில் சிறப்பை அளிக்கின்றது. சூரியனுடன் சனி இணைவு நல்லதல்ல என்பதுதான் பொதுக் கருத்து. ஆனால் மேஷத்திற்கு 10, 11க்குடையவர் லக்கினத்தில் நீச பங்கம் பெறுவது நன்மைதான். சிறந்த தொழில் வலிமை ஏற்பட்டு விடும்.

மேஷ லக்கினதாரர்களுக்கு சூரியனுடன் செவ்வாய், ராகு, கேது இணைவு சரியல்ல. சம்பாத்தியத்தில் சிக்கல் வரத்தான் செய்யும். பொதுவாக லக்கினத்திற்கு இன்ன இடத்தில் இன்ன கிரகம் இருந்தால் இப்படியான பலன் என்பது அக்கிரகம் தனியாக எவர் பார்வையும், இணைவுமின்றி இருக்கும் போதுதான் அப்படியே பலன் அளிக்கும். மேஷத்தில் சனி இருப்பது நல்லதல்ல என்பதுதான் பொதுப்படையான கருத்து. ஆனால் இம்மாதிரியான சூரியன், குருவுடன் இணைவு பெறுவது நன்மை அளிக்கும்.

கடகத்தில் சூரியன், சந்திரன், குரு இவர்களின் இணைவு தொழில் சிறப்பை ஏற்படுத்தி சுகபோக வாழ்வை அளிக்கும். 9ம் இட தனுசிலும் இவர்களின் முக்கூட்டு அதி சிறப்பே. 10ம் இட மகரத்தில் சனி, குரு, சுபச்சந்திரன் இணைவு சிறப்பை அளிக்கத் தவறாது. உடன் சூரியன் இணையும் போது பகை பெற்றாலும் கூட சிறப்பைக் குறைக்க வழியில்லை. நீச பங்கம் பெறும் குரு பகவான் சூரியனுக்கு வலுக் கொடுப்பார். 11ல் சூரியன், சனி இருப்பதும் சிறப்பைக் குறைக்காது. லாபாதிபதி ஆட்சி பெறுவது நல்லதே. அதே சமயம் சப்தமாதிபதி வலுவுடன் இருக்க வேண்டும். இல்லையெனில் இரண்டாம் தாரம் ஏற்படும் வாய்ப்பை மறுப்பதற்கில்லை.

ரிஷபத்துக்கு லக்கினத்தில் சனி, புதன் இணைவு நல்ல நன்மை அளிக்கும். உடன் சூரியன் நிற்பதிலும் தவறில்லை. இந்த முக்கூட்டு உயர்வை அளித்திருக்கின்றது. சனி கொடுமை அளிப்பவர் என்றே முற்றிலும் கருதி விடக்கூடாது. அவரால் ஏற்படக்கூடிய நன்மைகளை அளவிட முடியாது. 2ல் இந்த முக்கூட்டு சிறப்பை அளிக்கவே செய்யும். சனியும், புதனும் மிதுனத்தில் இருப்பது ரிஷப லக்கினதாரர்களுக்கு வரப்பிரசாதம் தான். பொதுவாக ஸ்திர ராசிகளுக்கு 9ம் இடம் பாதக ஸ்தானம் என்றாலும் அவர்களே யோகர்களாக இருப்பதால் பாதிப்பு குறைவாகவே இருக்கும். குருவும், சுக்கிரனும் இணைந்திருந்தால் சாதகர் செல்வந்தராக இருப்பார் என்று பலன் கூறுவார்கள். ஆனால் குருவும், சுக்கிரனும் இணைந்திருக்கும் எத்தனையோ சாதகங்களைக் கண்டுள்ளேன். எந்தச் சிறப்பும் இல்லாமல் சாதாரணமான வாழ்க்கையையே கொண்டுள்ளார்கள். பொதுவாக இம்மாதிரி குறிப்பிடுவதால் குழப்பம்தான் ஏற்படும். செவ்வாய் - சனி, சனி - சூரியன், செவ்வாய் - சுக்கிரன், குரு - சுக்கிரன், சந்திரன் - ராகு, கேது, சூரியன் - ராகு, கேது, குரு - புதன், சூரியன் - சுக்கிரன் ஆகியோரின் இணைவுகளை துல்லியமாகக் கொண்டே பலன்களைக் கணிக்க வேண்டும். தீங்கென்று சொல்லுவதே சில சமயம் நன்மையளிக்கும். நன்மை என்று கூறுவதே சில சமயம் தீமையாகவும் முடிந்துவிடும். ஆரம்பத்தில் இதுபோல் பல குழப்பங்கள் எமக்கும் ஏற்பட்டது உண்டு.

சனியும், சந்திரனும் கூடினால் ஜாதகர் வாழ்நாள் முழுவதும் வறுமையில் வாழ்வார் என்று ஒரு புத்தகத்தில் குறிப்பிட்டிருந்தது. ஆனால் அந்தச் சாதகர் நல்ல வசதி வாய்ப்புடன் 50 ஏக்கர் நிலங்களுடன், 4 கேகோ பேக்டரிகளுடன் உள்ளார். அவர் சொத்து மதிப்பு 1 கோடி தேறும். இது எப்படி

சாத்தியம் ? துலா லக்கினம், துலா ராசி, லக்கினத்தில் சனி, வளர்பிறைச் சந்திரன், ஓகோவென்ற வாழ்க்கை, அந்தப் புத்தகம் கூறுவது போல் பலன் கூற இயலுமா ? பொதுப்படையாகப் போட்டிருப்பதை எல்லாம் வைத்து நிர்ணயம் செய்ய இயலாது. ரிஷபத்துக்கு கன்னியில் சனி, சந்திரன் இணைவு மிகப் பிரமாதமான யோகத்தை அளித்துள்ளது. உடன் புதன் சேர்க்கை பெற்ற ஒருவர் கோடீசுவரர். 9ம் இட மகரம், 10ம் இட கும்பம் ஆகிய இடங்களிலும் சந்திரன், சனி இணைவு நற்பலனை அளித்துள்ளது. உடன் புதன் சேர்க்கை அமோகமான வாழ்வை நிச்சயமாக அளிக்கவே செய்யும். உடன் சூரியன் இணைந்தாலும் சிறப்புடன் இருப்பதைக் கண்டுள்ளேன். பகைவர்கள் என்றாலும் சில சமயங்களில் நன்மை செய்யக் கூடிய சாத்தியம் உண்டு.

மிதுனத்துக்கு, லக்கினத்தில் சுக்கிரன், புதன் இணைவு நன்மை. 7, 10க்குரிய குருவும் இணைந்து சிறப்பான யோகங் களை அளித்துள்ளார். நான் முதல் பாகத்தில் குறிப்பிட்டது போல், குரு பலன் அளிக்க வேண்டுமெனில் இக்கட்டான நிலையில் இருக்க வேண்டும். பாதகாதிபதி லக்கினத்தில் பகை பெற்று, அதே சமயத்தில் இரு சுபர்களுடன் இணைந்து செயல்பட வேண்டிய நிர்ப்பந்தம் குருவுக்கு ஏற்படும். இதே நிலைதான் கன்னியிலும், கும்பத்தில் சனி. குரு, புதன், சுக்கிரன் இணைவு சிறப்பளித் துள்ளது. தொழில் ஸ்தானாதிபதியோடு அஷ்டமாதிபதி இணையக் கூடாது என்பதுதான் விதி. ஆனால் மிதுனத்துக்கு சனி லக்கினச் சுபராகின்றார் அல்லவா ? எனவே அவருக்கு அஷ்டமாதிபத்தியம் இல்லையென்று ஆகின்றது. என்றாலும் அவர் அஷ்டமத்தில் ஆட்சி பெறுவதை சிறப்பென்று கூறுவதற் கில்லை. எனவே இடத்திற்கேற்றவாறும், நிலைமைக்கேற்றவாறும் நவக்கிரகங்கள் மாறுகின்றன. இது விதியமைப்பு. மீனத்தில் சுக்கிரன், புதன் விசேஷ யோகம் அளிக்கும். மிதுனத்துக்கு

கொடுப்பதில் சில கிரகங்களே சிரத்தையுடன் செயல்படும். அது அமர்ந்த, பெற்ற பலத்தின் அடிப்படையில்தான் அளிக்கின்றது என்பது தெளிவாகப் புரியும்.

கடக லக்கினதாரர்களுக்கு லக்கினத்தில் குரு - சந்திரன்; குரு - செவ்வாய்; குரு - சூரியன்; சந்திரன் - செவ்வாய்; சந்திரன் - சூரியன்; செவ்வாய் - சூரியன்; சந்திரன் - செவ்வாய் - சூரியன் இணைவு விசேஷ யோகத்தை அளிக்கும். இந்த முக்கூட்டுகள் அல்லது நான்கு பேரின் கூட்டு சிம்மம், மீனம் ஆகிய இடத்தில் அமைந்தாலும் கடக லக்கின தாரர்களுக்கு யோகம்தான். இது சிறப்பான மேன்மையான வாழ்க்கையை அளிக்கும். அடுத்து லக்கினத்தில் குரு, சுக்கிரன், புதன் இணைவும் நல்ல பலன்களை அளித்துள்ளது. சில இடங்களில் மட்டுமே குரு, சுக்கிரன் இணைவு நன்மை அளிக்கும். செவ்வாயுடன் இணையும் கிரகங்கள் யுத்தத்தில் இறங்கும். செவ்வாய்க்குப் பின்னாலிருந்தால், கிரக யுத்தத்தில் செவ்வாயே வெற்றி பெற்றதாகக் கொள்ள வேண்டும். நைசர்க்கிக அதாவது நட்புக் கிரகங்களுக்கு இந்நிலை இல்லை. செவ்வாயுடன் இணைந்துள்ள மற்ற கிரகங்களின் நிலையைப் பாகையைக் கொண்டுதான் கணக்கிட வேண்டும். எனவே கிரகஸ்புடம் அவசியம் தேவை. இது அவசர உலகம். எதையோ பிடிக்க மிக வேகமாக ஓடுகின்றார்கள். எவருக்கும் நின்று ஒரு வார்த்தையும் பேசவே நேரமில்லை. விரிவான விஷயங்களைப் படிக்கக்கூட ஆள் இல்லை என்று ஆகிவிட்டது. மேலும் நம் மக்கள் நல்ல விஷயங்களை அறிவதில் அக்கறை காட்டுவதில்லை. தேவை யற்ற அநீதியான ஆபாசங்களை அறிவதிலேதான் அவர்களின் ஆர்வம் அதிகமாக உள்ளது.

சிம்ம லக்கினத்துக்கு லக்கினத்தில் சூரியன், சந்திரன், குரு ஆகியோரின் இணைவு விசேஷம். செவ்வாய் இணைவது யோக

வகையில் சிறப்புதான். ஆனால் விவேகமில்லாமல் செயல்பட்டு வம்பை விலை கொடுத்து வாங்குவார்கள். எனவே செவ்வாய் 4ம் இடம், 5ம் இடத்தில் இவர்களுடன் இணைவது நன்மை அளிக்கும். 4ல் செவ்வாய், சூரியன், சந்திரன் இணைவு விசேஷம். 5ம் இட தனுசுவில் குரு, செவ்வாய், சூரியன், சந்திரன் ஆகிய நால்வரும் (அ) நால்வரில் மூவர், இருவர் இணைவதும் சிறப்பளிக்கும். 8ம் இட மீனத்தில் இவர்கள் கூட்டு சிறப்பில்லை. 9ம் இட மேஷத்தில் குரு, சந்திரன் இணைவு நன்மை. 10ம் இட ரிஷபத்தில் சுக்கிரன், சூரியன் இணைவு நன்மை. உடன் புதன் இணைவும் நன்மையே. சந்திரன் இணைவு சிறப்பென்று கூறுவதற்கில்லை. செவ்வாய், குரு இணைவும் அப்படியே. 11ம் இட மிதுனத்திலும் சூரியன், சுக்கிரன், புதன் இணைவு மிக விசேஷம் அளிக்கின்றது. ஏற்கனவே பல விளக்கங்கள் அளித்துள்ளேன். என்றாலும் விளக்கங்களுக்கு முடிவு என்பது எது?

கன்னியா லக்கினத்துக்கு சுக்கிரன், புதன் இணைவு மிகவும் யோகம். உடன் சனி இணையலாம். குரு கூட இணையலாம். தவறில்லை. மிதுனத்தின் நிலைதான் கன்னிக்கும். லக்கினத்தில் பகை பெறும் பாதகாதிபதி, பாதகத் தன்மையை இழக்க நேர்கின்றது. இரண்டாம் இட துலாத்தில் சுக்கிரன், புதன், சந்திரன் இணைவு நன்மையளிக்கும். சனி இணைவது யோகம் அளித்தாலும் மனைவிக்கு தொல்லை அளிப்பதோடு கடன் வாங்குவதில் நாட்டம் ஏற்படும். 5ல் இவர்கள் அதாவது சனி, புதன், சுக்கிரன் இணைவு நன்மை. உடன் சந்திரன் இணைவு நன்மை. குரு இணையலாம் என்பது சில நூல்களின் கருத்து என்றாலும் பாதகாதிபதி அங்கு நீசம். என்றாலும் நீசபங்கம் பெறுதல் கூடாது. எனவே குரு, சுக்கிரன், புதன் இணைவு நற்பலனை அளிக்கும். உடன் சனி சேர்வதோ, சந்திரன்

இணைவதோ, கேந்திரங்களில் நிற்பதோ குருவுக்கு வலிமை கூட்டி விடும். 7ல் சுக்கிரன் புதன் இணைவு மனைவி வழியில் ஆதாயத்தை அளிக்கும். 9ல் 10ல் இவர்கள் இருவரின் இணைவும் மேன்மையான பலனை அளிக்கத் தவறாது. உயர்ந்த வாழ்க்கையைப் பெறுவார்கள்.

துலா லக்கினத்தில் சனி, புதன் இணைவு சிறப்பு. உடன் சந்திரன் இணைவு நன்மை. அதி சிறப்பான தொழில் மேன்மை கிடைக்கும். சூரியன் இணைவதை நன்மை என்று கூறிடுவதற் கில்லை. 11ம் இட பாதகாதிபதி நீச பங்கம் பெற்று வலிமை பெறுதல் நன்றல்ல. 4ம் இடத்தில் சனி, புதன் இணைவு நன்மை. 5லும் மிகச் சிறப்பே. 9ல் அற்புதமான ஒரு நிலையை உருவாக்கு வார்கள் இருவரும். தந்தையால் ஆதாயமான வாழ்க்கை அமையும். மிதுன புதன் உடன் இணையும் சனி இருவரும் அதி உன்னதமான நிலையை உருவாக்குவார்கள். 10ல் சனி, சந்திரன் இணைவு தொழில் மேன்மையை உருவாக்கும். துலா லக்கினதாரர்களுக்கு குரு 6, 8, 12ல் மறைந்தால் நல்லது என்று கூறுகின்றார்கள். இது தவறு என்பதுதான் எளியேனின் அபிப்பிராயம். பொதுவாக அவர் சுபர், தனகாரகர், லக்கின பாபர் என்றாலும் அவர் கெடுவது என்பது 'கெட்டவன் கெட்டிடில் கிட்டும் ராஜயோகம்' என்ற அமைப்புக்கு ஒத்து வராது. எந்த லக்கினமாக இருந்தாலும் குருவும், சுக்கிரனும் கெடவே கூடாது. அது வாழ்க்கையின் மேன்மையைக் கெடுக்கவே செய்யும். குரு 8ல் நின்று பகை நீசம் பெற்று விட்டால், அவர்கள் எவ்வளவு கஷ்டப்பட்டாலும் பொருள் சேர்க்கவே முடியாது. ஆயுள் பலம் மட்டும் கூடும். ஆனால் நல்ல சமயத்தில் மனைவியை விட்டுப் பிரிய நேரும். அல்லது உடல் கோளாறினால் தாம்பத்திய சுகம் கிட்டாமல் போய்விடும். இது துலாம், கும்பம் ஆகிய லக்கினதாரர்களுக்கு நடைமுறையில்

ஏற்பட்டுள்ளதை நான் கண்டுள்ளேன். ஆகவேதான் எவர் கெட்டாலும், சூரியன், சந்திரன், குரு, சுக்கிரன் ஆகிய நான்கு கிரகங்களும் கெடவே கூடாது என்று அடிக்கடி கூறியுள்ளேன்.

விருச்சிக லக்கினதாரர்களுக்கு லக்கினத்தில் சூரியன், குரு இணைவு நல்ல பலன் அளிக்கும். உடன் சந்திரன் இணையலாம். சந்திரன் அங்கு நீசம். ஆகையால் அவர் நீசபங்கம் பெற வேண்டும். அப்படியான நிலை வர செவ்வாய் லக்கினத்திலேயே இணைய வேண்டும் (அ) 3ல் மகரத்தில் உச்சம் பெற வேண்டும். (அ) மேஷத்தில் ஆட்சி பெற வேண்டும். (அ) கேது, ராகு லக்கினத்தில் உச்சம் பெற வேண்டும். இந்த நான்கு நிலையில், செவ்வாய் மேஷத்தில் ஆட்சி பெறுவதும், ராகு கேதுகள் லக்கினத்தில் உச்சம் பெறுவதையும் விட, மற்ற இரு நிலைகளான லக்கினத்தில் செவ்வாய் ஆட்சி பெறுவதும், மகரத்தில் செவ்வாய் உச்சம் பெறுவதுமே சிறப்பை அளிக்கும் நிலை. 2ம் இட தனுசுவில் சூரியன், சந்திரன், குரு இணைவு மிகவும் விசேஷம். 5ம் இடமும் 9ம், 10ம் இடமும் கூட இவர்கள் மூவரின் இணைவு பிரபலமான யோகத்தை அளிக்கும். 9ம் இட கடகத்தில் செவ்வாய், சந்திரன் இணைவு நன்மையளிக்கும். சந்திரன் இணைவு என்று குறிப்பிடுவதெல்லாம் சுபச் சந்திரனையே. தேய்பிறைச் சந்திரன் பாபரே. எந்த லக்கினமாயினும் குரு சுபச்சந்திரன் இணைவு 3, 6, 8, 12 ஆகிய ஸ்தானம் தவிர மற்ற இடங்களில் நன்மை அளிக்கும். குரு சில லக்கினங்களுக்கு பாபர் என்ற அடிப்படையில் வந்தாலும், சந்திரன் எந்த லக்கினத்துக்கும் முழு பாபர் என்ற அமைப்பைப் பெறுவதில்லை. 3, 6, 8, 12 ஸ்தானங் களுக்கு அதிபதியாக வரும் போது சிற்சில பாதகங்கள் ஏற்படும் என்றாலும், அவர் அமர்ந்த ஸ்தானத்தில் அவர் பெற்ற வலிமையைக் கொண்டு பலன் அளிப்பவர். எனவேதான் குரு, சந்திரன் இணைவும், பரஸ்பரம் பார்த்துக் கொள்வதும்,

சந்திரனைக் குரு மட்டும் பார்ப்பதும் சில நன்மைகளை அளிக்கத் தவறுவதில்லை. குருவும் சந்திரனும் 6, 8, 12 என்ற அமைப்பில் வருவது மற்ற கிரகங்கள் வலிமை பெற்றிருந்த போதிலும் கூட ஏற்ற இறக்கங்களை அளிக்கவே செய்யும். அது சகட யோகம் என்று முன்பே கூறப்பட்டுள்தது. அதில் ஒரு நுணுக்கம். குருவுக்கு 12ல் சந்திரன் இருந்தாலே சகடம் என்றும், சந்திரனுக்கு 12ல் குரு இருப்பது கூட சகட தோஷம் இல்லையென்றும் சிலர் வாதிடுகின்றார்கள். பல நூல்களும் கூறுகின்றன. ஆனால் அனுபவத்தில் சந்திரனுக்கு 12ல் இருக்கும் குரு சகட தோஷம் காட்டியுள்ளதை நூற்றுக்கணக்கான ஜாதகங்களில் கண்டுள்ளேன். என்னைப் பொறுத்தவரை சந்திரனுக்கு 12ல் குரு இருப்பதும் சகடை தான் என்று எடுத்து கொள்ளுகின்றேன். எனினும் அது அனபாயோகம் என்ற அடிப்படையில் மாற்றம் ஏற்படுத்தவும் செய்யும். மற்றவர்கள் அபிப்பிராயம் மாறலாம். எனவே இது விஷயத்தில் அனுபவத்தை அடிப்படையாகக் கொள்ளுங்கள்.

அதே போல நீச பங்கம் என்ற வகையிலும் கருத்து வேறுபாடு உள்ளது. நீசன் நின்ற ராசியாதிபதி ஆட்சி உச்சம் பெற்றால் நீச பங்கம் ஏற்படுகின்றது என்பதைப் பெரும்பாலோர் ஒப்புக் கொள்ளுகின்றார்கள். ஆனால் நீசக் கிரகத்திற்கு கேந்திரத்தில் சந்திரன் இருந்தாலும் நீச பங்கம் என்று சில நூல்கள் குறிப்பிடுகின்றன. சிலர் இதை மறுத்து நீசக் கிரகம் நின்ற ஸ்தானாதிபதிக்கு கேந்திரத்தில் சந்திரன் இருந்தாலே நீச பங்கம் என்று கூறகின்றார்கள். இதை ஒப்புக்கொள்ள இயலவில்லை. இது போன்ற கருத்து வேறுபாடுகள் பல தோன்றுகின்றன. அதிமித்திர (நட்புக்) கிரகங்களாகிய சூரியன், செவ்வாய் இருவரும் முறையே விருச்சிக, சிம்மத்தில் பகை என்று கூறுவோர்களும் இருக்கின்றார்கள். அதன்படி பலனும் கூறுகின்றார்கள். நைசர்க்கிக (நட்பு, பகை) அடிப்படையில் பல

தவறுகள் செய்கின்றார்கள். முதல் பாகத்தில் சத்துரு, மித்துரு விவரங்கள் சூத்திரத்தின் அடிப்படையில் அளிக்கப்பட்டுள்ளன.

தனுசு லக்கினதாரர்களுக்கு லக்கினத்தில் குரு, சூரியன், செவ்வாய் இணைவு மிகவும் விசேஷம். உடன் சுபச் சந்திரன் இணைவது நலம் செய்யும். அஷ்டமாதிபதி என்றாலும், ஆயுள் வலிவையும், தைரியத்தையும் அளிக்கும். 2ல் குரு, சனி இணைவு நன்மை. 4ல் சூரியன், செவ்வாய், சந்திரன் இணைவு நல்லது. 5ல் செவ்வாய், சூரியன், குரு, சந்திரன் ஆகியவர்களில் எவர் இணைவும் நன்மையே. 9ம் இட சிம்மத்திலும் அப்படியே. 10ல் சுக்கிரன், புதன், சூரியன் இணைவு தொழில் வகையில் உயர்வை அளிக்கும். 11ல் சூரியன், சுக்கிரன், புதன் இணைவும் சிறப்பளிக்கும். 10ல் ராகு, புதன் இணைவும் உடன் சுக்கிரன் இணைவும் நன்மை. லக்கினத்தில் குரு, ராகு இணைவு நன்மை. கேதுவும், குருவும் சேர்வதும் நன்மை அளிக்கும். தனுசுவில் ஜனித்தவர்களுக்கு புதன் பாதகாதிபதி என்றாலும் 10ம் வீடாகிய கன்னியில் இருப்பது நன்மை அளிக்கவே செய்கின்றது. காரணம் சுபர்களுக்கு கேந்திராதிபத்திய தோஷம் ஏற்படுவதுதான். பாதகாதிபதி கேந்திராதிபத்திய தோஷம் பெறும்போது, பாதகாதி பத்திய தோஷம் அடிபட்டு விடுவதாக கருதப்படுவதால் நன்மை அளிக்கும் வாய்ப்பு. மிதுன லக்கினதாரர்களுக்கும் அதே நிலைதான். ஆனால் கன்னி, மீனத்திற்கு 10ம் இடம் லக்கினாதி பதியின் ஆதிக்கமே. 7ம் இடத்தில் இருப்பது, பாதகாதிபத்திய தோஷத்தை மட்டுப்படுத்துவதில்லை. ஆனால் கன்னி மீனத்திற்கு 4ம் இடத்தில் இருக்கும் புதன், குரு பாதகம் பெருமளவு அளிப்பதில்லை. இருவரும் இணைந்து நிற்பது என்பது ஒரு விசித்திரமான இணைவு. மிதுனம், கன்னி, தனுசு, மீனம் ஆகிய எவ்விடத்திலும் இவர்களின் இணைவு நன்மையே செய்யும். முன்னே நான் கூறியுள்ளபடி இவர்கள் இருவரின் இணைவும்

ஒரு இக்கட்டான நிலை. பாதகாதிபதி, லக்கினாதிபதி இந்நிலையில் இருவர் போராட்டமும் நன்மையை அளித்து விடும். 'ஊர் ரெண்டு பட்டால் கூத்தாடிக்குக் கொண்டாட்டம்' என்று கூறுவார்களே, அப்படியான நிலை. உடன் லக்கினச் சுபர்கள் இணைந்திடில் எப்படியும் நற்பலன்களை இருவரும் செய்தேயாக வேண்டும்.

கேந்திராதிபத்திய தோஷம் என்பதிலும் கருத்து வேறுபாடு உள்ளது. சுபர்கள் கேந்திரங்களுக்கு அதிபதியாகி அவர் கேந்திரத்திலே இருந்தால்தான் தோஷம் என்றும், அப்படியும் அவர் லக்கினத்தைத் தவிர மற்ற கேந்திரங்களிலேதான் தோஷம் என்றும் சில நூல்கள் கூறும். சுபர்கள் எந்த லக்கினமாயினும் கேந்திரத்தில் இருந்தாலே தோஷம் என்றும் கூறப்படுகின்றது. இதை நன்கு கூர்ந்து கவனித்தால் 'கேந்திர ஆதிபத்தியம்' என்று கூறப்படுவதால், அவர்கள் கேந்திரங்களுக்கு ஆதிபத்தியம் பெறுபவர்கள் என்றே பொருள். அதாவது அதிபதிகள் என்ற பொருளில் முன்பு கூறியவற்றையே கொள்ள வேண்டுமெனத் தோன்றுவதை உணரலாம். பின்னால் கூறப்பட்டுள்ள வாதம் அடிபட்டு விடுகின்றது. சிலர் சுபக்கிரகங்களுடன் பாபக்கிரகங்கள் இணைந்தால் கேந்திராதிபத்திய தோஷம் குறைகின்றது என்று கூறுகின்றார்கள். ஆனால் அம்மாதிரியாக கேந்திராதிபத்திய தோஷம் குறைவதாக நடைமுறை அனுபவத்தில் காண இயலவில்லை. தோஷம் பெற்ற கிரகங்கள் நன்மை செய்வதற்குப் பதில் பாதகமே செய்வதைத்தான் காண முடிகின்றது.

மகரத்தை எடுத்துக் கொள்வோம். மகரத்திற்கு 10க்குடைய சுக்கிரன் 10ம் இட கேந்திராதிபதி. ஆகையால் அவர் லக்கினத்திலும், 7ம் இடமான கடகத்திலுமே நன்மை அளிக்கின்றார். 4ம் இட மேஷத்திலும், 10ம் இட மகரத்திலும் சிறப்பான பலன்களை அளிப்பதில்லை. ஆனால் 4ம் இடத்தில் புதன் இணைந்தால்

பலன்கள் கூடுகின்றது. 10ம் இடத்தில் சுக்கிரன், புதன், சனி மூவரின் இணைவு ஒரு ஜாதகதாரரை மிகவும் உயர்நிலைக்கு உயர்த்தியுள்ளது. எனவே குருவுக்கே கேந்திராதிபத்திய தோஷம் அதிகம் என்றே கொள்ள வேண்டியுள்ளது. புதன், சுக்கிரன், சுபச்சந்திரன் ஆகியோர் விலக்குப் பெறுகின்றார்கள்.

"கானுலக்கினம் நாலேழுபத்தில் கோனு சுக்கிரன் புந்தியும் கூடிட, பாபக்கிரக தோஷம் பானு கண்ட பனி போல் நீங்கும்" என்று சூத்திரம் கூறுவதைக் கவனியுங்கள். இதை அப்படியே முழுமையாக ஏற்றுக் கொள்ள இயலாது. விருச்சிகத்திற்கு இவர்கள் இருவரின் இணைவு நான்கு கேந்திரத்திலும் பாதிப்பை ஏற்படுத்துகின்றது. இதுபோல் சிலவற்றை அனுபவத்திலேதான் அறிந்து கொள்ள முடியும்.

மகரத்தில் சுக்கிரன், புதன் இணைவு நல்ல பலன்களை அளிக்கின்றது. உடன் சனி இணைவு இருந்தாலும் பாதிப்பு இல்லை. 2, 3, 5, 9, 10 ஆகிய இடங்களிலும் இவ்விருவர் இணைவு சிறப்பே. உடன் ராகு இணைவது மட்டுமே நற்பலன் களை அளிக்கும். லக்கினத்தில் வளர்பிறைச் சந்திரன், புதன், சுக்கிரன் இணைவு மனைவி மூலம் பெரும் ஆதாயத்தை அளிக்கும். லக்கினத்தில் சனி, குரு இணைவு, 7ல் சந்திரன் புதன் இணைவு சிறப்பையளிக்கும். 9ல் குரு, சுக்கிரன், புதன் இணைவும் சிறப்பு. உடன் சுபச்சந்திரன் இருந்தால் சிறப்பளிக்கும். சந்திரனுடன் குரு இணையும் போது ஜென்ம குரு என்று கூறுவார்கள். அது சிறப்பானதல்ல என்று கூறுவார்கள். ஆனால் அப்படியல்ல. ஜனன காலத்தில் நின்ற குரு பாதகம் செய்ய மாட்டார். சஞ்சாரத்தில் வரும் போது தீங்குண்டு என்றாலும், நட்பு, லக்கின, ராசிகளுக்கு தான் அமர்ந்த ஸ்தானத்தைப் பொறுத்தே நன்மை தீமைகள் நடக்கும். பொதுப்படையாகத் தீங்கானதென்று கருதி விடலாகாது.

கும்பத்திற்கு லக்கினத்தில் சுக்கிரன், ராகு (அ) கேது இணைவு நன்மையளிக்கும். புதன் இணைவும் சிறப்பென்றாலும் அஷ்டமாதிபதியாக அவர் இணைவது சில தொல்லைகளை அளிக்கும். ஆயினும் புதன், சுக்கிரன் இணைவு ஒரு பலம் பொருந்திய அமைப்பே. 2ல் சுக்கிரன், புதன், ராகு இணைவு நன்மை அளிக்கும். குரு, ராகு இணைவும் நல்லதே. மீனத்திலிருக்கும் குருவும், ராகுவும் அபரிமிதமான செல்வாக்கை உருவாக்குவார்கள். 4ம் இட ரிஷபத்தில் சுக்கிரன், புதன் இணைவு சிறப்பு. மிதுனத்திலும் அப்படியேதான். எனினும் பஞ்சமத்தில் ராகு அமர்வது நல்லதல்ல. புத்திர தோஷம் ஏற்படும். ஆனால் தர்ம ஸ்தானமான 9ம் இட அதிபதி சுக்கிரன் இணைவதால் நன்மை என்று சிலர் கூறுவதை ஏற்றுக் கொள்வதற்கில்லை. ராகு கேதுகள் 5-லோ, 9-லோ அமர்ந்தால் உடன் லக்கினாதிபதி (அ) குருவின் இணைவோ பார்வையோ ஏற்படுவதோடு, 9ம் இட அதிபதி (அ) 10ம் இட அதிபதி லக்கினத்தோடோ அல்லது லக்கினத்தையோ பார்க்க வேண்டும். அதுதான் புத்திர தோஷத்தை மட்டுப்படுத்தும். 9ம் இட துலாத்தில் சுக்கிரன், புதன், ராகு இணைவு நன்மை அளிக்கும். 10ல் ராகு சிறப்பான பலனை அளிப்பார். உடன் குரு மட்டும் இணைந்தால் மிகவும் நன்மையளிக்கும். 11ல் குரு, ராகு, கேது இணைவு, குரு, சூரியன் இணைவு நன்மை.

மீனத்துக்கு லக்கினத்தில் குரு, சந்திரன், செவ்வாய் இணைவு நன்மை. பெரும் யோகத்தை அளிக்கும். 2, 5, 9, 10 ஆகிய ஸ்தானங்களிலும் இவர்கள் மூவரின் இணைவு நன்மை அளிக்கும். லக்கினத்தில் குரு, ராகு இணைவும் நன்மையளிக்கும். 11ல் ராகு, சனி இணைவு நன்மையளிப்பது நடைமுறையில் காணப்படுகிறது.

கிரகங்களின் நிலையை எப்போதும் பொதுப்படையாக கணக்கிட்டு பலன்களை நிர்ணயிக்கக் கூடாது. நூல்களில் பெரும்பாலானவை பொதுப் பலனையேதான் கூறும். அதன்படி பார்த்தால் பலன்கள் சரி வராது. கிரகங்களின் வலிமையை ஸ்தான பலம், சேர்க்கை பலம், பார்வை பலம், நட்பு, உச்சம், ஆட்சி, பகை, நீசம் ஆகிய பலம் ஆகியவற்றைக் கொண்டும் நட்சத்திர சாரங்களின் வலிவைக் கொண்டும் நிர்ணயம் செய்ய வேண்டும். இங்கு மற்றும் ஒரு சிறு நுணுக்கம். லக்கினம் என்பது எப்போதும் கிழக்குத் திசையைக் குறிக்கும். இதில் எவ்விதம் இருப்பினும் குரு, புதன் ஆகிய இருவருக்கும் வலுவுண்டு. ஏழாம் இடமான அஸ்தமன லக்கினம் மேற்குத் திசையைக் குறிப்பதால் இதில் சனிக்கு பலம் அதிகம். 10ம் இடம் வட திசையைக் குறிக்கும். இதில் சூரியன், செவ்வாய் ஆகிய இருவருக்கும் வலு அதிகம். நான்காம் இடம் தென் திசையைக் குறிக்கும். இதில் சுக்கிரன், சந்திரன் ஆகிய இருவருக்கும் வலு அதிகம் என்பது பொதுப்படையான கருத்து.

நான் இங்கு குறிப்பிட்டுள்ளவை அனுபவத்தில் ஒத்து வரும் இணைவுகள். பல்லாயிரக்கணக்கான ஜாதகங்களை ஆராய்ந்து, அவ்வப்போது எழுதி வைக்கப்பட்ட குறிப்புகள். எனினும் பாபர்கள் பார்வை, இணைவு, நட்சத்திர சாரங்கள் ஆகியவற்றினால் பலன்கள் மாறக்கூடும். அனைத்தையும் கவனத்தில் கொண்டு ஆராய்ந்தே பலன்களை நிர்ணயம் செய்ய வேண்டும். பல ஜாதகங்களைப் பார்க்க பார்க்க அனுபவம் ஏற்படும்.

## 11. பெண்களின் ஜாதக விசேஷங்கள்

**பெ**ண்களுக்கு மட்டும் என்ன விசேஷமான ஜாதக அமைப்பு என்ற கேள்வி நியாயமானதுதான். ஆண்களுக்குப்

பிறந்த ஜாதகம் மட்டுமேதான் உண்டு. ஆனால் பெண்களுக்கு பிறந்த ஜாதகம் மட்டுமல்லாமல் அவர்கள் வயதுக்கு வரும் நேரத்தைக் கொண்டு ஜாதகம் கணிப்பது ருது ஜாதகம். ருது ஜாதகத்தைப் பற்றிய விளக்கங்கள் அடுத்த அத்தியாயத்தில் விளக்கப்பட்டுள்ளன. பெண்களின் ஜனன (பிறந்த) ஜாதகங்கள், ஜாதகம் கணிக்கும் முறையிலேதான் கணிக்க வேண்டும். அதில் எதுவும் மாற்றமில்லை. ஆனால் சில நுணுக்கங்களைக் கவனிக்க வேண்டும். வராகமிகிரர் தன் "பிருகத் ஜாதகத்தில்" ஸ்திரீ ஜாதகம் என தனி அத்தியாயம் அளித்துள்ளார்.

பொதுவாக பெண்களின் ஜாதகங்கள் உயர்நிலையடைய பெண் ராசிகளாகிய சௌமிய ராசிகளிலே லக்னம் அமைய வேண்டும். ராசியும் பெண் ராசிகளிலேயே அமைவதுதான் சிறப்பானது. ஆனால் அதேபோன்று அமைவது கடினம்தான். அமையும் ஜாதகங்கள் உண்டு. பெண்களுக்குப் பெண் ராசிகளில் லக்கினமும், ராசியும் அமைந்து, பெண் கிரகங்கள் வலுவடைந்து நிற்கில் அந்தப் பெண் உத்தம ஜாதியாகிய மான் ஜாதிப் பெண் எனப்படுவாள். அந்த வகைப் பெண்தான் பெண்களில் உயர்ந்தவள். அச்சம், நாணம், மடம் , பயிர்ப்பு என்னும் நால்வகைக் குணங்களும் கொண்டவள். லக்கினத்தை, ராசியை, அதன் அதிபர்களை, சுக்கிரனை, பாபர்கள் பாராமல், இணையாமல் இருக்க வேண்டும். முக்கியமாக சனி, செவ்வாய் தொடர்பு இருக்கக் கூடாது.

சில விசேஷமான இணைவுகளின் பலன்களை இங்கு குறிப்பிட்டுள்ளேன். இம்மாதிரியான அமைப்புகள் மிக உன்னத மான பெண்களை உருவாக்கும். பெண்கள் எல்லோருமே சிறப்பான அம்சங்கள் பெற்று இருக்க முடியாது. ஆண்களைப் போலவே, இன்னும் சொல்லப் போனால் ஆண்களை விடவும் மோசமான பெண்களும் உலகில் இருக்கத்தான் செய்கிறார்கள்.

கொலை, திருட்டு, விபச்சாரம் போன்றவைகளைப் பெண்கள் செய்யக் காரணம் அவர்களுக்கு அமைந்த கிரகங்களே. முதலில் நற்குணம் அமையப் பெற்ற நங்கையர்களின் சில கிரக இணைவு களைக் கவனிக்கலாம். பொதுவாக, ரிஷபம், கன்னி, கடகம், மீனம் ஆகிய லக்கினங்களில் பிறந்த பெண்கள் நற்குணம் உள்ளவர்களாக இருப்பார்கள் என்று கிரந்தம் கூறுகின்றது. பெரும்பாலும் விருச்சிக மகர லக்கினங்களில் பிறந்த பெண்களே கொடூர குணம் அதிகம் கொண்டவர்களாக விளங்குகின்றார்கள். கிரகங்களின் நிலையைக் கொண்டுதான் உறுதி கூற முடியும்.

சுபர்களின் லக்கினத்தில் பிறந்தவர்களிலும் கிரக நிலை களால் மோசமான பெண்கள் என்று சொல்லும்படியாக ஆவதும் உண்டு. 4ம் அத்தியாயத்தில் கன்னியா லக்கினத்தில் பிறந்த ஒரு பெண்ணின் உதாரண ஜாதகத்தை விளக்கியதை நினைவுபடுத்திக் கொள்ளுங்கள். பெண்களின் ஜாதகத்தில் முக்கிய இடம் வகிப்பது சந்திரனும், சுக்கிரனுமே. அவர்களின் குணங்களைக் கெடுப்பதில் முக்கிய பங்கு செவ்வாய்க்கே. செவ்வாய்க்கு மங்கையர் ஜாதகங்களில் பெரும் பங்குண்டு. எனவேதான் அவர்கள் செவ்வாய் கிழமை விரதம் இருப்பது நல்லது என்ற கோட்பாடு உருவாகியுள்ளது. நன்மையளிப்பதில் குருவுக்கும் பங்குண்டு.

மீன லக்கினம், லக்கினத்தில் குரு, கடகத்தில் சுபச்சந்திரன், 7ல் புதன், 8ல் சுக்கிரன் இருப்பது மிக நல்ல யோகம் அளிக்கும். உயர்ந்த வாழ்க்கை அமையும். பாபர்கள் பார்வை, இணைவு இருக்கக் கூடாது என்பதை மறக்கக் கூடாது.

மீன லக்கினத்தில் குரு, சந்திரன், சுக்கிரன், புதன் ஆகியோர் இணைவதும் ஒரு யோகம்தான். அதேபோல் 7ல் அவர்கள் இணைவும் நன்மையே. இங்கு ஒரு சிறு நுணுக்கம். சுக்கிரன் அஷ்டமாதிபதியென்றாலும் பெண்களுக்கு அஷ்டம

ஸ்தானம், மங்கலிய ஸ்தானம் என்ற அடிப்படையில் வருவதால் பெண்களுக்கு சுக்கிரன் தீமை புரிவதில்லை. சுக்கிரன் மட்டு மல்லாமல் மற்ற சுபர்களும் அப்படியேதான். ஆனால் பாபர்கள் அப்படியல்ல. கெடுக்கவே செய்வார்கள். எனவேதான் பெண் களுக்கு 2,7, 8ல் பாபர்கள் இருக்கலாகாது என்று கூறுகின்றார்கள். சுத்தமாக இருப்பதுதான் நல்லது என்றாலும் சுபர்கள் இருப்பது கெடுபலனை அதிகம் அளிப்பதில்லை.

கும்ப லக்கின ஜாதகிக்கு 2ல் சுக்கிரன் உச்சம் பெற்றாலும் கெடுப்பதில்லை. சிம்மத்துக்கு 2ல் புதன் இருப்பது கெடுப்ப தில்லை. மேஷத்துக்கு 2ல் சுபச்சந்திரன் இருப்பதும் கெடுதல் இல்லை. மிதுனத்துக்கு குரு பாதகாதிபதி என்றாலும் கூட கடகத்தில் இருப்பது கெடு பலனை அதிகம் அளிப்பதில்லை. ஆனால் மீனத்துக்கு 2ல் சூரியன், கன்னிக்கு 2ல் சனி, துலாத்துக்கு 2ல் ராகு, கேது, தனுசுக்கு 2ல் செவ்வாய் உச்சம் பெறுவதை நன்மை என்று ஏற்றுக் கொள்வதற்கில்லை. 8ல் ஒரு கிரகம் அமர்வதை நன்கு கணிக்க வேண்டும். எட்டாமிடம் சுத்தமாக இருப்பதே நலம். எக்கிரகமாக இருந்தாலும் 8ல் இருப்பது நலமல்ல. ஆனால் 8க்குடையவர் சுபராக இருந்து அந்த இடத்தில் ஆட்சி பெறுதல் மட்டுமே நன்மை அளிக்கும். மற்றப்படி எக்கிரகமும் உச்சமடையக் கூடாது.

7ம் இடமும் அதே போல் சுத்தமாக இருப்பதே நன்மை அளிக்கும். 7ல் சுபர்கள் இருப்பினும், செவ்வாய், சனி, சூரியன், ராகு, கேது ஆகியோர் இருப்பது நிச்சயம் நல்லதல்ல. அப்படி இருக்கும் பட்சத்தில் குரு பார்வை இருந்தால் தோஷம் மட்டுப்படும்.

மீன லக்கினத்துக்கு 4ல் சந்திரன், புதன், சுக்கிரன் இணைவும் நல்லதுதான். குரு சந்திரன் லக்கினத்தில் இணைவு

நன்மை. 5லும், 9லும் அதே போன்று நன்மையளிப்பார்கள். ரிஷபத்தில் பிறந்தவர்களுக்கு லக்கினத்தில் சந்திரன், புதன், சுக்கிரன் இணைவு பலம் வாய்ந்தது. சகல கலா வல்லியாக விளங்குவாள். புகழ் கீர்த்தியுடன் செல்வாக்கும் இருக்கும். 2ல், 5ல் இவர்களின் முக்கூட்டு விசேஷ யோகம்தான். 9ல் குரு, சனி, சந்திரன் இணைவும், சனி, சுக்கிரன், புதன் இணைவும் அதி அற்புத யோகத்தை வழங்கும். லக்கினாதிபதியோடு சனி இணைவு குணத்தைக் கெடுத்து விடாதா என்று கேட்கத் தோன்றும். குணத்தைக் கெடுப்பதில் பெண்களுக்கு செவ்வாயின் பங்கே அதிகம். அதற்கு அடுத்துதான் மற்ற பாபர்கள். ஆனால் சனி ரிஷபத்தின் யோகர். ஆகையால் கெடுக்க மாட்டார். ஆனால் 1, 2, 7, 8ல் இருப்பது நல்லதல்ல. செவ்வாய் யோகர் என்றாலும் கூட லக்கினாதிபதி, சுக்கிரன், சந்திரனோடு இணைவோ பார்வையோ கூடாது. குருவை மட்டும் செவ்வாயால் கெடுக்க முடியாது.

மிதுன லக்கினத்தில் ஜாதகிக்கு லக்னத்தில் குரு, சுக்கிரன், புதன், சுபச்சந்திரன் இணைவு பலம். 4லும் இவர்கள் கூட்டு நல்லது 7, 10லும் நன்மையளிக்கும். 5, 9லும் சோடை போகாது. 2ல் சந்திரன் சுக்கிரன் இணைவு நன்மை.

கடக லக்கினதாரர்க்கு லக்கினத்தில் குரு, சந்திரன் இணைவு அமோகமாக இருக்கும். 2ல் சந்திரன், குரு, சூரியன் இணைவு நன்மை. 4ல் சுக்கிரன், குரு, சந்திரன், சூரியன் இணைவு அதிபலம் பொருந்தியது. 5ல் 7ல் சுக்கிரன், குரு, சந்திரன் இணைவு நன்மையளிக்கும். 9ல் இவர்கள் மூவருடன் புதன் சூரியன் இணைவு மிகப் பெரிய யோகத்தை அளித்து விடும். 10லும் அதே போன்றுதான். 11லும் சிறப்பில்லாமல் போகாது.

மேஷ லக்கின ஜாதகிகளுக்கு லக்கினத்தில் குரு, சூரியன், சந்திரன் அல்லது குரு, சந்திரன் இணைவு பலம். 4, 5ல்

இவர்களுடன் சுக்கிரனும் இணைதல் மிகவும் பலம்தான். 9லும் 10லும் கூட மேன்மையான பலனை அளித்துவிடும்.

சிம்ம லக்கின ஜாதகிகளுக்கு லக்கினத்தில் குரு, சந்திரன், சுக்கிரன் இணைவு நல்லது. 4ல், 5ல், 9ல் இவர்கள் மூவர் இணைவு நல்லது. 10ல் இவர்களுடன் சூரியனும் இணைவது நல்ல யோகத்தை அளிக்கத் தவறாது. சிம்மத்துக்கு செவ்வாய் யோகர் என்றாலும் அவர் இணைவை நன்கு கணித்தே பலன்களை நிர்ணயிக்க வேண்டும். இங்கு நான் குறிப்பிடுவது எல்லாம் நல்ல யோகத்தை வழங்கும் இணைவுகளை மட்டுமே. சந்திரனைக் குறிப்பிடுவது வளர்பிறைச் சுபச் சந்திரனையே. இதே போல் இணைவுகள் இருந்து விடாது. பாபக் கிரகங்களின் இணைவு இருக்கத்தான் செய்யும். அதன் விவரங்களையும் அளித்துள்ளேன்.

கன்னிக்கு லக்கினத்தில் புதன், சுக்கிரன், சந்திரன் இணைவு பெரும் புகழை அளிக்கும். பெண்ணும் பெரும் தனம் சம்பாதிக்கும் யோகம் பெற்றவள். கலைகள் கற்றவளாக இருப்பாள். குரு உடன் இணைவதும் நன்மையளிக்கவே செய்யும். குரு, புதன் பரஸ்பரம் உபய ராசிகளுக்கு பாதகாதி பதிகள் என்றாலும் பெண்களுக்கு இவர்கள் இணைவும் நன்மையையே செய்யும். அதே போன்றுதான் சுக்கிரன் குரு இணைவும். ஆண்களுக்கு இவர்கள் இணைவு பெண்களைப் போல பெருமளவு நன்மை புரிவதில்லை. 2ல், 4ல், 7ல், 9ல், 10ல், 11ல் இவர்கள் இணைவு நன்மை புரியும்.

துலாத்துக்கு லக்கினத்தில் புதன், சுக்கிரன், சனி இணைவு நன்மையளிக்கும். ஆனால் லக்கினத்தோடு சனி இணைவது சில சமயம் குணத்தைக் கெடுக்கும். குரு பார்வை சமப்படுத்தும். 4ல்,

5ல், 9ல், 10ல் இவர்கள் இணைவு நன்மையளிக்கும். 8ல் சுக்கிரன் நிற்பது எப்படியும் சரியல்ல என்பதுதான் பொதுவான கருத்து. ஆனால் லக்கினாதிபதி என்ற வகையில் அவர் 7ல் நிற்பது பாதிப்பு அளிப்பதில்லை. என்றாலும் 8ல் நிற்பது சரியானதல்ல. பெண்கள் ஜாதகத்தில் அஷ்டமாதிபதி 8ல் இருப்பது நடைமுறையில் பல சிக்கல்களை உருவாக்கவே செய்கின்றது. ஆண்களுக்கு மட்டும் நிற்கலாமா என்ற கேள்வியே வேண்டாம். நான் அதையும் ஒப்புக் கொள்வதில்லை. ஆனால் சமுதாயத்தில் ஆண்களுக்கு ஒரு நியதி, பெண்களுக்கு ஒரு நியதி என்று உருவாகி விட்டதே! என்ன செய்வது? ஆண், மனைவியை இழந்து விட்டால், மறுமணம் செய்து கொள்ளலாம். ஆனால் பெண்களுக்கு அந்த முறை மறுக்கப்படுகின்றதே, எனவேதான் பெண்களுக்கு வரும் கணவன்மார்களின் ஜாதகத்தையும் நன்கு கவனிக்க வேண்டும்.

விருச்சிகத்துக்கு லக்கினத்தில் குரு, சந்திரன் அமர்வது மட்டுமே விசேஷம். உடன் சுக்கிரன் இணையலாம். தவறில்லை. புதன் இணைவு நல்லதல்ல. 2ல் குரு, சந்திரன் இணைவு நன்மை. 5ல் குரு, சுக்கிரன், சந்திரன், சூரியன் இணைவு மிகவும் மேன்மையளிக்கும். 7ல், 9ல், 10ல் இவர்கள் நால்வரின் இணைவும் அதிவிசேஷமான யோகத்தை அளிக்கும்.

தனுசுக்கும் லக்கினத்தில் குரு, சூரியன், சந்திரன் இணைவு நன்மையே. 2ல் குரு, சந்திரன் இணைவு நன்மை. எந்த லக்கினமாக இருந்தாலும், 2ம் இடத்தில் குரு, சுபச்சந்திரன் இணைவு கெடுபலன்கள் அளிப்பதில்லை. மிதுனத்துக்கு 2ல் குரு இருப்பது நல்லதா என்ற கேள்வி எழும். 2ல் ஒரு கிரகம் உச்சம் பெறுவது நல்லதல்ல என்பதுதான் பொதுவான அபிப்பிராயம். அதன் காரணம் ஏற்கனவே விளக்கப்பட்டுள்ளது. எனினும் 7க்கு 8ஆமிடம்தான் இரண்டாமிடம். எனவே அது வரும் மனைவி

(அ) கணவனுக்கு ஆகாது என்பதுதான் காரணம். மிதுனத்துக்கு 7க்குடையவர் தனுசுக்கு அதிபதியான குரு பகவான்தான். லக்கினாதிபதியே 8ல் உச்சம் பெறுவதும் அவருடன் அஷ்டமாதிபதி இணைவதும் அனுபவத்தில் ஆயுள் குறைவை ஏற்படுத்துவதில்லை. மேலும் குரு எட்டில் நிற்பது யோகத்திற்கு நல்லதல்ல என்றாலும், ஆயுள் பலம் கூடவே செய்கின்றது. 4ல் குரு, புதன், சுக்கிரன், சந்திரன் இணைவு நன்மையே. உடன் சூரியன் இணைவதும் தீங்களிக்காது. 5லும் இவர்களின் இணைவு நன்மையே. உடன் சூரியன் இணைவது தீங்களிக்காது. 7ல், 9ல், 10ல், 11ல் கூட நன்மை பயக்கும்.

தனுசு, மீனம் ஆகிய இரு லக்கினங்களுக்கு மட்டும் செவ்வாய் குருவுடன் இணைந்தால் குணத்தைக் கெடுக்க இயலுவதில்லை. அதேபோல் கடகத்துக்கும் லக்கினத்தில் மட்டும் சுபச் சந்திரனோடு செவ்வாய் இணைந்தாலும், குருவோடு இணைந்தாலும் கெடுக்க மாட்டார். மற்றப்படி எங்கு, எவருடன் செவ்வாய் இணைவதும் சரியல்ல. செவ்வாயை குரு பார்த்தாலும் செவ்வாயின் தன்மை மட்டுப்படும். மகரத்திற்கு லக்கினத்தில் சனி, புதன், சுக்கிரன் இணைவு நன்மை. உடன் சந்திரன் இணையலாம். 2லும் சனியைத் தவிர மற்றவர்கள் இணைவு நன்மைதான். 5ல் மூவர் இணைவும் நலம் பயக்கும். உடன் குரு இணையலாம். 7ல் சுக்கிரன், சந்திரன் இணைவு நலம், அப்படி இருக்கும்போது லக்கினத்தில் குரு, சனி இணைவு மேலும் நலம் பயக்கும். 9ல், 10ல் சுக்கிரன், புதன், சந்திரன் இணைவு நல்லது. உடன் குரு இணைவது நல்லதே.

கும்பத்திற்கு லக்கினத்தில் சுக்கிரன், புதன், குரு இணைவு நல்லது. 8லும் இவர்கள் மூவரின் இணைவு மிக விசேஷ யோகத்தை அளிக்கும். 2ல் சுக்கிரன் உச்சம் பெறுவது கெடுதல்

அளிக்காது. உடன் குரு இணைவதால் பாதிப்புக் குறையும். 4ல் சுக்கிரன், புதன் இணைவும், 5ல் மேற்படி மூவரின் இணைவும் சிறப்பான யோகத்தை அளிக்கும். 9லும் விசேஷ யோகத்தை அளிக்கத் தவறாது. 11ல் கூட இவர்கள் மூவரின் இணைவு நன்முறையில் பலன் அளித்துள்ளது.

இங்கு குறிப்பிட்டிருக்கும் இணைவுகள் பாபர்கள் பார்வை இல்லாத இணைவுகள். பாபர்கள் இணைவு ஏற்பட்டால் பலன்கள் மாறும். முக்கியமாக செவ்வாயின் நிலைமையைக் கவனிக்க வேண்டும். பெரும்பாலும் குடும்பப் பிரிவினைகள், கணவன் (அ) மனைவி அற்பாயுளில் மரணமடைதல் ஆகியவற்றிற்கு 2, 7, 8 ஆகிய ஸ்தானங்களே முக்கிய பங்கு வகிக்கின்றது. இவ்விடங்களில் செவ்வாய், சூரியன், சனி ஆகியோரின் இணைவுகள் பெருமளவு பாதிப்புகளை உருவாக்குகின்றன. தீய விளைவுகளை உருவாக்க சில சமயங்களில் சுப கிரகங்கள் கூடத் துணை செய்து விடுகின்றன. அது எப்படிப்பட்ட சமயங்களில் என்பதை இரு உதாரண ஜாதகம் கொண்டு விளக்கியுள்ளேன், நன்கு கவனிக்கவும்.

இங்கு கொடுத்துள்ள ஜாதகத்திலுள்ள கிரகங்களின் நிலை களைக் கவனியுங்கள். தீயகிரகங்கள் எவ்வாறு ஆர்ப்பரித்துக் கொண்டு நிற்கின்றது பார்த்தீர்களா ! இவ்வாறு ஒரு ஜாதகம் இருந்தால் இவளைப் பெண்ணென்று கூறிடக்கூடுமோ ? லக்கினத்தில் சனி, சூரியன், செவ்வாய். எட்டில் பாபச் சந்திரன். குருவுக்கு வலிமை இல்லை. பிறப்புறுப்பு என்று கூறப்படும் விருச்சிகத்தில் ராகு உச்சம். அதன் அதிபதி செவ்வாயோ லக்கினத்தில் உச்சம். லக்கினாதிபதி பாபர், ஆட்சி. அஷ்டமாதிபதி வேறு உடன் இணைவு. சுபராகிய சுக்கிரன் இவர்களுக்கிடையில் சிக்கிக் கொண்டு விழிக்கின்றார். புதனோ 12ம் இடத்தில். மனசுக்கு அதிபதியான சந்திரனை செவ்வாய் 8ம் பார்வையால்

பார்த்து மனச் சலனம் உள்ளவளாக ஆக்கியதுடன் இவளின் காம இச்சைக்கு 7க்கு ஆதிபத்தியம் பெற்ற சந்திரன் எவ்வாறு ஈடு செய்ய முடியும்? காமப் பேய் இவள். இவளுக்கு பல பேர் தேவை.

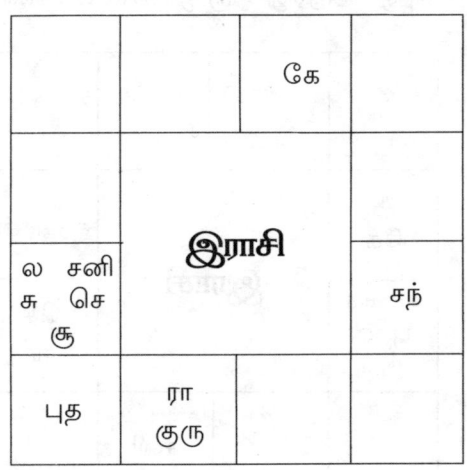

| | | | |
|---|---|---|---|
| | | கே | |
| | இராசி | | |
| ல சனி சு செ சூ | | | சந் |
| புத | ரா குரு | | |

எனவே கட்டிய கணவனை விரட்டி விட்டவள். கள்ளக் காதலனையும் கொலை செய்து விட்டு சிறை வாசம் அனுபவிப்பவள். கொலை செய்யும் அளவு இந்தப் பெண்ணைத் தூண்டிய கிரகங்கள் சூரியன், செவ்வாய்; ராகு கேதுவும் கூட துணைபுரிந்துள்ளார்கள். இங்கு குருவும் பாபியேதான். 3க்குடைய தைரிய ஸ்தானாதிபதியாக நின்று 3ம் இடத்தைப் பார்த்ததுடன், சனியும் 3ம் இடத்தைப் பார்த்துள்ளார். 3ம் இடம் போகம் என்னும் காம இச்சையைத் தூண்டும் இடமல்லவா? இவ்வாறு அனைத்துக் கிரகங்களுமே மோசமான விளைவையே தூண்டச் செய்கின்றன.

12ம் இடத்தில் உள்ள புதன் வேறு, கண்டவனிடம் காம சுகம் பெறத் தூண்டுகிறார். லக்கினத்தில் உள்ள செவ்வாய் கிரகம் கொலை செய்யும் அளவிற்கு இந்தப் பெண்ணை மாற்றியுள்ளார். இதுபோல் செவ்வாய் இணைவு மிக மோசமான விளைவுகளை ஏற்படுத்துகின்றது. அடுத்து ஒரு ஜாதகம் பாருங்கள்.

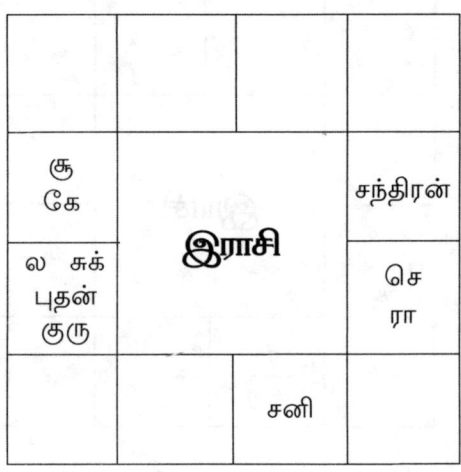

<table>
<tr><td></td><td></td><td></td><td></td></tr>
<tr><td>சூ<br>கே</td><td colspan="2" rowspan="2">**இராசி**</td><td>சந்திரன்</td></tr>
<tr><td>ல சுக்<br>புதன்<br>குரு</td><td>செ<br>ரா</td></tr>
<tr><td></td><td></td><td>சனி</td><td></td></tr>
</table>

இந்த ஜாதகத்தைக் கவனியுங்கள். லக்கினத்தில் சுபர்கள். லக்கினாதிபதி உச்சம். கிரகத்தின் நிலைகள் நன்றாக உள்ளனவே என்ற உங்கள் எண்ணம் புரிகின்றது. ஆனால் இதுவும் கொலை செய்து தண்டனை அனுபவிக்கும் பெண்ணின் ஜாதகம்தான். முன் ஜாதகத்திற்கும் இதற்கும் வேறுபாடு உள்ளது. அந்த ஜாதகத்திற்கும் இந்த ஜாதகத்திற்கும் உள்ள வேறுபாடு இந்த ஜாதகம் ஒரு உத்தமமான பெண். மனதாலும் தீங்கு, தீய எண்ணம் இல்லாதவள். கணவன் ஸ்தானம் நன்கு உள்ளது. சந்திரனை உச்சம் பெற்ற சனி பார்த்தாலும், நீச பங்கம் பெற்ற

குரு பார்த்துள்ளார். 8ல் செவ்வாய், ராகு இருந்தாலும் பரிகார செவ்வாய் தோஷம்தான். செவ்வாய் தோஷம் பார்த்துத்தான் சரியான வரனை தேர்ந்தெடுத்து மணம் முடிக்கப்பட்டது. ஆயினும் கேது திசை, செவ்வாய் புத்தியில் இவளின் வாழ்க்கை புயலால் சாய்க்கப்பட்ட மரமாகி விட்டது. எதிர்பாராமல் ஏற்பட்ட சம்பவம் இவளைக் கொலைக்காரியாக மாற்றி விட்டது. தன் கற்பைக் காப்பாற்றிக் கொள்ள தன்னைக் கெடுக்க முயற்சித்தவனைத் தைரியத்துடன் கொன்று விட்டாள். நியாயமான கொலைதான். எனினும் அஷ்டம ராகு சட்டப்படி தண்டனை அளிக்கத் தவற வில்லை. இப்படியும் ஜாதகங்கள் அமையவே செய்கின்றன. திருமணப் பொருத்தம் பார்ப்பதில் ஏகப்பட்ட தவறுகள் செய்வதன் காரணம் இது. நம் நூல்கள் தெளிவாகப் பொருத்தங்கள் பற்றி கூறுகின்றன. நல்ல விஷய ஞானம் இல்லாத ஜோதிடர்கள், தெளிவாக முறைகளைப் பின்பற்று வதில்லை. பொருத்தம் பார்க்க வருபவர்களும், பத்து ரூபாய் தட்சிணை கொடுப்பார்கள். ஆயிரம் காலத்துப் பயிர் போன்ற தாயிற்றே திருமணம். நன்முறையில் பொருத்தம் பார்க்க வேண்டும் என்ற எண்ணமே இருப்பதில்லை. மேலும் சிலர் சரியில்லாத ஜாதகங்களை மாற்றி, தேவைக்குத் தக்கவாறு மாற்றம் செய்து கொள்கின்றார்கள். அது மிகப் பெரிய தவறு. அடுத்த அத்தியாயம் சரியான முறையில் பொருத்தம் பார்ப்பது பற்றி.

## 12. திருமணப் பொருத்தம் பார்க்கும் சரியான முறை

**தி**ருமணம் செய்து கொள்ளப் போகும் ஒரு ஆணுக்கும், ஒரு பெண்ணுக்கும் ஜாதக ரீதியாகப் பொருத்தம் பார்க்க வேண்டும் என்று, நம் முன்னோர்கள் தெளிவாகக் கூறி

உள்ளார்கள். ஆனால் சிலர் அதெல்லாம் தேவையற்றது என்று வாதம் செய்கின்றார்கள். சிலர் மருத்துவ ரீதியாக உடல் சோதனை செய்துதான் இணை சேர்க்க வேண்டும் என்று கூறுகின்றார்கள். மேலும் சிலர் மேல்நாடுகளில் ஜாதகம் பார்த்துத் தான் திருமணம் செய்கின்றார்களா என்று கேள்வியும் கேட்கின்றார்கள். மேல் நாட்டுக் கலாசாரமும், நம் நாட்டுக் கலாசாரமும் ஒன்றாகிவிட முடியாது. அவர்களின் வாழ்க்கை முறையும் நம் நாட்டிற்கு ஒத்து வராது.

ஜாதகம் இல்லாதவர்களுக்கும் பெயர் எழுத்தின் மூலம் நட்சத்திரம் கண்டு பொருத்தம் பார்க்கும் முறையும் உள்ளது. ஜாதக ரீதியாகப் பொருத்தம் பார்ப்பதில் அனைத்து விஷயங் களும் அடங்கியுள்ளன. அவை பற்றிய முழு விவரங்களும் இந்த அத்தியாயத்தில் கூறப்பட்டுள்ளன. எந்தப் புத்தகத்திலும் நீங்கள் இவ்வளவு தெளிவான விவரங்களையும் பெற முடியாது. முதலில் பொருத்தங்கள் எத்தனை என்பதைக் கவனிப்போம்.

1. லக்கினப் பொருத்தம்
2. லக்கின அதிபதி பொருத்தம் (அ) வசியப் பொருத்தம்
3. ராசிப் பொருத்தம்
4. ராசி அதிபதி பொருத்தம்
5. நட்சத்திரப் பொருத்தம் (அ) வேதைப் பொருத்தம்
6. நட்சத்திர அதிபதி பொருத்தம்
7. தினப் பொருத்தம்
8. மகேந்திரப் பொருத்தம்
9. ஸ்திரீ தீர்க்கப் பொருத்தம்
10. யோனிப் பொருத்தம்
11. ரச்சுப் பொருத்தம் (கயிறுப் பொருத்தம்)

12. கணப் பொருத்தம்
13. பால் பொருத்தம்
14. பக்ஷிப் பொருத்தம்
15. நாடிப் பொருத்தம்

இப்படி கூறப்பட்டுள்ள 15 பொருத்தங்களிலும் இன்றைய விஞ்ஞான உலகில் மருத்துவ சோதனை செய்து ஆண் பெண் இணைவை ஏற்படுத்த வேண்டும் என்ற யோசனையும் அன்றைய மெய்ஞ்ஞான உலகிலேயே ஒப்புக் கொள்ளப்பட்டு, அதற்கான வழிமுறைகளையும் நம் மகான்கள் அளித்துள்ளார்கள். ஒவ்வொன்றாக விளக்கத்தைக் காணலாம்.

## 1. லக்கினப் பொருத்தம் :

இது பஞ்சாங்கங்களில் இருக்காது. எனவே இதை முக்கியமானதாக யாரும் கருதுவதில்லை. லக்கினம் என்பது உயிர், ஆத்மம், ரூபம் ஆகியவற்றைக் குறிப்பதல்லவா? இதை விட்டு விட முடியுமா? மேலும் குணாதிசயங்களையும் லக்கினத்தைக் கொண்டு நிர்ணயம் செய்கின்றோமே. ஆண், பெண் இருவருக்கும் குணங்கள் முக்கியம் இல்லையா? இது கணப் பொருத்தத்தில் வரக்கூடும் என்றாலும், விசேஷமான குணாதிசயங்களை லக்கினத்தைக் கொண்டுதானே நிர்ணயிக்க வேண்டும். உதாரணமாக சிம்ம லக்கினம், கும்ப லக்கினம் இரண்டும் இரு வேறான குணாதிசயங்கள் பெற்றவையாயிற்றே. பெரும்பாலும் மாற்றுக் குணாதிசயங்கள் உள்ளவர்களை இணைப்பதை விட ஒரே மாதிரியான குணங்கள் கொண்டவர்களை இணைப்பதுதானே முறை. நெகட்டிவ், பாசிட்டிவ் என்று இரு குணங்கள் இருப்பதாக வைத்துக் கொண்டால், நெகட்டிவும், பாசிட்டிவும் ஒன்றிணைய முடியுமா? மின்சாரத்தில் 'பேஸ்',

'நியூட்ரல்' என்று இரண்டு உள்ளதல்லவா ? இரண்டும் ஒன்று சேர்ந்தால் அதன் விளைவு என்ன ? பட்டென்று மின் தொடர்பு நின்றுவிடும். அது போன்றே வாழ்க்கைக்கும். ஒத்துப்போகும் இரு குணங்களே செம்மையாக அமையும். மாற்று இணைவுகள் கருத்து வேறுபாட்டை உருவாக்கும். எனவேதான் திரிகோணம் என்ற அமைப்பை ஜோதிட சாஸ்திரத்தில் உருவாக்கி யுள்ளார்கள். திரிகோண லக்கினங்கள் (அ) ராசிகள் ஒத்த கருத்துடையவை என்பது சாஸ்திரத்தின் தெளிவான கூற்று. திரிகோண லக்கினங்களை இணைப்பதில் சிக்கல் எதுவுமில்லை.

## 2. லக்கின அதிபதிப் பொருத்தம் :

குணாதிசயங்கள் போன்றுதான் லக்கின அதிபர்களும். நட்புக் கிரகங்கள், பகை கிரகங்கள் என்று உள்ளதல்லவா ? திரிகோண லக்கின அதிபர்கள் நட்புக் கிரகங்களாகவே உள்ளனர். எனவே அந்த அடிப்படையில் லக்கின அதிபர்கள் அமைந்துவிடில் அவர்களுக்குள் பிரச்சனை ஏற்பட வாய்ப் பிருக்காது. லக்கின அதிபர்களையும் பொருத்தக் கணக்கில் இணைத்துக் கொள்ள வேண்டும். இதற்கு வசியப் பொருத்தத் தையும் இணைத்துக் கொள்ளுதல் கூடுதல் சிறப்பாகும்.

## 3. ராசிப் பொருத்தம் :

இது முக்கியமான ஒன்று. இதை எல்லோரும் கவனித்தே ஆக வேண்டும். ஆயினும் இதன் உண்மையான தாத்பரியம் (பொருள்) என்னவென்று அநேகருக்குத் தெரியாது. திருமணத் திற்கு முன்பு ஆண், பெண் இருவரையும் மருத்துவ சோதனைக்குட்படுத்த வேண்டும் என்று கூறுகின்றார்களே. அது போன்ற மருத்துவ சோதனைதான் இந்த ராசிப் பொருத்தம் என்பது. மனித ஜீவனின் உடல் வாதம், பித்தம், சிலேத்துமம் என்ற அடிப்படையில் உள்ளதல்லவா ! அந்த அடிப்படைதான்

ராசி என்பதும். ராசி உடலின் அடிப்படை என்பது நீங்கள் அறிந்ததே. உடற்கூறு எதன் அடிப்படையில் உள்ளது என்பதை அறிய ராசி பயன்படுகின்றது. வாதமும், வாதமும் சேரலாம். பித்தமும், பித்தமும் ஒத்துப்போகும். சிலேத்துமமும், சிலேத்துமமும் இணையும். எனவேதான் ஏகராசிப் பொருத்தம் என்பது ஒப்புக் கொள்ளப்பட்டுள்ளது. பெண்ணுக்கும் ஆணுக்கும் ஏக ராசியின் உத்தமம் என்பது உடற்கூறின் அடிப்படையிலேதான். அடுத்து திரிகோண ராசிகளே ஒத்துப்போகின்றன. பித்த உடலும் வாத உடலும் இணையலாம். வாத உடலும் சிலேத்தும உடலும் இணையலாம். ஆனால் பித்தமும், சிலேத்துமமும் இணைவது சிறப்பல்ல என்பது மருத்துவக் கூற்று. பித்தம் என்பது உஷ்ணம், சிலேத்துமம் என்பது குளிர்ச்சி (நீர்) நீரும் நெருப்பும் இணைய முடியுமா ? மருத்துவ அடிப்படை ராசியில் பிரதிபலிக்கின்றது. உலகத்தின் இனப்பெருக்கம் ஆண், பெண் இணைவில்தான் இருக்கின்றது. எனவே ராசிகளின் தன்மை அறிந்து இணைத்து விடில் மருத்துவ சோதனை என்பது அவசியமற்றது. மும்மூர்த்தி களும், முத்தேவியர்களும் கூட இந்த அடிப்படையில்தான் உருவகப்படுத்தப்பட்டுள்ளார்கள். சிவனும், சக்தியும் உஷ்ண அடிப்படை. பிரும்மாவும், சரஸ்வதியும் வாத அடிப்படை. விஷ்ணுவும், லக்ஷ்மி தேவியும் சிலேத்தும அடிப்படை. எனவே ஏகராசியும், திரிகோண ராசிகளும் இணைவுகளுக்கு ஏற்றவை என்று விளங்கிக் கொள்ளலாம்.

## 4. ராசி அதிபதிப் பொருத்தம் :

ராசி அதிபதிகளையும் திரிகோண அதிபதிகளாகவே தேர்வு செய்வதே சிறப்பானது. நட்பு அடிப்படையிலும் தேர்வு செய்கின்றார்கள். திரிகோணாதிபதிகளே நட்புக் கிரகங்களாக வருவார்கள். மாறியும் வரக்கூடும். உதாரணமாக கடகாதிபதியும், சிம்மாதிபதியும் நட்புக் கிரகங்கள்தான். ஆனால் உடல் கூற்றின்

அடிப்படையில் 'ஜலராசி', 'தீ' ராசியாக வருவதைக் கவனிக்க வேண்டும். நீர், நெருப்பு, காற்று, நிலம் ஆகிய ராசிகள் பற்றி முன்பே குறிப்பிட்டுள்ளேன். மறுமுறையும் குறிப்பிடுகிறேன். அமைப்பை நன்கு விளங்கிக் கொள்ளுங்கள்.

| | | |
|---|---|---|
| மேஷம், சிம்மம், தனுசு | : | நெருப்பு ராசிகள் |
| ரிஷபம், கன்னி, மகரம் | : | நில ராசிகள் |
| மிதுனம், துலாம், கும்பம் | : | காற்று (வாயு) ராசிகள் |
| கடகம், விருச்சிகம், மீனம் | : | நீர் ராசிகள் |

இப்படி வரும் திரிகோண ராசிகளும், அதன் அதிபதிகளும் உடற்கூற்றின் அடிப்படையில் ஒத்துப் போகக் கூடிய வாய்ப்பு உள்ளதை நினைவிற் கொண்டு பொருத்தம் நிர்ணயிப்பதுதான் சிறந்தது. வசியப் பொருத்தம் என்று குறிப்பிட்டுள்ளதைப் பற்றி கூறும் போது அதிபர்களின் பொருத்தத்தையே முக்கியமாகக் கொள்ளல் சிறப்பு என்பதுதான் எளியேனின் கருத்து. வசியப் பொருத்தம் தனியாக உள்ளதையும் கவனித்து சேர்த்துக் கொள்ளுதல் சிறப்புதான்.

## 5. நட்சத்திரப் பொருத்தம் :

இதில் நட்சத்திர வேதை என்று கூறப்படும் பகை நட்சத்திரங்கள் எவை என்பதைக் கண்டு, பகை நட்சத்திரங்களை விலக்கி விடுதல் நலம் என்று கூறப்பட்டுள்ளது. வேதை உள்ள நட்சத்திரங்களின் அதிபதிகள் நட்புக் கிரகங்களாக இருப்பின் நட்சத்திர அதிபதிகளைத் தேர்ந்து கொள்வதே சிறப்பு. வேதை என்பது முக்கியமான பொருத்தமாகப் பெரும்பாலோர் எடுத்துக் கொள்வதில்லை. வேதைக்கு முக்கியத்துவம் அளித்தாக வேண்டும். வசியம் இருந்தால் வேதை பார்க்க வேண்டியதில்லை.

### 6. நட்சத்திர அதிபதிப் பொருத்தம் :

இதுவும் முக்கியமாகக் கவனிக்கப்பட வேண்டிய ஒன்று. ராசியைப் போலவே நட்சத்திரங்களையும் - முக்கியமாக, அதன் அதிபர்களைக் - கவனிக்க வேண்டியுள்ளது. திருமணப் பொருத்தம் என்பது நடைமுறையில் நட்சத்திரங்களைக் கொண்டே நிர்ணயிக்கப்படுகிறது. பெயர் பொருத்தம் பார்க்கவும் நட்சத்திரங்களே முக்கிய இடத்தை வகிப்பதால், அதன் அதிபர் களுக்கு முக்கியத்துவம் அளித்தல் வேண்டும். நட்புக் கிரகங் களின் நட்சத்திரமாக இருப்பதுடன் திரிகோணாதிபதிகளின் நட்சத்திரமாக அமைவதே சிறப்பு.

### 7. தினப் பொருத்தம் :

தினப் பொருத்தம் என்பதும் நட்சத்திர அடிப்படையில் வருவதுதான். பெண்ணின் நட்சத்திரம் முதல் ஆணின் நட்சத்திரம் வரை எண்ணும்போது, எத்தனையாவது நட்சத்திர மாக வந்தால் சிறப்பானது என்று அறிந்து கொள்வது. இதைப் பற்றிய விளக்கம் அனைத்துப் பஞ்சாங்கங்களிலும் அளிக்கப் பட்டுள்ளதால், வேறு சிறப்பான விளக்கம் இல்லாததால், விவரிக்கப்படவில்லை.

### 8–9 மகேந்திர மற்றும் ஸ்திரீ தீர்க்கப் பொருத்தம் :

8-9 ஆகியவையான மகேந்திரம், ஸ்திரீ தீர்க்கம் என்பவை பற்றியும் பஞ்சாங்கங்களிலேயே விளக்கம் அளிக்கப்பட்டுள்ளது. அதுவே போதுமானது. இவை முக்கியமான பொருத்தங்கள் என்ற அமைப்பில் வருவதல்ல. உபபொருத்தங்களே.

### 10. யோனிப் பொருத்தம் :

இது முக்கியமான ஒன்று. ஆனால் இதன் அடிப்படை என்ன என்பதைப் பெரும்பாலோர் விளங்கிக் கொள்ளாமலேயே

பொருத்தம் கணிக்கின்றார்கள். ராசிக்கு அளித்துள்ள விளக்கம் போலவே இதற்கும் விளக்கம் உள்ளது. வாத்ஸ்யாயனர் எழுதிய 'காம சூத்திரத்தில்' இதன் அடிப்படை உள்ளது. 'யோனி' என்பது பெண்களின் பிறப்புறுப்பு என்பது நீங்கள் அறிந்ததே. யோனி என்னும் பிறப்புறுப்பின் தன்மை என்ன என்பதையே சூட்சுமமாக இப்பகுதியில் நம் முன்னோர்கள் விளக்கியுள்ளார்கள். இங்கும் மருத்துவ அடிப்படை முன் நிற்கின்றது. உலகில் தோன்றியுள்ள அத்தனை ஜீவன்களுக்கும் பிறப்புறுப்பு ஒரே மாதிரியாக இருப்பதில்லை. மனிதர்களிலும் பிறப்புறுப்புகள் தோற்றத்திலும், உணர்ச்சியிலும் மாறுபட்டே இருக்கும். காம இச்சை என்பது ஒவ்வொருவருக்கும் ஒரே அளவில் இருக்காது. அவரவர்களும் தங்களுடைய சக்திக்கேற்பவே சம்போகம் செய்ய இயலும். அதிக காம இச்சை உள்ள ஒரு பெண்ணுக்கு குறைந்த நேரமே சம்போகம் நடைபெறுமானால் அந்தப் பெண்ணின் இச்சை பூர்த்தியடையாது. அதேபோல் அதிகமான காமம் உள்ள ஆணுக்கு, குறைந்த காம இச்சையுள்ள பெண் ஈடு கொடுக்க இயலுமா? எனவேதான் அடிப்படையான இன்ன நட்சத்திரம் உள்ளவர்களுக்கு இன்ன மாதிரியான யோனி அமைப்பு என்றுள்ளது. அந்தந்த யோனிகளில் பகை, நட்பு என்று குறிப்பிடப்பட்டுள்ளதன் விபரம் பகை யோனிகள் பொருத்த மற்றது என்பது. நட்பு என்பது இரு யோனிகளும் ஒத்த அமைப்புடையவை. ஒரே அளவான காம இச்சையுடையவை என்பதுடன் பிறப்புறுப்புகளின் தன்மையும் ஒத்த அமைப்புடையதாக இருக்கும் என்பதுதான். ஜாதகத்தைக் கொண்டு ஆண், பெண் இருவரின் பிறப்புறுப்பின் தன்மையையும் காம இச்சையின் அளவையும் நிர்ணயிக்க வழி உள்ளது. நடைமுறையில் இவை கடைப்பிடிக்கப்படுவதில்லை. யோனிப் பொருத்தம் முக்கியமாகக் கடைப்பிடிக்க வேண்டும். பெரும் பாலோர் இதற்கு முக்கியத்துவம் அளிப்பதில்லை. ரச்சுப்

பொருத்தம் என்பதையே முக்கியமாக எடுத்துக் கொள்கிறார்கள். என் அனுபவத்தில் நான் ரச்சுவை விட யோனிக்கே முதலிடம் தருகின்றேன். ரச்சுப் பொருத்தம் முக்கியமானதல்ல என்பதன் விவரம் அடுத்த விளக்கத்தில்.

## 11. ரச்சுப் பொருத்தம் :

இதில் அநேகர் தவறு செய்கின்றார்கள். ஆண் - பெண் இருவருக்கும் ஒரே ரச்சுவாக (கயிறு) வந்தால் திருமணம் செய்யக் கூடாது என்பது பொதுவான விதி. ஆனால் ரச்சுப் பொருத்தத்தில் ஆரோகணம், அவரோகணம் என்று இரு அமைப்புள்ளது. ஆரோகணம் என்பது ஏறுமுகம், அவரோகணம் என்பது இறங்குமுகம். இதையும் பெரும்பாலானோர் கவனிப்பதே இல்லை. அஸ்வினி, மகம், மூலம், ஆயில்யம், கேட்டை, ரேவதி ஆகிய ஆறு நட்சத்திரங்களும் பாத ரச்சுவில் வருவதாகப் பஞ்சாங்கங்களிலும், சில நூல்களிலும் இருக்கும். அப்படியே அதை பாத ரச்சுவாகவே கணக்கிட்டு ரச்சு தட்டுகின்றது என்று கூறிவிடுவார்கள். அது தவறு. அஸ்வினி, மகம், மூலம் ஆகிய மூன்று நட்சத்திரங்களும் ஆரோகண பாத ரச்சுவில் வரும். ஆயில்யம், கேட்டை, ரேவதி ஆகிய நட்சத்திரங்கள் அவரோகண பாத ரச்சுவில் வரும். இம்மாதிரி யாக ஒருவர் நட்சத்திரம் ஆரோகணத்திலும், மற்றவருடையது அவரோகணத்திலும் வந்தால் ரச்சு தட்டாது. விவாகம் செய்யலாம். இரண்டும் ஆரோகணத்திலோ அல்லது அவரோ-கணத்திலோ வந்தால் செய்யக் கூடாது.

கார்த்திகை, உத்திரம், உத்திராடம் - ஆரோகண உதர ரச்சு; புனர்பூசம், விசாகம், பூரட்டாதி - அவரோகண உதரரச்சு; ரோகிணி, அஸ்தம், திருவோணம் - ஆரோகண கண்ட ரச்சு; திருவாதிரை, சுவாதி, சத்யம் - அவரோகண கண்ட ரச்சு; பரணி,

பூரம், பூராடம் - ஆரோகண தொடை ரச்சு; பூசம், அனுஷம், உத்திரட்டாதி - அவரோகண தொடை ரச்சு; மிருக சீரிஷம், சித்திரை, அவிட்டம் - சிரசு ரச்சு; இதில் ஆரோகணம் அவரோகணம் இல்லையென்று குறிப்பிடப்பட்டுள்ளது.

ரச்சு பொருத்தத்தை உப பொருத்தங்களிலேதான் நான் கொண்டு வருகிறேன். முக்கிய இடத்தை அளிப்பதில்லை. காரணம் இப்படி ரச்சுத் தட்டினால் விவாகம் செய்யக் கூடாது என்று கூறும் சாஸ்திரமே ஏக நட்சத்திரப் பொருத்தம் என்ற அடிப்படையில் ரோகிணி, அஸ்தம், திருவோணம், மகம், பூசம், திருவாதிரை ஆகிய ஆறு நட்சத்திரங்களும் ஏக நட்சத்திரமாக வந்தால் பொருத்தம் பார்க்க வேண்டியதில்லை என்று கூறுகின்றது. அப்படியென்றால் ரச்சுத் தட்டுமே ! அதை எப்படி ஏற்றுக் கொள்வது ? ஏக ரச்சுவில் வருமே செய்யலாமா என்ற கேள்வி வருகின்றது. எனவேதான் ரச்சுப் பொருத்தம் என்பது. பெயர் ராசிக்குப் பார்க்கும் போது மட்டுமே முக்கியத்துவம் அளிக்க வேண்டும் என்பது. ஜாதக ரீதியாகப் பார்க்கும் போது ரச்சுக்குப் பதில் 2ஆமிடம், 7ம் இடம், 8 ஆமிடம் ஆகியவற்றிற்கு முக்கியத்துவம் அளித்துக் கணக்கிட்டால் போதுமானது. ரச்சு என்பது மாங்கல்யம் என்பதைப் பற்றிக் குறிப்பிடுவதுதான். மாங்கலிய ஸ்தானம் 8ஆமிடம்தான். எனவே அதற்கே முக்கியத்துவம் தேவை. ரச்சுப் பொருத்தம் இல்லாமலும் 2, 8 சுத்தத்தைக் கொண்டே எத்தனையோ ஜாதகங்கள் இணைந்து நல்வாழ்க்கை வாழ்ந்து வருவதைக் கண்டுள்ளேன்.

### 12. கணப் பொருத்தம் :

இதுவும் லக்கினப் பொருத்தம் போலவே குணாதிசயங் களைப் பற்றியதே. தேவம், ராக்ஷஸம், மனுஷம் என்று மூன்று கணம் உள்ளது. தேவகணம் நன்மை என்று கூறுப்பட்டுள்ளது.

ஒரே மாதிரியான குண அமைப்புள்ளவர்கள் ஒத்துப் போவார்கள் என்பதுதான் இதன் தாத்பரியம். தேவகணம் மிகவும் உத்தமமானது. அடுத்த மனுஷ கணம் மத்திபமானது. ராக்ஷஸ கணம் சுமாரானது. பெண் தேவகணத்துக்கு மற்ற இரண்டும் ஒத்துப் போகும். ஆண் கணத்துக்கு ராக்ஷஸ கணம் ஒத்துப் போகாது. பெரும்பாலும் தேவ கணத்திலும், மனுஷ கணத்திலும் வருவதே நல்லது. பெண் ராக்ஷஸ கணமாக வருவது சிறப்புடையது அல்ல. அப்படி வருமானால் ஆண் மனுஷ கணமாக இருப்பதே சற்றுப் பொருத்தம் வரக் கூடியது.

## 13. பால் பொருத்தம் :

விருஷப் பொருத்தம் என்றும் கூறுப்படும் இது சந்ததி களைப் பற்றிக் குறிப்பிடுவது. விருஷங்களில் பால் உள்ள விருஷங்கள், பால் இல்லாத விருஷங்கள் என்றுள்ளது. ஆண் - பெண் இருவருக்கும் பால் இல்லாத விருஷம் வரக்கூடாது. இருவருக்கும் பால் உள்ள விருஷமே வந்தால் உத்தமம். ஒன்று பால் உள்ளதும் ஒன்று பால் இல்லாததுமாக வந்தால் மத்திபம். இதன் விவரமும் பஞ்சாங்கத்தில் அளிக்கப்பட்டுள்ளது.

## 14. பக்ஷிப் பொருத்தம் :

இதுவும் குணாதிசய அடிப்படை கொண்டதுதான். பகை அற்ற பக்ஷிகள் பொருத்தம் என்று கொள்ள வேண்டியது.

## 15. நாடிப் பொருத்தம் :

அநேகர் இதைப் பார்ப்பதே இல்லை. இப்படி ஒன்று இருக்கின்றதா என்ற கேள்வி கூட கேட்பவர்களும் உண்டு. ராசி, யோனி போலவே இதுவும் முக்கியமான ஒன்று. இதுவும் உடற்கூற்றின் அடிப்படையில் வரும். மூன்றுவிதமான நாடிகள் உள்ளன. மத்திய நாடி, பார்ச்சுவ நாடி, சமான நாடி என்று

உள்ள மூன்று நாடிகளில் ஆண் - பெண் இருவர் நாடியும் ஒரே நாடியில் வரக்கூடாது. மாறி வருதல் சிறப்பானது.

பரணி, மிருகசீரிஷம், பூரம், பூசம், சித்திரை, அவிட்டம், அனுஷம், பூராடம், உத்திரட்டாதி ஆகிய ஒன்பதும் **மத்திய நாடி;** அஸ்வினி, திருவாதிரை, உத்தரம், அஸ்தம், கேட்டை, மூலம், சதயம், பூரட்டாதி, புனர்பூசம் ஆகிய ஒன்பதும் **பார்ச்சுவ நாடி;** கார்த்திகை, ரோகிணி, ஆயில்யம், மகம், சுவாதி, விசாகம், உத்திராடம், திருவோணம், ரேவதி ஆகிய ஒன்பதும் **சமான நாடி** ஆகும். இதில் ஆண், பெண் இருவரும் சமான நாடியில் வந்தால் மத்திமப் பலன் செய்யலாம். மற்ற நாடிகள் மாறி வருவதே உத்தமமானது.

அநேகர் பத்துப் பொருத்தங்கள் மட்டுமே கணக்கில் எடுத்துக் கொண்டு ஐந்து இருந்தால் போதுமானது என்பர். எப்படியாயினும் ராசி, லக்கினம், யோனி, கணம், பால், நாடி, நட்சத்திரம் ஆகிய பொருத்தங்கள் முக்கியம். 8வதாக ரச்சுப் பொருத்தத்தையும் சேர்த்துக் கொள்ளலாம். தினம், மகேந்திரம், ஸ்திரீ தர்க்கம், பக்ஷி பொருத்தம் ஆகிய நான்கும் மிக முக்கியம் என்ற பொருத்தத்தில் எடுத்துக் கொள்ள வேண்டியதில்லை. உப பொருத்தங்களில் சேர்த்துக் கொள்ளலாம்.

இந்தப் பதினைந்து பொருத்தங்களையும் கவனிக்கும் முன்பாக முக்கியமாகக் கவனிக்க வேண்டியது, செவ்வாய் தோஷம் எனப்படும் அங்காரக தோஷத்தைத்தான். அநேகர் தங்களுக்குத் தோன்றியவாறெல்லாம் இதைப் பற்றிப் பலவிதமாகக் கூறுகின்றார்கள். அவைகளில் பலர் கூறுவது தவறான முடிவுகளே. அது மட்டுமல்லாமல் சிலர் பொருத்தம் பார்க்க பெண்ணின் 'ஜனன' ஜாதகம்தான் எடுத்துக் கொள்ள வேண்டும் என்று கூறுகின்றனர். சிலர் அப்படியல்ல. 'ருது'வான

ஜாதகத்தையே எடுத்துக் கொள்ள வேண்டும் என்று கூறு கின்றார்கள். என் அனுபவத்தில் நான் ஜனன ஜாதகத்திற்கே முக்கியத்துவம் அளிக்கின்றேன். காரணம் ருது ஜாதகம் 10ல் 1 கூட சரியாக கணிக்கப்படுவதில்லை. அம்சம் அமைப்பதிலே தப்பிதம் செய்வதைப் போலவே ருது ஜாதகம் கணிப்பதிலும் தவறு செய்கின்றார்கள். அதன் விவரம் அடுத்த அத்தியாயத்தில் வரும்.

செவ்வாய் தோஷம் என்றால் என்ன என்ற கேள்விக்கு லக்கினம் (அ) ராசிக்கு 2, 4, 7, 8, 12 ஆகிய ஸ்தானங்களில் செவ்வாய் நிற்பதுதான் செவ்வாய்தோஷம் என்ற பதில் வரும். அதன் தாத்பரியம் என்ன? அப்படி என்றால் என்ன என்ற கேள்விக்கு சரியான பதில் தெரிந்தவர்களின் தொகை குறைவே. செவ்வாய் கிரகத்தைப் பற்றி முன் அத்தியாயங்களில் தெளிவாக விளக்கியுள்ளேன். ஜாதகர்களின் குணத்தைக் கெடுப்பதில் முன்னே நிற்பவர் செவ்வாய்தான். அதிலும் முக்கியமாக குடும்ப விளக்காகத் திகழ வேண்டிய மங்கையர் உன்னதமாக இருக்க வேண்டுமல்லவா? பெண்களின் மேன்மைதானே குடும்பத்தை உயர்த்துகின்றது. ஆண்களிடம் திறமை சாமர்த்தியம் இல்லை என்றாலும், அறிவுக்கூர்மையும், புத்திசாலித்தனமும் உள்ள பெண்கள் குடும்பத்தைக் கட்டிக் காத்துவிடுவார்கள். அவர்களின் குணக்கேட்டிற்கு காரணமானவர் செவ்வாய்தான். ஆண் களுக்கும் அவர்தான் காரணம். எனினும் பெண்களைக் கெடுப்பதில் முன்னணியில் நிற்கின்றார். எனவேதான் குணக் கேட்டிற்கு காரணமான செவ்வாயை நன்கு கவனிக்க வேண்டிய அவசியம் ஏற்படுகின்றது.

2, 4, 7, 8, 12 ஆமிடம் மட்டுமல்லாமல், லக்கினம், ராசியில் அவர் இருப்பதும் கூட சரியல்ல. ஆனால் அதை யாரும் கவனிப்பதில்லை. இணைவையும் கூட தோஷம் என்றுதான்

கொள்ள வேண்டும். ஆனால் வழக்கத்தில் கொள்வதில்லை. கடகம், தனுசு, மீனம், சிம்மம் ஆகிய லக்கினம் ராசிகளுக்கு மட்டுமே செவ்வாய் லக்கினத்தில் (அ) ராசியில் இருப்பது தீமை செய்வதில்லை. மற்றப்படி லக்கினத்தில் இருக்கும் போது குணத் தையும், ராசியில் இருக்கும் போது உடல் ஆரோக்கியத்தையும் நிச்சயம் பாதிக்கவே செய்கின்றார். குருவின் இணைவும் பார்வையும் மட்டுமே செவ்வாயின் தன்மையைக் கட்டுப் படுத்துகின்றது.

2ல் இருக்கும் செவ்வாய் அந்த ஸ்தானத்தைப் பாதிப்படையச் செய்வதோடு அவர் பார்க்கும் இடங்களான 4, 7, 8 ஆகிய இடங்களையும் கெடுத்து விடுகின்றார். 2ஆமிடம் தான் பிறந்த சுய குடும்பம், வாக்கு, தனம், கல்வி ஆகிய முக்கிய ஸ்தானமல்லவா ? எனவே அங்கே செவ்வாய் தங்குவது சரியல்ல என்பது அதன் உண்மையான தாத்பரியம்.

4ஆமிடம் தாயார், சுகம், சௌக்யம், நிலம், வீடு போன்ற இடமல்லவா ? அதில் அமரும் செவ்வாய் இவைகளை பாதிக்கச் செய்வதோடு 7, 10, 11 ஆகிய ஸ்தானங்களையும் பார்த்து விடுகின்றார்.

7ல் இருக்கும் செவ்வாய் கணவன் (அ) மனைவி ஸ்தானத்தையும் கெடுப்பதோடு லக்கினம் (அ) ராசியைப் பார்ப்பதோடு 2ஆமிடத்தையும் பார்க்கின்றார்.

8ல் இருக்கும் செவ்வாய் முக்கியமாக பெண்களுக்கே பிரதானம். அது மாங்கல்ய ஸ்தானம் என்று சொல்லப்படுவது. காரணம் 8க்கு நேர் எதிர் ஸ்தானம் 2ஆமிடம். அது கணவன் ஸ்தானத்திற்கு 8 ஆமிடமாகிய ஆயுள் ஸ்தானம். எனவேதான் முக்கியமாக 2, 8 ஆகிய இடங்கள் சுத்தமாக இருக்க வேண்டும் என்பது கணவன் மனைவி ஆகிய இருவரின் ஆயுள் ஸ்தான மாக இருக்கின்றபடியால், மற்ற இடங்கள் எப்படி இருப்பினும்

2, 8 ஆகிய இரண்டு இடத்துக்கும் முக்கியத்துவம் அளிக்கப் பட்டுள்ளது. குணம் எப்படியிருப்பினும் அனுசரித்துப் போய் விடலாம். ஆனால் ஆயுள் முக்கியமல்லவா ? அது இருந்தால் தானே மற்ற எல்லாம்.

12ல் இருப்பது என்பது பெருமளவு கெடுதல் இல்லை என்று சொல்கின்றார்கள். அப்படியல்ல. 12 விரய ஸ்தானம் மட்டுமல்லாமல் 3ம் இடம் போலவே போக ஸ்தானமும் கூட. அதில் உள்ள செவ்வாய், 12ம் இடத்தைக் கெடுப்பதோடு, 4ம் பார்வையால் 3ஆமிட போக ஸ்தானத்தையும் பார்ப்பதால், தாம்பத்திய சுகம் அனுபவிப்பதில் சங்கடங்கள் உருவாகும். 7ம் பார்வையால் வியாதி ஸ்தானத்தையும், 8ம் பார்வையால் கணவன் (அ) மனைவி ஸ்தானத்தையும் பார்த்து விடுகின்றார். எனவே இந்த ஐந்து ஸ்தானங்களுமே செவ்வாயினால் பாதிப்படைவதில் சமபங்கே வகிக்கின்றது. 4ல், 12ல் இருப்பதால் பாதகமில்லை என்று கூறுவது வெற்று வாதம். நான் தொழில் முறை ஜோதிடராக இல்லாமல் ஆராய்ச்சிக்காக இக்கலையில் நாட்டம் செலுத்தியதால் பல்லாயிரக்கணக்கான ஜாதகங்களில் உள்ள சாதக பாதகங்களை ஆராய்ந்து குறிப்புகள் சேகரம் செய்ய முடிந்தது. என் ஆராய்ச்சியின் அடிப்படை விவரம்தான் இங்கு அளித்துள்ளேன். இதை ஏற்றுக் கொள்வதும், கொள்ளாததும் அவரவர் விருப்பம்.

இனி செவ்வாய் தோஷ பரிகாரம் என்பதை பற்றிக் கவனிப்போம். மேலே சொல்லிய பிரகாரம் லக்கினம் (அ) ராசிக்கு 2, 4, 7, 8, 12 ஆகிய ஸ்தானங்களில் உள்ள செவ்வாய், மேஷ, கடக, சிம்ம, விருச்சிக, மகரராசிகளில் இருக்குமானால் செவ்வாயின் தோஷம் மட்டுப்படுகின்றது. அதாவது தோஷத்தில் வெகு அளவு குறைந்து விடும். மேலும் குரு, சனி, சூரியன், ராகு, கேது ஆகியவர்கள் செவ்வாயுடன் இணைந்தோ அல்லது

பார்த்தோ இருந்தாலும் தோஷம் மட்டுப்பட்டு வெகுவாக குறைந்துவிடும். இது பரிகாரச் செவ்வாய் தோஷம் என்று கூறப்படும். இப்படியாக இல்லையெனில் முழுச் செவ்வாய் தோஷம்தான். சிலர் சில காலத்துக்கு மேல் செவ்வாய் தோஷம் இல்லையென்று கூறுகின்றார்கள். அதுவும் தவறுதான். 35 வயதானாலும் சரி, செவ்வாய் தோஷம் தானாக குறைந்து விடும் செவ்வாய் தோஷத்திற்குப் பரிகாரம் செய்வது என்று வாழை மரத்தை வெட்டுவது என்பதெல்லாம் செவ்வாய் தோஷத்தைக் குறைத்து விடாது. செவ்வாய் தோஷமுடைய ஆணிற்கு செவ்வாய் தோஷமுடைய பெண்ணையேதான் இணைக்க வேண்டும். அதுவும் எந்த ஸ்தானத்தில் செவ்வாய் தோஷம் கொடுக்கின்றாரோ அதே ஸ்தானத்தில் செவ்வாய் இருக்கும் ஜாதகத்தை இணைப்பதுதான் முறை. ஆனால் அப்படியான ஜாதகம் கிடைப்பது மிகவும் கடினம் என்பதால் வேறு ஸ்தானங் களில் செவ்வாய் உள்ள ஜாதகங்களை இணைத்து விடு கின்றார்கள். இதனால் பிற்காலத்தில் சில சிக்கல்கள் தோன்றவே செய்கின்றன.

செவ்வாய் தோஷம் முழுமையாக உள்ள ஜாதகத்திற்கு செவ்வாய் முழுமையாக இருக்கும் ஜாதகத்தையேதான் இணைக்க வேண்டும். பரிகார தோஷம் உடைய ஜாதகத்துக்கு, பரிகாரம் உள்ள ஜாதகத்தையேதான் இணைக்க வேண்டும். எக்காணரத்தைக் கொண்டும் மாற்றி இணைத்தல் விவேகமான செயல் அல்ல. கூடிய மட்டும் இரண்டு ஜாதகங்களிலும் ஒரே இடத்தில் செவ்வாய் இருப்பதை இணைத்து விடுதல் மிகவும் நல்லது. ஆனால் அப்படியே அமைவது கடினம்தான். செவ்வாய் தோஷத்தைப் பற்றிச் சரியான முடிவு செய்யாமல் இணைக்கப் பட்ட ஜாதகங்கள் எத்தனையோ தொல்லைகளை அனுபவித் திருப்பதைக் கண்கூடாகக் கண்டிருக்கின்றேன்.

ஜாதகம் இல்லாதவர்களுக்கு எப்படி செவ்வாய் தோஷம் கண்டுபிடிப்பது? அது இயலாதுதான். எனினும் பெயர் ராசிகள் ஒத்து வரும்படி அமைத்துக் கொள்ள வேண்டியதே. ஜாதகம் ஒருவருக்கு எழுதப்படவில்லை என்பதற்காக அவருக்கு ஜாதகம் இல்லை என்று முடிவு செய்துவிட முடியாது. உலகில் பிறந்த ஒவ்வொரு மனித ஜீவனுக்கும் ஜாதகம் உண்டு. ஒரு நாளைக்கு சராசரி 7,200 மனிதர்கள் உலகில் தோன்றுவதாகவும், ஒரு லக்கினத்தில் 600 பிறப்புகள் தோன்றுவதாகவும், 'சூரிய சித்தாந்தம்' கூறுகின்றது. தற்போது இதை விடவும் கூடுதலாகக் கூட இருக்கலாம். இப்படி ஒரு லக்கினத்தில் தோன்றிய அனைவருக்கும் ஜாதகம் ஒரே மாதிரியாக அமையாது. ஜனன பாகை, கலை, விகலை மாறுபடுவதால் ஜாதக அமைப்பும் மாறுபடும்.

ஆனால் உலகில் பிறக்கும் மனிதப் பிறப்புகளில் நீண்ட ஆயுள் உடைய அனைவருக்கும் ஜாதகம் முன்கூட்டியே மகரிஷி களால் ஞான திருஷ்டி கொண்டு எழுதி வைக்கப்பட்டுள்ளது. அதைப் பற்றி கைரேகைக்கும், ஜாதகத்திற்கும் உள்ள ஒற்றுமை என்ற தலைப்பில் விவரிக்கப்பட்டுள்ளது.

செவ்வாய் தோஷ விஷயத்தில் அதனால் என்ன பரவாயில்லை என்ற வாதம் அர்த்தமற்றது. சரியான வழி, நடைமுறைகளைக் கடைப்பிடிப்பதுதான் நல்ல ஜோதிடருக்கு உள்ள கடமை. பிழைப்புக்காக ஜாதகங்களை மாற்றி அமைக்கவும் கூடாது. மாற்றி அமைக்கப்பட்ட ஜாதகங்களைக் கண்டுபிடித்துவிட முடியும். மேலும் அதனால் சிக்கல்களே அதிகமாகும். திருமணப் பொருத்தங்களை நன்கு கவனித்து இணைத்தல் சிறப்பானது.

## 13. சரியான முறையில் ருது ஜாதகம் கணித்தல்

ஜனன ஜாதகம் கணிப்பதற்கும், ருது ஜாதகம் கணிப்பதற்கும் வித்தியாசம் இருக்கின்றது. கணிப்பு முறை, கணிதம் ஒன்றுதான் என்றாலும் ருதுவில் சரியான நேரம் கண்டுபிடிப்பது சிரமம். குழந்தை பிறப்பின் போது, எல்லோரும் எதிர்பார்ப்போடு இருப்பதால், நேரத்தை கவனித்துக் கொண்டே இருப்பதால் சரியான நேரம் ஓரிரு நிமிட வித்தியாசத்தில் கிடைத்து விடும். ஆனால் ஒரு பெண் ருதுவான நேரத்தை அந்தப் பெண்ணாலே கூட ருது சமயம் அறிய முடியாமல் போய்விடும். முதன் முதலாக பிறப்புறுப்பில் ஏற்படும் ரத்தக் கசிவே பெண் ருதுவானாள், பூப்படைந்து விட்டாள் என்பதன் அறிகுறி. இம் மாதிரியான ரத்தக்கசிவு சில பெண்களுக்கு அதிகம் ஏற்படும். அப்போது அப்பெண்ணானவள் அறிந்து கொண்டாலும், வெளியில் சொல்ல வெட்கப்பட்டுக் கொண்டு சொல்லாமல் இருந்து விட்டு, மற்றவர்கள் கண்ட பின்பே அறிந்து கொள்ள முடிகின்றது. சில பெண்கள் தாய்மார்களிடம் கூறிவிடுகின்றார்கள்.

அப்போது நேரம் கண்டு கொள்ளலாம். சில பெண்களுக்கு ஆரம்பத்தில் அறிந்து கொள்ள இயலாதவாறு லேசான கசிவு ஏற்பட்டு சற்று நேரம் கழித்தே அதிக அளவு கசிவு ஏற்படும். மேலும் சில பெண்களுக்கு தூங்கும்போது கூட ருது நிகழ்ந்து விடக் கூடும். இந்த சமயங்களில் சரியான நேரம் கணிப்பது எப்படி? கிராமாந்திரங்களில் மங்கையர் தூங்கும் போது மலர்வதில்லை என்று கூறி காலை நேரம் கணக்கில் ஏதோ ஒரு லக்கினத்தைப் போட்டு ஜாதகம் எழுதிக் கொடுத்துப் பலனும் கூறுவார்கள். பெரும்பாலும் பெண்களே ருது விஷயத்தில் ஆர்வம் காட்டுவதால் அவர்களிடமிருந்தே, சாமர்த்தியமாக

அவர்களின வாயிலிருந்தே விவரங்களை வரவழைத்துக் கூறி விடுவார்கள். ஆனால் பொருத்தம் பார்க்க அந்த ஜாதகம் வேறு ஜோதிடர்களிடம் போகும்போதுதான் அந்த ஜாதகம் தவறென்பது தெரிய வரும். செவ்வாய் தோஷம் இல்லாதவர்களுக்கு உண்டென்றும், உள்ளவர்களுக்கு இல்லையென்றும் வரும். இதைக் கொண்டு பொருத்தம் பார்த்தால் எப்படி சரியாக அமையும்.

இவ்விதமாக தவறாக கணிக்கப்படாமல் சரியாக ருது ஜாதகம் கணித்தெடுக்க சரியான வழிமுறைகள் உள்ளன. நன்கு விஷய ஞானம் உள்ள ஜோதிடர்கள் சரியான முறையில் ருது ஜாதகம் கணித்து விடுவார்கள். அதற்கு விதிகள் உள்ளன. அதன்படி கிரக அமைப்புகள் இருந்தாலே ஒரு பெண் பூப்படைய முடியும் என்பது சாஸ்திர விதி. பெண்கள் பூப்படையச் செய்யும் கிரகம் செவ்வாய்தான். செவ்வாய் லக்கினத்தோடோ (அ) ராசியுடனோ சம்பந்தப்படாமல் ருது நிகழாது என்று தெளிவாக விதி கூறுவதோடு, ருது நிகழும்போது சந்திரன் லக்கினத்திற்கு அபஜெயம் என்று சொல்லப்படும் 1, 2, 4, 5, 7, 8, 9, 12 ஆகிய ஸ்தானங்களில் (உபஜெயம் 3, 6, 10, 11) சஞ்சரிக்கும் போது செவ்வாய் லக்கினத்துடனோ, அன்றி ராசியுடனோ இணைவு (அ) பார்வையால் தொடர்பு இருந்தால்தான் பெண்கள் ருதுவாக முடியும்.

இம்மாதிரியாக செவ்வாய் தொடர்பு இல்லையெனில் பெண்கள் ருது நிகழாது என்பது விதி. இதைக் கவனிக்காமல் எப்படியோ கணிதம் போட்டு விடுகின்றார்கள். அது சரியான கணிதமல்ல. செவ்வாய் 'தீ' கிரகம். அதன் தொடர்பே பெண் களின் மாதவிடாய் என்று கூறப்படும் தூரம் போதல். சூரியனுக்கும் அந்தச் சக்தி இருப்பதாகக் கூறப்படுவதை அனுபவத்தில் ஏற்றுக் கொள்ள வேண்டியுள்ளது. ஆனாலும்

செவ்வாய்க்கே இதில் முதலிடம். சூரியன் சம்பந்தப்பட்ட முழு ருது நிகழுவதில்லை. அதிக ரத்தம் வெளியேறாமல் இலேசான கழிவு மட்டும் இருக்கும். அதையும் ருதுவென்றே கருதி விடுகின்றார்கள். கணிதமும் கணித்து விடுவார்கள். செவ்வாய் மேற்கூறியவாறு சஞ்சரிக்கும் போது அதிக ரத்தம் வெளியேறும்.

| | | | |
|---|---|---|---|
| பு | ரா | ல | |
| சூ<br>சு | இராசி | | |
| சூ | | | |
| | செ சந்<br>சனி | கே | |

இது ஒரு ருது ஜாதகம். நன்கு கவனியுங்கள். லக்கினத்திற்கு அபஜெய ஸ்தானமாகிய 7ல் சந்திரன் இருக்கும் போது உடன் இணைந்த செவ்வாய் லக்கினத்தையும் பார்த்துள்ளார். இது சரியான ருது கணிப்பு. இவ்விதம் செவ்வாய், லக்கினம் (அ) ராசியுடன் தொடர்பு கொள்ள வேண்டும். அப்போது சந்திரன் அபஜெய ஸ்தானத்தில் இருக்க வேண்டும். மேலும் இதில் செவ்வாய் தோஷமும் உண்டு. ஆனால் செவ்வாய் விருச்சிகத்தில் இருப்பதாலும், உடன் சனி இணைவு இருப்பதாலும் செவ்வாய் தோஷ பரிகாரம். எனவே இதுபோன்ற செவ்வாய் தோஷ

பரிகாரத்தையே இணைக்க வேண்டும். ருது ஆனதாகச் சொல்லப் படும் நேரத்திற்கு முதலில் ஜாதக கட்டத்தைக் கட்டி கிரகங்களின் அமைப்பைக் கண்டு, சந்திரன், செவ்வாய் முறையாக உள்ளனரா என்று கவனித்து அதற்கேற்ப லக்கினம் நிச்சயம் செய்ய வேண்டும். சில லக்கினங்களில் ருதுவானால் இன்ன இடத்தில் என்று குறிப்பிட்டுள்ளது போல் பெரும்பாலும் நிகழ்வதில்லை. ஆனால் லக்கினத்தையும் லக்கினாதிபதியையும் பார்த்து இணைந்த கிரகங்களைக் கொண்டு, பெண்ணின் நிறத்தையும், உடன் இருந்தவர்களின் எண்ணிக்கையையும் கண்டு நிர்ணயம் செய்து விடலாம். 4, 9 ஆகிய ஸ்தானாதிபதிகளின் நிலையைக் கொண்டு, தாய், தந்தையர் அருகில் இருந்தனரா இல்லையா என்பதையும் கண்டு கொள்ளலாம். ஜனன ஜாதகம் இருப்பின் அதையொட்டித்தான் ருது ஜாதகம் இருக்கும்.

ஜனன ஜாதகத்தையே தவறாகக் கணிப்பவர்கள் ருது ஜாதகத்தை மட்டும் எங்ஙனம் சரியாகக் கணிப்பார்கள் ? ருது ஜாதகம் 100க்கு 10கூட சரியாக அமைவதில்லை. எனவே ருதுவை விட ஜனன ஜாதகத்தையே பிரதானமானதாகக் கொள்கின்றனர் பெரும்பாலோர். ருது ஜாதகத்தை சரியான முறையில் கணித்தால்தான் பலன்களை சரியாகக் கூற இயலும். பொருத்தம் பார்க்கவும் ஒத்து வரும். ருது ஜாதகம் பெரும்பாலும் திருமணம் வரைதான் பயன்படும்.

## 14. தோஷங்களும் பரிகாரங்களும்

சிலருக்கு நீண்ட காலமாகத் திருமணம் தடைப்பட்டுக் கொண்டே வரும். காரணம் முன்பு கூறப்பட்டதுதான். 2, 7, 8 ஆகிய இடங்களில் பாபர்கள் சூழுகை, பார்வை இன்றி சுத்தமாக இருப்பதுடன் 7 ஆமிடத்ததிபதியும், சுக்கிரனும் நன்னிலையில்

இருக்க வேண்டும். 8 ஆமிட அதிபதியும், 2 ஆமிட அதிபதியும் கூட கெடாமல் இருக்க வேண்டும். 2ல் செவ்வாய், சனி, ராகு, கேது இருப்பது திருமணத்தை தாமதப்படுத்தும். 7, 8லும் இவர்கள் இருப்பது அதே நிலையைத்தான் ஏற்படுத்தும். குரு பார்வை இருந்தால் அவர்களால் ஏற்பட்ட தோஷம் தானாகவே விலகும். குரு பார்வை இல்லையெனில் எந்தக் கிரகத்தால் தோஷம் ஏற்படுகின்றதோ அக்கிரகத்திற்கு முறைப்படி சாந்தி செய்து, பரிகாரம் செய்தால் தோஷம் விலகி விரைவில் திருமண வாய்ப்பு ஏற்படும்.

சிலருக்கு இயற்கையிலேயே திருமணத்தின் மேல் நாட்டம் இருக்காது. காரணம் அவர்களுக்கு சுக்கிரன், லக்கினாதிபதி, 3 ஆமிட அதிபதி, 1ஆமிட அதிபதி ஆகியோர் கெட்டுப் போய், அலிக் கிரகங்கள் வலுப்பெற்று இருக்கலாம். அதுபோல் ஆண்மை இல்லாதவர்களுக்கும் பரிகாரம் செய்வதால் பயன் ஒன்றும் ஏற்படாது. ஏழு, இரண்டாம் இடத்தில் ராகு கேதுகள் இருப்பதால் ஏற்படுவது சர்ப்ப தோஷமாகும். புத்திர தோஷத்தைப் போலவே தனித்த ராகு, கேதுகள் 2, 7, 8 ஆகிய இடங்களில் இருப்பது தோஷத்தைக் கொடுத்து தாமதித்த விவாகத்திற்கே வழி வகுக்கின்றன. அதற்கு ராகு ப்ரீதி செய்து கொள்வதுடன், காளஸ்திரி (அ) கும்பகோணத்திற்கு அருகில் உள்ள திருநாகேஸ்வரம் சென்று ராகு பகவானுக்குப் பாலாபிஷேகம் செய்வது தோஷத்தைப் போக்கும். ராகுவுக்கு செய்யும் ப்ரீதி கேதுவையும் கட்டுப்படுத்தும். இரு உருவங்கள் எனினும் உயிர் ஒன்றுதானே. எனினும் கேதுவுக்கு பூம்புகார் அருகில் உள்ள கீழப்பெரும் பள்ளம் கேது கோவிலாகும். ராகு - கேது இருவரும் சேர்ந்து சீர்காழி டவுன் கடைவீதியில் உள்ள பாம்பு கோவிலில் தனிப் பிரதிஷ்டையாக உள்ளார்கள்.

பெண்கள் செவ்வாய், வெள்ளி இரு தினங்களுமாக 1 மண்டலம் 48 நாட்கள் ராகு காலத்தில் எலுமிச்சம் பழத்

தொன்னையில் நல்லெண்ணெய் (அ) நெய்யில் விளக்கு போட்டு துர்க்கையை வழிபட்டு வர விவாகம் தடையின்றி நடந்தேறும்.

2, 7, 8 ஆகிய இடங்களில் செவ்வாய் இருந்து விவாகத் தடை ஏற்படுமானால் செவ்வாய் தோறும் 48 வாரங்கள் (அ) 48 நாட்கள் தொடர்ந்து விரதம் இருந்து, இடையில் வரும் சஷ்டி, கார்த்திகை ஆகிய தினங் களிலும் விரதம் இருந்து, 48வது நாள் முருகன் கோவிலுக்குச் சென்று அபிஷேக ஆராதனைகள் செய்ய தோஷம் நீங்கி விவாகம் நடைபெறும். வைத்தீஸ்வரன் கோவிலில் அபிஷேக அர்ச்சனை செய்வது கூடுதல் சிறப்பாகும்.

2, 7, 8 ஆகிய இடங்களில் சனி இருந்து தோஷம் அளித்தால் சனிக்கிழமை தோறும் விரதம் இருந்து, மாலை சனி பகவானுக்கு எள்ளும், நல்லெண்ணெயும் கலந்த வெண் பொங்கல் நைவேத்தியம் செய்து காக்கைக்கு வைத்து வர வேண்டும். 48 வாரங்கள் செய்ய வேண்டும். விவாகம் தடையின்றி நடக்கும். சீர்காழி டவுன் கடைவீதி பாம்பு கோவிலில் அபிஷேக அர்சனை செய்வது கூடுதல் சிறப்பாகும்.

2, 8ல் ஒரு கிரகம் உச்சமாக இருப்பின் அக்கிரகத்திற்கு உரிய பூஜா விதிகளின்படி 48 வாரங்கள் விரம் இருந்து, மாலை கோவிலுக்குச் சென்று அக்கிரகத்துக்கு அர்ச்சனை செய்து வர உச்சம் பெற்ற கிரகத்தினால் ஏற்படும் தொல்லைகள் குறையும்.

விவாகத் தடை பொதுவாக கிரகங்களின் இடையூறு இல்லாமல் பூர்வ புண்ணிய பாவத்தின் பலனாகத் தடைப்பட்டுக் கொண்டே போகும். ஜோதிடர்களால் இன்ன காரணம் என்று அறிய முடியாமற் போகக்கூடும். அம்மாதிரியான தடை களுக்கும், எவ்விதமான தடைகளாயினும், வெள்ளிக்கிழமை தோறும் அம்பாளுக்கு விரதம் இருந்து வர விவாகம் நடைபெறும். குறைந்த பட்சம் 24 வாரங்களாவது விரதம் இருப்பது நல்லது.

விரதங்கள் இருக்கும் போது பயன்படுத்தப்பட வேண்டிய தியான ஸ்லோகங்கள், மூல மந்திரங்கள், காயத்ரீகள் கடைசி அத்தியாயத்தில் அளிக்கப்பட்டுள்ளன. முறைப்படி செய்யப்படும் எந்த பூஜைக்கும் பலன் உண்டு. மனப்பூர்வமாக நம்பிக்கையுடன் செய்ய வேண்டும்.

சில நட்சத்திரங்கள், திதிகள், கிழமைகளில் ருதுவாவதோ, பிறப்பதோ தோஷம் என்று பொதுப்படையாகக் குறிப்பிட்டிருக்கும். அவைகளைப் பற்றிக் கவலைப்பட வேண்டிய அவசியமில்லை. கிரகங்களின் இணைவுகளுக்கேற்றவாறே பலன்கள் இருக்கும். சனிக்கிழமை ருதுவானால் சோரம் போவாள் என்றால் சனிக்கிழமை ருதுவாகும் பெண்கள் அனைவருமே சோரம் போய்விட மாட்டார்கள். கிரக அமைப்புக் கேற்றவாறுதான் பலன் இருக்கும். அதன்படி பொதுவான் பலன் களை கூறிவிடக் கூடாது.

ஆயில்யம் - சுவாதி, விசாகம், அனுஷம், கேட்டை, மூலம், பூராடம் ஆகியவற்றில் ருதுவானால் மாங்கல்ய தோஷம், மாமனாருக்கு, மாமியார்க்கு, மைத்துனர்க்கு ஆகாது என்பது எல்லாம் நடைமுறையில் ஒத்துவரவில்லை. எத்தனையோ பெண்கள் இந்த நட்சத்திரங்களில் ருதுவானவர்கள் பிறந்தவர்கள் கூட சிறப்பாக வாழ்வதைக் கண்டிருக்கின்றேன். எதையும் பொதுக் கண்ணோட்டத்தோடு கவனிக்கக் கூடாது. நுணுக்கத்துடன் ஆராய்ந்தே பலன் கூற வேண்டும்.

நம் புத்தகமாகிய 'ஜோதிட ஆராய்ச்சித் திரட்டு' இரண்டு பாகங்களிலும் பொதுப்படையான விஷயங்களைத் தவிர்த்து ஆராய்ச்சியின் அடிப்படையில் நுணுக்கங்களையே விவரித் துள்ளேன். மற்ற புத்தகங்களிலிருந்து மாறுபட்டே இருக்கும். இனி வரும் அத்தியாயங்கள் மேலும் புதுமையான ஆராய்ச்சிகளின் விவரங்கள்.

# 15. எண் கணிதத்தை ஜாதகத்துடன் இணைத்தல்

**எ**ண் கணிதங்கள் (நியுமராலஜி) என்ற தலைப்பில் பலர் பல புத்தகங்கள் எழுதியுள்ளார்கள். எண் கணித அடிப்படையில் பெயர் மாற்றம் செய்ய ஆயிரக்கணக்கில் பணம் வாங்குபவர்கள் பலர் இருக்கின்றார்கள். ஆனால் அதனால் ஏற்படும் பலன்கள் வெகு குறைவாகவே இருக்கின்றன. காரணம் பெரும்பாலானோர் பிறந்த தேதி (அல்லது) பிறந்த தேதி, மாதம், வருடம் ஆகிய வற்றின் கூட்டுத் தொகையான விதி எண் என்ற அடிப்படையில் எண்களைத் தேர்ந்தெடுக்கின்றார்கள். அது சரியல்ல என்பது என் வாதமன்று. அதை விடவும் சிறப்பான முறையை, துல்லியமான முறையை அறிவிப்பதே என் நோக்கமாகும். எண்களினால் உண்மையிலேயே பலன்கள் உள்ளனவா என்ற கேள்வி கேட்போரும் உண்டு. நிச்சயம் பலன்கள் உள்ளன. சரியான எண்களைத் தேர்ந்தெடுத்து பயன்படுத்த வேண்டும். ஏதோ ஒரு எண்ணைத் தேர்ந்தெடுத்துக் கொண்டு அதனால் பயன் இல்லையே என்று வருத்தப்படுபவர்கள் அநேகர்.

நிபுணர்களிடம் சென்றால் அதிகத் தொகை கேட்கத்தான் செய்வார்கள். நம் எதிர்காலம் நன்முறையில் விளங்க வேண்டும் என்ற எண்ணம் இருந்தால் தொகையா பெரிது ? விஷயங்களைத் தெரிந்து கொள்ள வேண்டும் என்ற ஆர்வம் இருந்தால் விலை உயர்ந்த புத்தகங்களை வாங்கினால்தான் முடியும். ஒரு ரூபாய்க்கு வாங்கும் புத்தகத்தில் விஷயம் முழுதும் கிடைத் திடுமோ ? மூன்று மணி நேரம் பொழுது போக ஐம்பது ரூபாய்க்கு கள்ள டிக்கெட் வாங்கி சினிமா பார்ப்பார்கள். அதே ஐம்பது ரூபாய்க்கு நல்லதோர் நூல் வாங்கினால் தானும் படித்து

பிறரும் படிக்க பயன்படுத்திக் கொள்ளலாம். அந்த எண்ணம் நம் மக்களுக்கு இல்லையே!

ஐந்துக்கும், பத்துக்கும் போலியான ஆட்களிடம் கை ரேகை, நியூமராலஜி, ஜாதகம் பார்த்துக் கொண்டால் அப்படித் தான். நான் இப்போது இருக்கும் ஊரில் மிகப் பெரிய ஜோதிடர் என்று பெயர் பெற்று, வெறும் ராசிக் கட்டத்தைக் கொண்டே ஒருவரின் சரித்திரத்தையே கூறிவிடுவார் என்ற அளவில் புகழ் பெற்றவர். மார்கழி மாதம் பிறந்த குழந்தைக்கு சூரிய உதயம் கழிக்காமலே ஜாதகம் கணித்துள்ளார். 47 நிமிடம் சூரிய உதயத்தில் வித்தியாசம். லக்கினமே மாறிவிட்டது. அதைத் தப்பு என்று கூறிச் சரியான கணிதம் கணித்துக் கொடுத்தேன். அந்த ஜாதகதாரர்கள் அந்த ஜோஸியரிடம் கூற, அவர் என்னிடம் வந்து எப்படி நான் கணித்த ஜாதகத்தை தப்பு என்று கூறினாய் எனக் கேட்டார். சூரிய உதயத்தை அசாம்சப்படி ஏன் கழித்துக் கணக்கிடவில்லை என்று கேட்டேன். நாங்கள் பரம்பரை ஜோதிடர்கள். நீ கற்றுக்குட்டி. உனக்கென்ன தெரியும் என்று கேட்டார். அவர் கேட்டபோது என் இடத்தில் பத்துப்பேர்கள் வரை இருந்தார்கள். நான் பதில் எதுவும் கூறாமல் ஒரு காகிதத்தில் ஒரு ஜாதகத்தைக் குறித்து அவரிடம் கொடுத்து இதற்குப் பலன் கூறுங்கள் என்று கேட்டேன்.

அவரும் மடமடவென்று பலன்கள் கூற ஆரம்பித்து விட்டார். எல்லாம் பொய். காரணம் நான் எழுதிக் கொடுத்தது, ஜாதகமே இல்லை வெறும் கிறுக்கல். சூரியனை விட்டு இரண்டு கட்டம் தள்ளி புதனையும், மூன்று கட்டம் தள்ளி சுக்கிரனையும், கிரகங்களையும் தாறுமாறாகவும் போட்டுக் கொடுத்திருந்தேன். என் வேலையைப் புரிந்து கொள்ளாத அவர் தனது மேதா விலாசத்தைக் காட்டினார். பலன் கூறி முடித்ததும், "அது ஜாதகமே இல்லை. வெறும் கிறுக்கல். இதைக்கூடப் புரிந்து

கொள்ள முடியாமல் நீர் என்னய்யா பரம்பரை ஜோதிடர்" என்று அவரின் போலித்தனத்தை வெளிச்சம் போட்டுக் காட்டி விட்டேன்.

இதை ஏன் கூறுகின்றேன் என்றால் இம்மாதிரியான போலிகள் ஏராளமாக உள்ளார்கள். ஒரு பெரிய ஜோதிடர் ஒரு குடும்பத்தில் எட்டுப் பேருக்கு ஜாதகம் கணித்துள்ளார். எட்டு ஜாதகத்திலும் சனி விருச்சிகத்திலேயே இருக்கின்றார். இதில் என்ன வேடிக்கை என்கிறீர்களா ? குடும்பத் தலைவருக்கு நான் ஜாதகம் பார்க்கும்போது வயது 41. பார்த்திப வருடம் பிறந்தவர். அந்த வருஷம் சனியின் சஞ்சாரம் மிதுனத்தில். அவருக்குப் பின் எழுதிய அத்தனை ஜாதகங்களிலும், ருது ஜாதகம் உள்பட அத்தனையிலும், சனி விருச்சிகத்திலேயேதான். எப்படி விசேஷம்! இப்படியும் தவறான ஜாதகங்கள் வரக்கூடும் என்பதைச் சுட்டிக் காட்டவே இதைக் குறிப்பிட்டேன்.

எண் கணிதம் ஒரு பயனுள்ள கணிதமே. 1 முதல் 9 வரையிலுள்ள எண்கள் 1. சூரியன்; 2. சந்திரன்; 3. குரு; 4. ராகு; 5. புதன்; 6. சுக்கிரன்; 7. கேது; 8. சனி; 9. செவ்வாய் என்று கணிக்கப்பட்டுள்ளன.

ஒவ்வொரு எண்ணுக்கும் ஒவ்வொரு விதமான பலன் உள்ளது. இராசிக்கும், லக்கினத்திற்கும் பொருத்தமான எண்ணையே தேர்ந்தெடுத்துக் கொள்ளுதல் நல்லது. பிறந்த தேதியை மட்டுமே கணக்கில் எடுத்துக் கொள்ளுதல் சிறப்பானதல்ல. இந்த ஒன்பது எண்களிலும் இரண்டு பிரிவுகள் உள்ளன. அதை குரூப்புகள் என்றும் குறிப்பிடலாம்.

| | |
|---|---|
| 1. சூரியன்<br>2. சந்திரன்<br>3. குரு<br>9. செவ்வாய் | } இந்த நால்வரும் பாஸிட்டிவ் குரூப் என்றும், நட்புக்கிரகங்கள் என்றும் கொள்ளலாம். |

4. ராகு  
7. கேது  
6. சுக்கிரன்  
8. சனி  

} இந்த நால்வரும் நெகட்டிவ் குரூப் என்றும், நட்புக்கிரகங்கள் என்றும் கொள்ளலாம்.

5ம் எண்ணுக்குரிய புதன் இந்த இரு குரூப்புகளுடனும் ஒத்துப் போகக் கூடிய மத்தியஸ்தர் எனக் கொள்ளலாம். பிறந்த தேதியைக் கொண்டு சிலரும், விதி என்று கூறப்படும் பிறந்த தேதி, மாதம், வருடம் ஆகியவற்றின் கூட்டுத்தொகையைக் கொண்டே பெரும்பாலோரும் எண்களைத் தேர்ந்தெடுக்கிறார்கள். ஆனால் உண்மையில் லக்கினத்தையும், ராசியையும் கணக்கிடுவதோடு எக்கிரகம் வலிமையுடன் ஜாதகத்தில் உள்ளதோ அந்தக் கிரகம் லக்கினம், ராசி, பிறந்த தேதிக்குரியவருக்கும் நட்புக் கிரகமாக இருக்கும் பட்சத்தில் அந்த வலுப்பெற்ற கிரகத்தின் எண்ணையே பயன்படுத்திக் கொள்ளல் நலம். உதாரணமாக மேஷ லக்கினம், சிம்ம ராசியாகவும், 2ம் தேதியில் பிறந்தவராக இருப்பின் இவர்களுக்கு 1, 2, 3 ஆகிய எண்களே சிறப்பாக இருக்கும். இது முறையே சூரியன், சந்திரன், குரு ஆகியவர்களின் எண். இவர்கள் மூவரும் லக்கினத்திற்கும், ராசிக்கும், பிறந்த எண்ணிற்கும் நண்பர்கள். இம்மூவரிலும் சிறப்பானவர் எவர் என்று காணும்போது குருவே முதலில் நிற்பவர். அடுத்து சந்திரனும் அதற்கடுத்து சூரியனும் வருவர்.

இப்படியாக வரும் குரு வலுவுடன் இருந்தால் அவரின் எண்ணில் இருப்பதுதான் நலமளிக்கும். குரு வலுவுடன் இல்லையெனில் மற்ற இருவரில் எவர் வலுவாக உள்ளாரோ அவரின் எண்ணைப் பின்பற்றுவது சிறப்பளிக்கும். ராசியும், லக்கினமும் சஷ்டாஷ்டமமாக (6, 8 ஆகவும்) பகை ராசியும், பகை லக்கினமாகவும் அமைந்து விட்டால் ராசிக்கு வேலை செய்யும் எண், லக்கினத்திற்கு வேலை செய்யாது. லக்கினத்துக்கு

வேலை செய்யும் எண் ராசிக்கு வேலை செய்யாது. உதாரணமாக மிதுன லக்கினமாகவும், தனுசு ராசியாகவும் வருமானால் என்ன செய்வது ? இரண்டுக்கும் பொதுவானவரை தேர்ந்தெடுக்க வேண்டும். இரண்டுக்கும் பொதுவானவர் என்ற அமைப்பில் சூரியனே வருவார். புதனுக்கும், குருவுக்கும் நண்பர் சூரியன். அவரின் எண்ணை அமைத்துக் கொள்வது நலம்.

ரிஷப ராசியாகவும், தனுசு லக்கினமும் வருமானால் சஷ்டாஷ்டமமாக வரும். என்ன செய்வது ? எவரை தேர்ந் தெடுத்தல் நலம் பயக்கும் ? சனியே இருவர்க்கும் பொதுவான வராக அமைவார். பிறந்த தேதியையும் கணக்கில் கொள்ள வேண்டும். கும்ப லக்கினம், சிம்ம ராசி, பிறந்த தேதி 6 என்று வைத்துக் கொண்டால் இவருக்கு எந்த எண் ஒத்து வரக்கூடும்? நிச்சயம் 5 எண்தான் சிறப்பாக அமையும். கும்ப லக்கின அதிபதி சனி, சிம்ம ராசியின் அதிபதி சூரியன், 6ம் எண்ணின் அதிபதி சுக்கிரன் மூவர்க்கும் பொதுவானவர், நட்பானவர் புதன்தான்; அவரின் எண் 5 தான் பொருத்தமாக அமையும். வெறும் பிறந்த எண்ணைக் கொண்டு எண் அமைப்பது பெரும்பாலும் ஒத்து வருவதில்லை. ஜாதகம் இல்லாதவர்களுக்கு எண்ணைத் தேர்ந் தெடுக்க கைரேகையைப் பயன்படுத்திக் கொள்ள வேண்டும். அது பற்றிய விவரம் கைரேகைத் தலைப்பில் வரும்.

ராசி, லக்கினம் (அ) கைரேகையைக் கொண்டு எண்களைத் தேர்ந்தெடுப்பதே சரியான முறை. ஒவ்வொருவரும் தங்கள் முறைதான் சிறப்பானது என்று கூறுவர். நடைமுறையில் ஒத்து வருவதையே பயன்படுத்திக் கொள்ள வேண்டும். இங்கு உங்களுக்கு ஒரு விளக்கம் முக்கியமானது. சிலர் மேனாட்டு ஜாதக முறையையும், நம் நாட்டு ஜாதக முறையையும் இணைப்பதாக கூறி பலன் எழுதுகின்றார்கள். அடிப்படையில் அது தவறு. நம் நாட்டு முறை வேறு, மேனாட்டு முறை வேறு.

இரண்டையும் இணைப்பது தேவையற்றது என்பதோடு கணிதங்கள் கூடுதலாகத் தேவைப்படும். கணிதத்தில் எங்கேனும் சிறு தவறு நேர்ந்தாலும் பலன்கள் மாறிவிடும். இதை இங்கு குறிப்பிட வேண்டிய அவசியம் என்னவெனில், எண் கணிதம் ஆங்கில முறை என்கின்றார்கள். நம் நாட்டிலும் எண் கணிதம் உள்ளது. தமிழ் எழுத்துக்கும் எண்கள் உள்ளது.

மேனாட்டு முறைக்கும் நம் நாட்டு முறைக்கும் உள்ள முக்கிய வேறுபாடு, மேனாட்டு முறை சாயன அடிப்படையில் வருவது. நம்முடையது நிராயண அடிப்படையில் வருவது. இரண்டையும் கணிதங்களால் இணைத்து விடலாம் என்றாலும் அக்ஷாம்சம், ரேகாம்சத்தை என்ன செய்வது? சூரியனின் சஞ்சாரம் பூமத்திய ரேகையை ஒட்டியே நிகழும். உத்தராயண காலத்தில் வடக்கே உள்ள கடக ரேகையை ஒட்டியும், தட்சினாயண காலத்தில் தெற்கே உள்ள மகர ரேகையை ஒட்டியும் சஞ்சாரம் நிகழுகின்றது. இந்த கடக, மகர ரேகை களுக்குத்தான் ஆதவனின் அதிபலம் இருக்கும். வடக்கில் அட்சாம்சம் கூட, கூட சூரியனின் பலம் குறைகின்றது. தெற்கிலும் அதேபோல்தான். பூமத்திய ரேகையை ஒட்டியே சூரியன் சஞ்சாரம் செய்வதால்தான். அதன் பாதையில் உள்ள தேசங்கள் அதிக வெப்பமாக உள்ளன. அங்கே வாழ்பவர்கள் கருமை நிறம் கலந்தவர்களாக இருக்கின்றார்கள். கடக ரேகைக்கும், மகர ரேகைக்கும் அப்பால் உள்ள தேசங்கள் ஆதவனின் அதி வெப்பம் இல்லாமலிருப்பதோடு அங்கிருப்பவர்கள் வெண்மை நிறமுள்ளவர்களாக உள்ளார்கள். மேலும் பூமியின் ஓரங்களான வடக்கு, தெற்குப் பிரதேசங்களான ஆர்க்டிக் - அண்டார்க்டிக் பிரதேசங்களில் பகல் நேரம் அதிகமாகவும், இரவு நேரம் அதிகவாகவும் இருக்கின்றது. சில மாதங்கள் பகலே இல்லாமலும் சில மாதங்கள் இரவே இல்லாமலும் கூட இருக்கும். காரணம்

பூமியின் நீள வட்டப் பாதையின் அமைப்பால்தான். உண்மையில் சூரியன் நிலையாக இருப்பதாகவும் பூமியே அதனைச் சுற்றி வருவதோடு, மற்றக் கோள்களும் சுற்றி வருகின்றன என்பது புவியியல் ஆராய்ச்சி.

இவ்வாறு பூமியின் சுற்றுப் பாதையில் ஆதவனாகிய சூரியனின் கிரணங்களின் பலத்தைக் கொண்டே தேசத்திற்குத் தேசம் அக்ஷாம்சம், ரேகாம்சம் மாறுபடுவதால், அதற்குத் தக்கவாறு கணிதங்களும் மாறுபடுகின்றன. நமக்கென்று தெளிவான கணிதங்கள் உள்ளன. அவற்றை அறிந்து கொள்ளவே ஆயுள் போதாது. மேலும் அவைகளைச் சட்டென்று பயன்படுத்திக் கொள்ளலாம். ஆனால் சாயன முறையை மேற்கொள்ளுவதால் அயனாம்சத்தைக் கழிக்க வேண்டும். சூரிய உதயம் அக்ஷாம்சம், ரேகாம்சத்துக்கு தக்கவாறு மாறுபடும். நம் கணித முறைகளை விடவும் மேனாட்டு முறைகள் ஒன்றும் துல்லியமானதல்ல; நம்மிடம் இருந்தே கற்றுக் கொண்டார்கள்.

பொதுவாக சோதிட முறை 3 பெரும் பிரிவுகளாக உள்ளது. 1. பராசர முனிவர் முறை; 2. ஜைமினி முனிவர் முறை; 3. தாஜிக் முறை என்பது. இந்த மூன்று முறைகளில் நம்முடைய மூல நூல்கள் பராசர முனிவரின் அடிப்படையில் ஏற்பட்டவைதான். 'சூரிய சித்தாந்தம்' தெளிவாக நமக்கு விளக்கம் அளிக்கின்றது. ஜைமினி முனிவரின் முறையையும் சிலர் பின்பற்றுகின்றார்கள். தாஜிக் முறை அந்தந்த வருடப் பலன்களை சூரியனின் நிலையைக் கொண்டும், நட்சத்திரங்களின் அமைப்பைக் கொண்டுமே கணித்துக் கொள்வது, கோசாரத்திற்கு பயன்படுவது.

பிருகத் ஜாதகம், பலதீபிகை, சாதக பாரிஜாதம் போன்ற நூல்கள் பராசரரின் அடிப்படையிலே தோன்றியவைதான். அது

நமக்குப் போதுமானது. அயனாம்சம் கழிக்கப்பட வேண்டிய சாயன முறை நமக்குத் தேவையற்றது. சிலர் உபயோகப் படுத்துகின்றார்கள். அது அவர்களின் விருப்பம் கணிதங்கள் அதிகமாக அதிகமாக சிரமம்தான். சிரமப்படுவதற்குரிய சன்மானம் கிடைக்காது.

எண்களுக்குரிய கிரகங்களின் நிலையை உறுதி செய்த பின் கிரகங்களுக்கேற்றவாறு எண்களைத் தெரிவு செய்வதையே நல்ல விஷய ஞானம் உள்ள ஜோதிடர்கள் நடைமுறையில் கடைப்பிடிக்கின்றார்கள். எழுத்துக்குரிய எண்கள் கீழே அளிக்கப் பட்டுள்ளது.

| 1 | 2 | 3 | 4 | 5 | 8 | 3 | 5 | 1 | 1 |
|---|---|---|---|---|---|---|---|---|---|
| A | B | C | D | E | F | G | H | I | J |

| 2 | 3 | 4 | 5 | 7 | 8 | 1 | 2 | 3 | 4 |
|---|---|---|---|---|---|---|---|---|---|
| K | L | M | N | O | P | Q | R | S | T |

| 6 | 6 | 6 | 5 | 1 | 7 |
|---|---|---|---|---|---|
| U | V | W | X | Y | Z |

மேற்கண்டவாறு உள்ள எழுத்துக்களின் எண்ணிக்கையைக் கொண்டு ஒரு ஜாதகரின் பெயரையும், அவருக்குரிய எண்ணையும் கண்டுபிடிப்போம்.

பிறந்த தேதி 5-5-1986. லக்கினமும், ராசியும் சாஷ்டாஷ்டமமாக உள்ளதுடன் ஜென்மப் பகைவர்களின் லக்கினமும், ராசியுமாக அமைந்துள்ளது. இதில் மத்தியஸ்தர் தேவைப்படுகின்றார். மகர லக்கினாதிபதி சனி, சிம்ம ராசியாதிபதி சூரியன், இவர்கள் இருவருக்கும் நட்பானவர் நிச்சயம் புதன்தான். எனவே அவர் எண்ணாகிய 5தான் இவருக்குப் பொருத்தமாக அமையும். அவர் நிலை என்ன?

| | | | |
|---|---|---|---|
| | ரா | சூ<br>பு | சு |
| கு | இராசி | | |
| ல | | | சந் |
| செ | ச (வ) | கே | |

நல்ல நிலையே. மகர லக்கினத்துக்கு பஞ்சம திரிகோணத்திலும், சிம்ம ராசிக்கு தசம கேந்திரத்திலும் அமர்ந்து சுக்கிரனுடன் பரிவர்த்தனம் பெற்று, ராசியாதிபதியுடன் இணைந்து, லக்கினாதிபதியால் பார்க்கப்பட்டுள்ளார். எனவே புதன் வலிவுடனே இருக்கின்றார். மேலும் பிறந்த தேதி 5 தான் விதி எண் எனப்படும். பிறந்த தேதி, மாதம், வருடம் ஆகியவற்றின் கூட்டுத்தொகை 7 வருகின்றது. அது கேதுவின் எண். புதனும் கேதுவும் கூட நண்பர்களே. எனவே இந்த ஜாதகருக்கு 5 என்ற எண்தான் சிறப்பு. அதன் அடிப்படையிலே இவரது பெயர் அமைதல் நன்றல்லவா ? இந்த ஜாதகன் பெயர் மனோஜ், தந்தையார் பெயர் கோபால். எனவே G. மனோஜ் என்பது. இதை ஆங்கிலத்தில் **G.Manoj** என்று எழுதி கணக்கிடும் போது 3 4 1 5 7 1 = 21 = 3 வருகின்றது. இது குருவின் எண். இது சிறப்பல்ல. இவரின் பாட்டனார் பெயர் ராமசாமி என்பது. அதையும் சேர்த்து

R.G.Manoj என்று ஆக்கினால் 2 3 4 1 5 7 1 = 23 = 5 வருகின்றது. இது பொருத்தமான எண். ஐந்து என்பது திண்ணம். இது போல் ஜாதக ரீதியாக எண்ணைத் தேர்ந்தெடுத்தல் நல்ல முறை என்பது மட்டுமல்லாமல் நன்முறையில் பலனளிக்கும். என்னுடைய "புதிய முறை எண் கணிதம்" என்ற நூலில் தெளிவான விளக்கங்கள் காணலாம்.

இனி ஒன்று முதல் 9 எண் வரை உள்ளவர்களின் பொதுவான குண விசேஷத்தையும், சிறப்புகள் பற்றியும் சில குறிப்புகள் அளிக்கின்றேன்.

## ஒன்று :

இந்த எண் சூரியனுடையது. சூரியனுடைய அடிப்படைக் குணங்கள் நீங்கள் அறிந்ததுதான். எனினும் சில விளக்கங்கள். பித்த உடல், உஷ்ணாதிக்கம் என்றும் கூறலாம். சுறுசுறுப்பான வர்கள். எதுவும் டக்கென்று நடக்க வேண்டும். தாமதம் என்பது இவர்களுக்குப் பிடிக்காது. பெரும்பாலும் அரசுத் தொடர்பு, அரசியல் தொடர்பு இருக்கும். எப்படியாவது புகழ் பெற வேண்டும் என்று ஆர்வம் உடையவர்கள். அறிவுக் கூர்மையும், திறமையும் இருக்கும். எதையும் விரைவில் கற்றுக் கொள்ளும் ஆற்றல் பெற்றவர்கள். கோபம் உண்டென்றாலும் விவேகம் உடையவர்களே.

தெய்வ நம்பிக்கை உடையவர்கள். எனினும், வெளிப் படையாக தெய்வ நம்பிக்கையைக் காட்டாமல் உள்ளத்துடன் வைத்திருப்பார்கள். இவர்களுக்கு 3, 2, 9, 5 எண் உடையவர்கள் ஒத்து வருவார்கள். ஞாயிறு, புதன், வியாழன் சிறப்பான நாட்கள். திங்கள், செவ்வாய் சுமாரான நாட்கள். சனியும், வெள்ளியும் ஆகாத நாட்கள்.

வெண்மை, இளமஞ்சள், இளஞ் சிவப்பு நிறங்கள் ஒத்து வரும். கருப்பு, அழுத்தமான நிறங்கள் (Dark Colours) ஆகாது.

தொழ வேண்டிய தெய்வங்கள் சிவன், பார்வதி, முருகன். தினமும் சூரிய நமஸ்காரம் செய்வது சிறப்பு. நவரத்தினங்களில் மாணிக்கம் சிறந்தது; எனினும் லக்கினம் ராசிக்கேற்றவாறு தெரிவு செய்து கொள்ளல் நலம் பயக்கும்.

நல்ல தேதிகள் 1, 2, 3, 9, 10, 11, 12, 14, 18, 20, 21, 23, 27 ஆகியவை. 5ம் எண்ணும் ஒத்து வரும். 9 எண் மிகச் சிறப்பாக இருக்கும். கூட்டுத் தொகை 1லும் 9லும் வருமாறு அமைத்துக் கொள்ளல் நலம் பயக்கும்.

## இரண்டு :

இது சந்திரனின் எண். குளுமையான சந்திரனின் ஆதிக்கம் பெற்றவர்கள். சிலேத்தும உடல். சிரமத்தை தாங்காதவர்கள். வளர்பிறைச் சந்திரனாக உடையவர்கள். மனஉறுதி மிக்கவர்கள். எதையும் சாதிக்கும் வரை உறங்க மாட்டார்கள். பிடிவாத குணம் உண்டு. இவர்களுக்கும் தாமதம் என்பது பிடிக்காது. எக்காரியமும் சீக்கிரம் முடிய வேண்டும்.

கோபத்தை வெளிக்காட்டாமல் அடங்கி விடுவார்கள். பெரும்பாலும் சுகவாசிகளாகவே இருப்பார்கள். தேய்பிறைச் சந்திரனைக் கொண்டவர்கள். மன உறுதியில்லாமல் சலனப்பட்ட மனம் கொண்டவர்கள். கற்பனைவாதிகள். மனம் போனபடி போவார்கள். பெண்களிடம் எச்சரிக்கையாக இருக்க வேண்டும். ஏமாந்து விடுவார்கள். பெண்களானால் காதல் விவகாரங்களில் மிகவும் எச்சரிக்கை தேவை. இல்லையெனில் ஏமாற்றம்தான் ஏற்படும்.

இவர்களுக்கு 1, 3, 9 எண்காரர்கள் ஒத்து வருவார்கள். திங்கள், வியாழன் சிறப்பான கிழமைகள். ஞாயிறு, செவ்வாய் சுமார். மற்ற கிழமைகள் ஆகாது. வெண்மை, இளமஞ்சள்,

இளஞ் சிவப்பு ஒத்து வரும். மற்ற நிறங்கள் சிறப்பில்லை. தொழ வேண்டிய தெய்வங்கள் சக்தி, முருகன். நவரத்தினங்களில் முத்து சிறப்பானது. திங்கள் தோறும் விரதம் இருப்பது சிறப்பானது.

நல்ல தேதிகள் சூரியனுக்கு கூறியவை அனைத்தும் ஒத்து வரும். 2, 3, 11, 12, 20, 21 சிறப்பாக இருக்கும். 3 என்ற எண் மிகவும் சிறப்பு. சிலர் 7 என்ற எண் ஒத்து வரும் என்று கூறுவார்கள். 7 ஆம் எண் கேதுவுடையது. கேதுவும், சந்திரனும் கடும் பகைவர்கள். எப்படி கேதுவின் எண் 2ம் எண்காரர்களுக்கு ஒத்து வரும் என்பது கேள்விக்குரியதாக உள்ளது.

## மூன்று :

இது குரு பகவானின் எண். இந்த எண் உள்ளவர்கள் விசேஷ சக்தி பெற்றவர்கள். கடவுளின் கடாட்சம் இயற்கையிலேயே பெற்றவர்கள். முக்கோணத்தைக் குறிக்கும் எண். மூன்று பக்கமும் கூர்மையுடையது முக்கோணம். எனவே இயற்கைப் பாதுகாப்பு இவர்களுக்கு உண்டு. பெருந்தன்மையுடையவர்கள். நேர்மை, நாணயம் உண்டு. பெரியவர்களை மதிக்கும் குணம் உடைய வர்கள். ஈகைக் குணமும் உண்டு.

புகழையே அதிகம் விரும்புவார்கள். பணம் பிரதானம் என்று எண்ணாதவர்கள். சுதந்திரமாக முடிவெடுத்து செயல் படுவார்கள். முகஸ்துதி செய்ய விரும்பாதவர்கள். எவர் எப்படியாயினும் தங்கள் அபிப்பிராயத்தை சற்றும் தயங்காமல் கூறி விடுவார்கள். இவர்களுக்குத் தோல் சம்பந்தமான வியாதிகள் வரலாம்.

இவர்களுக்கு 2, 1, 9 ஆகிய எண்காரர்கள் ஒத்து வருவார்கள். 2ம் எண்ணுக்குரியவர்களே இவர்களை வசீகரம் செய்து கொள்வார்கள். வியாழன், திங்கள் சிறப்பான கிழமைகள்.

இளமஞ்சள் நிறம் சிறப்புடையது. வெண்மையும் ஒத்து வரும். தட்சிணாமூர்த்தி தெய்வம். வியாழன் தோறும் விரதம் இருப்பது குரு பகவான் கடாட்சம் கிடைக்க ஏதுவாகும். நவரத்தினங்களில் புஷ்பராகம் சிறப்பானது.

## நான்கு :

4 என்ற எண் ராகுவுடையது. இந்த எண் விதவை எண் என்று சிலர் வெறுக்கின்றார்கள். ஆனால் இது ஒன்றும் சாமான்யமான எண்ணல்ல. திடீர் யோகங்களைப் பெற்றுத் தருகின்றது. சதுரத்தைக் குறிக்கும். இவ்வெண்காரர்கள் இயற்கையிலேயே சாமர்த்தியத்தையும், சாதுர்யத்தையும் கொண்டவர்கள். வாய்ப் பேச்சில் வல்லவர்கள். வெறும் பேச்சு பேசமாட்டார்கள். விஷயத்துடன் பேசுவார்கள். பிடிவாத குணமும் உண்டு. சுதந்திர மனப்பான்மை கொண்டவர்கள். கட்டுப்பட்டவர்கள் போல் காணப்பட்டாலும், திடீரென்று முரண்டு கொள்வார்கள். சிற்றின்பப் பிரியர்கள். அழுத்தமானவர்கள் கூட.

3, 5, 6, 7, 8 எண்காரர்கள் ஒத்துப் போகக் கூடும். 5ஆம் எண்ணுக்குரியவர்கள் மிகவும் ஒட்டுதலாக இருப்பார்கள். புதன், வெள்ளி சிறப்பான கிழமைகள். காளிதேவியை வணங்குதல் நன்மையளிக்கும். வெளிர் நிறங்கள் சிறப்பளிக்கும். ஜாதகத்தில் ராகு நன்முறையில் இருந்திட்டால் திடீர் யோகம் கிடைக்கும். 4, 5, 6, 7, 8 ஆகிய எண்கள் கூட்டுத் தொகையாக இருக்கலாம். 4, 5ம் மட்டுமே சிறப்பு. கோமேதகக் கல் அணியலாம்.

## ஐந்து :

இது புதனுக்குரிய எண். இந்த எண்ணில் இருப்பவர் களுக்கு எவ்வகையிலேனும் கலையார்வம் இருக்கும். யாருடனும் ஒத்துப் போவார்கள். பகை எண்ணம் இருக்காது.

ஆனால் சிற்றின்பத்தில் நாட்டம் அதிகம் இருக்கும். எவரிடமும் சகஜமாகப் பேசி பழகிவிடுவார்கள். ஆனால் அவர்களின் உள்ள ஆழத்தை அறிந்து கொள்வார்கள். வாத சம்பந்தமான நோய் உடையவர்கள். அடிக்கடி எண்ணங்களை மாற்றிக் கொள்வார்கள். புத்தி ஒரு நிலையில் இருக்காது. பணம் இருந்தால் ராஜாதான். இல்லாவிட்டால் மிகவும் சோர்ந்து விடுவார்கள். நரம்புக் கோளாறுகள் ஏற்படும். புகழ்ச்சிக்கு மயங்கி விடுவார்கள். தற்பெருமையும் உண்டு. பெரும்பாலும் கற்பனைவாதிகள். பல விஷயங்களையும் அறிந்து கொள்ள வேண்டும் என்ற ஆர்வம் இருக்கும். எனினும் கடைசி வரை முயற்சி செய்யாமல் பாதியிலேயே விட்டுவிடுவார்கள்.

இவர்களுக்கு 4, 6, 7, 8 எண்காரர்களும் 1ம் எண்காரர்களும் ஒத்துப் போவார்கள். இவர்கள் யாருடனும் ஒத்துப் போவார்கள். புதன், வெள்ளி சிறப்பான நாட்கள். 5 கூட்டுத் தொகை வருவதே சிறப்பானது. 5, 14, 23 தேதிகள் நன்மை அளிக்கும். விஷ்ணுவை வணங்க வேண்டும். ஆனால் பெண் தெய்வங்கள் அதிலும் சக்தி வழிபாட்டில்தான் ஆர்வம் இருக்கும். அது தவறொன்றும் இல்லை. இவர்களுக்கும் வெளிர் நிறங்களே ஒத்து வரும். மரகதக் கல்லை பயன்படுத்த வேண்டும்.

## ஆறு :

இது சுக்கிரனின் எண். அலங்காரப் பிரியர்கள் என்பதோடு டாம்பீகக் காரர்கள். சிற்றின்ப நாட்டம் அதிகம். காரியம் ஆகும்வரை காலையும் பிடிப்பார்கள். காரியம் முடிந்ததும் நழுவிவிடும் சுய காரியப் புலிகள். செய்த நன்றி மறப்பார்கள். கலை உலகில் இந்த எண்காரர்கள் அதிகம் இருப்பார்கள். இவர்களை நம்பினால் நட்டாற்றில் விட்டு விடுவார்கள். உதவியைப் பெற்றுக் கொள்வார்கள். திருப்பிச்

செய்ய மனம் வராதவர்கள். ஆனால் வீண் செலவு செய்வார்கள். தன் காரியத்தில்தான் இவர்களின் நாட்டமெல்லாம். இவர்களின் மயக்கு மொழிகளும் அலங்கார வார்த்தைகளும் எவரையும் ஈர்த்து விடும். இவர்களிடம் மற்றவர்கள் எச்சரிக்கையுடன் இருக்க வேண்டும்.

இவர்களுக்கு மிகவும் நெருக்கமானவர்கள் 5ம் எண்காரர்கள்தான். 4, 7, 8, 9 எண்காரர்கள் ஒத்துப் போவார்கள். புதன், வெள்ளி சிறப்பான நாட்கள். சுக்கிரன் ஜாதகத்தில் நன்முறையில் அமைந்துவிட்டால் இந்த எண்காரர்களின் வாழ்க்கை வெகுவாக முன்னேறி விடும். இவர்களுக்கும் 'சக்தி வழிபாடு' சிறப்பு. கூட்டுத்தொகை 5, 6 வருவது சிறப்பு. 14, 15, 23, 24 ஆகிய தேதிகளும் சிறப்பளிக்கும். இவர்களுக்கு வெண்மை நிறமே சிறப்பளிக்கும். நல்ல வைரம் சிறப்பளிக்கும்.

## ஏழு :

ஏழு என்ற எண் கேதுவுடையது. அதிகம் அலட்டிக் கொள்ளாமல் அமைதியாக இருப்பார்கள். நிறைகுடம் போன்றவர்கள். அறிவு, ஆற்றல் பெற்றவர்களாக இருப்பினும் பிறர் கண்டு கொள்வது எளிதன்று. எப்போதும் ஒரே மாதிரியாக இருப்பார்கள். கஷ்டம் வந்தாலும் கலங்க மாட்டார்கள். செல்வம் வந்தாலும் ஆட்டம் போட மாட்டார்கள். சாதாரணத் தோற்றத்தைக் கொண்டு இவர்களை எடை போட்டு விடக் கூடாது. பெரும் பான்மையான விஷயங்களை மனதில் வைத்துக் கொண்டிருப் பார்கள். பேச்சுக் கொடுத்தால் எளிதில் மடக்கி விடுவார்கள். ஆழ்ந்த அறிவும் கூர்மையான பார்வையும் உடையவர்கள். அடுத்தவரை எளிதில் எடை போட்டு விடுவார்கள். உழைக்கத் தயங்காதவர்கள். நேர்மையான எண்ணம் கொண்டவர்கள். இவர்களை நம்பி எக்காரியத்தையும் ஒப்படைக்கலாம். பழுதின்றி

செய்து முடித்து விடுவார்கள். சுயபெருமை இருக்காது. முன் கோபம் உண்டு. எனினும் வந்த வேகத்தில் போய்விடும். மறுபடியும் சகஜமாக இருப்பார்கள்.

இவர்களை எவரும் வெறுக்க இயலாது. ஆனால் அவர்களைப் புரிந்து கொள்வது கடினம். புரிந்து கொண்டால் அவர்களைப் பிறர் விடவே மாட்டார்கள். எல்லா எண்காரர்களிடமும் இவர்கள் ஒரேமாதிரியாகத்தான் பழகுவார்கள். 'விநாயகர்தான்' இவர்களுக்கு குலகுரு. அவரை எண்ணாமல் இவர்களால் இருக்க முடியாது. திங்கள் தோறும் 'விநாயகர் அகவல்' பாடி விரதம் இருந்து வருதல் சிறப்பானது. இயற்கை யிலேயே ஞானம் உள்ளவர்கள்.

திங்கள், வெள்ளி சிறப்பான நாட்கள். 7ம் எண்தான் சிறப்பானது. மாற்றமே தேவையில்லை. 7 என்ற எண்ணின் சிறப்பைக் கூற வேண்டுமானால் ஒரு புத்தகமே எழுதலாம். வைடூரியக்கல் இவர்களுக்கு சிறப்பானது. 3, 4, 5, 6, 8ம் எண் ஒத்துப் போகும்.

## எட்டு :

இது சனிக்குரிய எண். எட்டு என்றாலே பலருக்குப் பயம். எண்களிலே எட்டு என்பது சரியல்ல என்பது அவர்களின் எண்ணம். ஆனால் எட்டு என்ற எண் செய்யும் அற்புதம் அவர்கள் அறியாதது. எண்ணிலே சிறப்பானது. சிறப்பற்றது என்பது இல்லை. ஒவ்வொருவருக்கும் ஒவ்வொரு எண்தான் சிறப்பாக அமையும். சிலருக்கு எந்த எண்ணுமே சிறப்பாக இருக்காது. அது அவர்களின் விதி அமைப்பு. நான் முன்பே குறிப்பிட்டுள்ளேன். சனி கொடுத்தால் அபரிமிதமாகக் கொடுப்பார் என்று. கெடுப்பதைப் போலவே கொடுப்பதிலும் வள்ளல்தான். சனியே நீதிமான். எட்டில் இருப்பவர்கள்

எல்லோருமே கெட்டவரல்ல. அவர்களில் எவ்வளவோ பேர் சிறப்புடன் இருப்பவர்களைக் கண்டுள்ளேன். பெரும்பாலும், ரிஷப, துலா ராசிக்காரர்கள் (லக்கினம் கூட). சனி சிறப்புடன் அவர்களின் ஜாதகங்களில் இருந்தால் நிச்சயம் எட்டு அவர்களை உயர்நிலைக்குத் தூக்கிவிடும்.

இவர்களின் பொதுவான குணாதிசயம் அடுத்தவர்களை எளிதில் நம்ப மாட்டார்கள். எதிலும் மெதுவான போக்குடையவர்கள். மிதமான எண்ணம் உடையவர்கள். தனக்குத் துன்பம் வரும்போது எவர் என்றாலும் எதிர்க்க தயங்க மாட்டார்கள். சிலர் கீழ்த்தரமான தொழில்களைச் செய்தாலும், பெரும்பாலோர் நல்ல அமைதியான தொழில்களையே விரும்புவார்கள். வம்பு வழக்கு என்றால் ஒதுங்கி விடுவார்கள். எதையும் நன்கு சிந்தித்த பிறகே செய்வார்கள். இவர்களில் சிலர் கொடுமை மிகுந்த தொழில்களில் ஈடுபடுவார்கள். அது அவர்களின் ஜாதக அமைப்பினாலே.

இவர்களுக்கு 3, 5, 6, 7 எண்காரர்கள் ஒத்து வருவார்கள். 4 எண்காரர்களும் ஒத்துவருவார்கள் என்றாலும் அவர்களின் இணைவு இவர்களை சட்ட விரோதமான காரியங்களில் ஈடுபட வைக்கும். 5, 6 சிறப்பான எண்கள். புதன், வெள்ளி நல்ல நாட்கள். சனி பகவானே வழிபட வேண்டியவர். சிவனை வழிபடலாம். நல்ல நீலக்கல் சனிக்கு பிரீதியானது.

## ஒன்பது :

இந்த எண் செவ்வாய்க்குரியது. இந்த எண்காரர்கள் துடிப்பு மிக்கவர்கள். தாமதம் என்பதே இவர்களுக்குப் பிடிக்காது. எதைக் கண்டும் கலங்காதவர்கள். எதையும் துணிவுடன் எதிர் கொள்வார்கள். அரசியல் சம்பந்தப்பட்டவைகளுக்கு செவ்வாய் பொறுப்புடையவர் என்பது நீங்கள் அறிந்ததே. சிலர் அரசியல் தொடர்பு, அரசுப் பணிகள் அதிலும் ராணுவம், காவல் துறைகளில்

இருப்பார்கள். துணிச்சலான சாகஸமான காரியங்கள் செய்வதில் சிலருக்கு ஈடுபாடு உண்டு. உஷ்ணாதிக்க உடல் உடையவர்கள். பெண்களிடம் அதிகம் ஈடுபாடு கொண்டவர்கள். அதனால் வியாதியையும் சிலர் பெற்றுக் கொள்வர். பெண் தொடர்புகளில் எச்சரிக்கையுடன் இருப்பதே நல்லது. மூல வியாதியும் சிலருக்கு வரும். பெண்களில் பலருக்கு மாத விடாய்க் கோளாறுகள் வரும்.

இவர்களுக்கு 1, 2, 3 எண்காரர்கள் ஒத்துவருவார்கள். 1ம் எண்காரர்கள் மிக நெருங்கியிருப்பார்கள். திங்கள் வியாழன் நல்ல நாட்கள், முருகன்தான் தெய்வம். செவ்வாய், சஷ்டி, கார்த்திகை விரதம் இருப்பது நல்லது. நற்பவழம் சிறந்தது. 9ம் எண்ணே சிறப்பு. 1ம் நன்மை செய்யும். சிவப்பு நிறம் நல்லது. வெண்மையும், இளமஞ்சளும் கூட நன்மையளிக்கும்.

எண்களைப் பற்றிய பொது விளக்கம் கண்டீர்கள். ஜாதகத்துடன் இணைந்தே எண்களைத் தேர்ந்தெடுத்தல்தான் சிறப்புமிக்கது. பிறந்த எண்ணை (அ) விதி எண்ணைக் கொண்டு மட்டுமே எண்களைத் தேர்ந்தெடுத்தல் சிறந்த முறை அல்ல. அதேபோல் பெயரின் இடையில் உச்சரிப்பு மாறாத வகையில் தேவையற்ற எழுத்துக்கள் சேர்ப்பதாலும் பயன் இல்லை.

## 16. கைரேகைக்கும் ஜாதகத்திற்கும் உள்ள தொடர்பு

**கை**களில் உள்ள ரேகைகளுக்கும் ஜாதகத்திற்கும் தொடர்பு இருக்கின்றதா என்ற கேள்வி பலரால் கேட்கப்படுகின்றது. இதன் தொடர்பான ஆராய்ச்சியில் தொடர்பு உள்ளது என்பதுதான் முடிவு. இதைப் பற்றியும் விரிவாகக் கூற வேண்டுமானால் ஒரு புத்தகம் தனியாகப் போடும் அளவிற்கு விஷயங்கள் உள்ளன. அதைப் பற்றிய அடிப்படை விஷயங்களை அளித்துள்ளேன்.

நாடி ஜோதிடம் (அ) காண்ட ஜோதிடங்கள் விரல் ரேகையின் அடிப்படையிலேதான் உள்ளது என்பதைக் கீழ்க்கண்ட பாடல் மூலம் தெளிவாக அறிந்து கொள்ளலாம்.

அருள் காட்டும் அத்தனவன் அடியைப் போற்றி
அறிவிப்பேன் மகனொருவன் கரத்தின் ரேகை
பொருள் படவே பெறு மணியும் கோணம் மேலாய்
புகல வரும் புள்ளியதே வினையாய்க் கண்டால்
'கண்டாலே தோற்றமிவன் நன்னோரில் லில்
காண வரும் பார்த்திப நல் ஆண்டு மென்ன
வண்ணமுறும் புரி திங்கள் இருபான் ஒன்றாய்
வறிகணவன் வாரமதாய் மகமே மீனாய்
மீனதனில் ஆவிசால் கவியும் நண்டு
அரசன் பெண் சிகி வில்லு சேய் ரா காரி
உன்னிதமாய் வீணையதில் வேங்கை மற்றோர்
உற்றிடும் கால் தோற்றமிவன் யீன்றோர் ஏது'

மேலே குறிப்பிட்ட பாடலை நன்கு படியுங்கள். மகனொருவன் கரத்தின் ரேகை என்று கூறி பெறுமணியும் கோணம் மேலாய் புகலவரும் புள்ளியதே வினையாய் கண்டால் என்பது பெறுமணி கோணம் புள்ளி இரண்டு என்று கூறி கிரகங்களின் நிலை தெள்ளென விளக்கப்பட்டுள்ளது. பார்த்திப வருஷம், புரி திங்கள் என்பது ஆவணி மாதத்தைக் குறிக்கும். புரி என்பது முப்புரி என்னும் பூணூலைக் குறிப்பது. பூணூல் போடுவது ஆவணி மாதத்தில்தானே. எப்படி நுணுக்கம் - இருபான் ஒன்சார் என்பது இருபத்தொன்றாம் தேதி. வறிகணவன் வாரமதாய் என்பது புதன்கிழமை என்பது. மகம் மீனாய் என்பது

மகம் நட்சத்திரம். மீன் என்னும் சொல் விண்மீனாகிய நட்சத்திரத்தைக் குறிக்கும். அதன் பின் வருவது கிரகங்களின் நிலையைக் குறிப்பிடுவது. இப்பாடல் எந்தக் காலத்தில் எவரால் எழுதப்பட்டதோ! சுக்ர நாடிப் பாடல் இது. அக்காலத்தில் கைரேகையைக் கொண்டு ஜாதகம் எழுதப் பட்டுள்ளது எனப் புரிகின்றது. இனி நாம் தொடர்புகளைப் பற்றி ஆய்வு செய்வோம். ஜாதகத்தில் நாம் முதலில் லக்கினத்தைக் கவனிக்கின்றோம். லக்கினாதிபதியின் நிலைமையைக் கவனித்து விட்டு ஆயுள் பலம் எப்படி என்று கவனிக்கின்றோம் அல்லவா? அதைப் போல் ஒருவரின் ஆயுள் பலத்தைக் கணக்கிட்டுக் கொள்ளலாம். அவரின் திறமையை, அறிவுக்கூர்மையை புத்தி ரேகையைக் கொண்டும், ஆரோக்கியத்தையும், குணங்களையும் இருதய ரேகையைக் கொண்டும், தொழில் வலிமையைக் கணக்கிட விதி ரேகையைக் கொண்டும், சம்பாத்திய வலிமை, செல்வாக்கு ஆகியவற்றை சூரிய ரேகையைக் கொண்டும் கணிக்கலாம். மேலும் புதன் ரேகையைக் கொண்டு ஆரோக்கியத்தைப் பற்றியும், வியாபார, தொழில் வெற்றிகள் பற்றியும் துல்லியமாக கணிதம் செய்யலாம்.

ரேகைகளைப் பற்றி விளக்கம் கூறுமுன் மேடுகளைப் பற்றியும் அறிந்து கொள்ள வேண்டும். இங்கு கைரேகையைப் பற்றி முழு விளக்கமும் அளிக்கப்பட வில்லை. காரணம் முன்பே கூறப்பட்டதுதான். கைரேகைக்கும், ஜாதகத்திற்கும் உள்ள சம்பந்தம், ஒற்றுமையைப் பற்றிய விளக்கம்தான் அளிக்கப் படுகின்றது.

## சுக்கிரமேடு :

வலது கட்டை விரலுக்கு அடியில் உப்பல்லாக இருப்பது தான் சுக்கிர மேடு எனப்படுவது. இதைக் கொண்டு ஒரு

மனிதரின் ஆசா பாசங்கள், மனைவியின் நிலை, காம இச்சை, கலைகளின் தொடர்பு, வாழ்க்கையில் சுகங்கள் பெறும் நிலை பற்றி அறிந்து கொள்ளலாம். இது ஜாதக அமைப்பில் 4ஆமிடம் 7 ஆமிடம் ஆகிய இரண்டு இடங்களுடன் 3 ஆமிடம், 12 ஆமிடம் ஆகியவற்றின் தொடர்பும் சற்று உண்டு.

### குருமேடு :

வலது ஆள்காட்டி விரலுக்கு கீழ் இருப்பது குரு மேடென்று சொல்லப்படுவது. இதைக் கொண்டு ஒருவரின் நாணயம், நம்பிக்கை, அந்தஸ்து, செல்வாக்கு, புகழ், கீர்த்தி, உயர் பதவிகள், கம்பீரத் தோற்றம் ஆகியவற்றை அறிந்து கொள்ளலாம். ஜாதகத்தில் லக்கினம், 5ம் இடம் ஆகியவை முக்கியத் தொடர்பு கொள்கின்றது. 2 ஆமிடம், 4 ஆமிடம் ஆகியவற்றின் தொடர்பு சற்று உண்டு.

### சனிமேடு :

நடுவிரலுக்கு கீழ் இருப்பது. இது வாழ்க்கையில் உயர் நிலையையும், குணாதிசயங்களையும், இரும்பு, லாரி போன்ற வாகனங்கள், சுரங்க கனிமங்கள், கருநிறப் பொருள்களின் தொழில்கள் போன்றவற்றையும் அறிந்து கொள்ள உதவும். 1, 4, 10 ஆகிய ஸ்தானங்களின் தொடர்பு பெற்றது.

### சூரிய மேடு :

மோதிர விரலுக்கு கீழ் இருப்பது சூரிய மேடு. இது ஒருவரின் வாழ்க்கைத் தரம், சம்பாத்திய உயர்வு, தந்தையார் உறவு, உயர் பதவிகள், அரசுத் தொடர்பு, தனப் புழக்கம் பற்றி அறிந்து கொள்ள உதவுகின்றது. 2, 4, 9, 10, 11 ஆகிய ஸ்தானங்கள் தொடர்பு கொள்கின்றது.

## புதன் மேடு :

சுண்டு விரலுக்கு கீழே இருப்பது. ஒருவரின் கல்வி விவகாரங்கள், கலைத் தொடர்பு, ஜோதிடம், கணிதம், நுண்கலைகள், பேச்சாற்றல், வியாபாரத் தொடர்புகள் ஆகிய வற்றை அறிந்து கொள்ளலாம். ஜாதகத்தில் 2, 4, 10, 11 ஆகிய ஸ்தானங்கள் தொடர்பு பெறுகின்றது.

## செவ்வாய் மேடு :

புதன் மேட்டிற்கு கீழாக இருப்பது செவ்வாய் மேடு. ஒருவரின் தைரியம், துணிச்சல், பராக்கிரமம், நில புலன்கள் அமைப்பு, பூர்வ சொத்துக்கள், அரசியல் தொடர்புகள், வேக உணர்ச்சி ஆகியவற்றைக் கணிக்கலாம். ஜாதகத்தில் 1, 3, 4, 10, 11 ஆகியவை தொடர்பு கொள்கின்றது. செவ்வாய் மேடு கீழ் செவ்வாய் மேடு என்றும் உள் செவ்வாய் மேடு என்றும் இரண்டு உள்ளது. அதுவும் செவ்வாய் மேட்டின் தன்மைக்கு துணை புரியும்.

## சந்திர மேடு :

செவ்வாய் மேட்டிற்கு நேர்கீழ் இருப்பது சந்திர மேடு. மனத் தைரியம், தாயார் அமைப்பு, அவர்களின் ஆதரவு, கற்பனைத் திறன், உழைக்கும் திறன் ஆகியவற்றை அறிந்து கொள்ளலாம். ஜாதகத்தில் 3, 4 ஆகிய இடங்கள் தொடர்பு கொள்கின்றது.

## உள்செவ்வாய் மேடு :

செலவினங்களைப் பற்றிக் கணக்கிட உதவும். இது ஜாதகத்தில் 12ம் இடத்தைப் பற்றிக் கூற உதவி புரியும்.

## கீழ்செவ்வாய் :

இதனால் எதிரிகளைப் பற்றி அறிந்து கொள்ளலாம். நண்பர்களைப் பற்றிக் கணிக்கலாம். 6ஆம் இடம் தொடர்பு கொள்ளுகின்றது.

கைரேகைக்கும் ஜாதகத்திற்கும் தொடர்புகள் நிறையவே இருக்கின்றது. கைரேகை சம்பந்தப்பட்ட ஒரு நல்ல புத்தகம் வாங்கி அதை ஒரு முறையோ, சில முறையோ நன்கு படித்துக் கொண்ட பின் நண்பர்களின் ரேகைக்கும் ஜாதகத்திற்கும் உள்ள ஒற்றுமைகளைக் கண்டறிந்து அனுபவம் பெற்ற பின் மற்றவர்களுக்கும் பலன் கூறலாம். உங்கள் அடிப்படைக்காக சில நுணுக்கங்களை மட்டும் கூறுகின்றேன்.

மேடுகளைத் தெரிந்து கொண்டீர்கள். இனி ரேகைகளைப் பற்றியும் அறிந்து கொண்டாலே தொடர்புகளைப் பற்றி முழுமையாகப் புரிந்து கொள்ளலாம்.

## ஆயுள் ரேகை :

இது குருமேடு என்று சொல்லப்படும் ஆள்காட்டி விரலின் கீழ் உள்ள மேட்டின் கீழ் தொடங்கி சுக்கிர மேட்டை ஒட்டி மணிக்கட்டை நோக்கிச் செல்வது.

## புத்திர ரேகை :

ஆயுள் ரேகையுடன் ஒட்டியே ஆரம்பித்து, உள்செவ்வாய் மேடு (அ) சமவெளி வழியாக செவ்வாய் மேட்டை நோக்கிச் செல்வது. (சிலருக்கு சந்திர மேட்டை நோக்கியும், சிலருக்கு உள்செவ்வாய் சமவெளியோடு குட்டையாயும் இருக்கும்).

## இருதய ரேகை :

குரு மேட்டில் தொடங்கி, புதன் மேட்டின் கீழ் பகுதியை நோக்கிச் செல்வது.

## விதி ரேகை :

மணிக்கட்டிலிருந்து (அ) சந்திர மேட்டை ஒட்டிய பகுதி யிலிருந்து சனி மேட்டை நோக்கிச் செல்வது.

## சூரிய ரேகை :

சூரிய மேட்டில் அதாவது மோதிர விரலின் அடிப்புறத் திலிருந்து மணிக்கட்டை நோக்கி (அ) சந்திர மேட்டை நோக்கிச் செல்வது.

## புதன் ரேகை :

இதை ஆரோக்கிய ரேகை என்றும் கூறலாம். மணிக் கட்டிலிருந்து புதன் மேட்டை நோக்கிச் செல்வது. இந்த ஆறும் முக்கியமான ரேகைகள். இது அல்லாமல் மற்றும் பல துணை ரேகைகள் உள்ளன. அதுவும் பலன்கள் கூற அவசியமானது. இந்த ரேகைகள் எல்லாம் ஒரு மனிதனின் மூளையோடு தொடர்பு கொண்டவை. மனம் என்றும் கூறுவதுண்டு. மனம் என்றால் இருதயம் என்று பொருள் கொள்ளக்கூடாது. சிந்தனா சக்தியையும், செயல்பாட்டுத் திறமையையும் கொண்டதே மனம். உள்ளம் என்று கூறப்படுவது. அதன் அடிப்படை மூளைதான். அங்கு ஏற்படும் மாற்றங்களின் பிரதிபலிப்பு கைரேகைகளில் தெரியும்.

'அகத்தின் அழகு முகத்தில் தெரியும்' என்பது போல், கைரேகைகளிலும் தெரியும். ஒருவர் தன்னுடைய உணர்ச்சிகளை வெளிக்காட்டாமல் எவ்வளவுதான் மறைத்த போதிலும்

கைரேகை சாஸ்திரத்தில் புலமை பெற்றவர்களிடம் மறைக்க முடியாது. உள்ளங்கை நெல்லிக்கனி போல தெளிவாக கூறிவிட முடியும். இன்றோ இக்கலையில் போலிகளே அதிகமாக உள்ளனர்.

விதியின் அமைப்பின்படிதான் ஒரு மனிதனின் ஜாதகம் அமைகின்றது. அந்த விதியின் அமைப்புப்படியேதான் அந்த மனிதனின் மனம், செயல் கட்டுப்படுத்தப்படுகின்றது. ஜாதகத்தின் 12 கட்டங்கள் மனிதனின் வாழ்க்கையை உணர்த்துவது போலவே கையில் உள்ள மேடுகளும், ரேகைகளும் அந்த மனிதனின் வாழ்க்கை நிலையை உணர்த்துகின்றன.

ஜாதகங்கள் அமைப்பு மாறியிருப்பது போலவே ஒவ்வொரு வருடைய கைரேகையும் மாறுபட்டே இருக்கும்.

நான் முன்பே குறிப்பிட்டுள்ளேன். சராசரியாக 14 நிமிடங்களுக்கு ஒரு அம்சம் மாறுகின்றது. அந்த 15 நிமிடங்களில் பிறந்த குழந்தைகளுக்கு லக்கினம் ராசி கிரக அமைப்புகள் ஒன்றாகவே இருப்பினும் கூட பலன்கள் மாறவே செய்யும். காரணம் பாகை, கலைகளின் வித்தியாசம்தான். கிரகங்கள் இடைவிடாமல் சஞ்சாரம் செய்து கொண்டே இருப்பதால் கிரகங்களின் மாற்றம் ராசியில் 1 கலை நகர்ந்தாலே பலன் வித்தியாசப்படவே செய்யும். அதெல்லாம் துல்லியமான கணிதங்களில் தெரிந்துவிடும்.

ஏழு கிரகங்களின் ஆதிக்கத்தில் 12 லக்கினங்களும் உள்ளது. அதைப் போலவே 7 மேடுகளின் ஆதிக்கத்தில் 12 லக்கினங்களும் அடங்குகின்றது. மேடுகளின் உயர்வுகளைக் கொண்டு எந்த கிரகத்தின் ஆதிக்கத்தைக் கொண்டுள்ளார் என்பதனைத் தெரிந்து கொள்ளலாம். பெரும்பாலும் ஜாதக அமைப்பும் கைரேகையின் அமைப்பும் ஒத்தே வரும். ஜாதகத்தில்

எக்கிரகம் வலுவாக உள்ளதோ அந்தக் கிரகத்துக்குரிய மேடு தான் கையில் தெளிவான அமைப்பாக இருக்கும். பலன்களை உற்று நோக்கி ஜாதகத்துடன் இணைத்துப் பார்த்தால் தெரிந்து கொள்ளலாம்.

ரேகைகளில் ஏராளமான நுணுக்கங்கள் உள்ளன. கைரேகை சம்பந்தப்பட்ட ஒரு புத்தகத்தையாவது படித்து முதலில் அடிப்படைகளைத் தெரிந்து கொண்டால் ஆய்வு செய்ய வசதியாக இருக்கும். ஜாதகம், கைரேகை, நியுமராலஜி என்ற எண்கணிதம் ஆகிய மூன்றும் ஒன்றுக்கொன்று தொடர்பு உடையதுதான். என்னுடைய 24 ஆண்டு கால ஆராய்ச்சியில் இதன் தொடர்புகளைப் பற்றி ஏராளமான குறிப்புகள் சேகரம் செய்துள்ளேன். மூன்றையும் இணைப்பதில் பெரும் அனுபவம் தேவைப்படுகின்றது. ஒரு தனிப் புத்தக அளவிற்கு விஷயங்கள் உள்ளன.

என்னைப் பொறுத்தவரை மூன்று அமைப்புகளுக்கும் முக்கியத்துவம் அளிக்கின்றேன். கைரேகையைக் கொண்டும் எண்களைத் தேர்ந்தெடுக்கலாம். கைரேகையோ, ஜாதகம் இல்லாமலோ எண்களைத் தேர்ந்தெடுப்பதில்லை. எனவே பெரும்பாலும் தவறில்லாத எண்களைத் தேர்வு செய்ய இயலுகின்றது. பலர் புத்தகத்தைக் கொண்டு எண்களைத் தாமாகத் தேர்ந்து எடுத்து விடுகின்றார்கள். அதன் விளைவு சிறப்பாக அமையாது. உதாரணமாக ஒரு வாகனத்தில் எண் தேர்ந்தெடுக்க எண்ணை மட்டுமே கூட்டி விடுவார்கள். அது தவறு. வாகனங்களுக்குப் பதிவு எழுத்துக்கள் உள்ளது. T.N.S. 3441 என்று இருந்தால் T.N.S. என்ற பதிவு எழுத்துக்குரிய எண்ணையும் கூட்டியே கணக்கிட வேண்டும்.

சிறந்த அனுபவம் பெற வேண்டும். பலர் அனுபவம் பெறாமலே நிபுணர் என்று பெயர் போட்டுக் கொள்ளுகின்றார்கள்.

நிபுணர் என்றாலே முற்றும் கற்றவர் என்பது பொருள். கற்பதில் முற்றும் என்ற சொல்லே கிடையாது. எவரானாலும் கற்றது கைம்மண் அளவு. கல்லாதது உலகளவு. அப்புறம் எப்படி நிபுணர் ஆக முடியும். வெறும் அலங்காரச் சொல். முழுதும் கற்றுணர்ந்தவர்கள் என்போர் உலகில் எவரும் இல்லை. நான் இங்கு அளித்திருப்பது வெறும் அடிப்படை மட்டுமே. மேற்கொண்டு விரிவாக்கிக் கொள்வது உங்கள் பொறுப்பு.

## 17. நவரத்தினங்களைப் பயன்படுத்தும் முறை

**ந**வரத்தினங்கள் என்பது ஒன்பது கிரகங்களுக்கும் பகிர்ந்தளிக்கப்பட்டு, ஒவ்வொரு கிரகத்துக்கும், அந்தந்த கிரகங்களுக்குரிய ரத்தினங்கள் பிரீதி அளிக்கின்றது. நவரத்தினங் களைத் தேர்ந்தெடுப்பதிலும் பலர் பலவிதமான கருத்துக்களைக் கொண்டிருக்கின்றார்கள். நன்கு விஷய ஞானம் உள்ள பெரிய ஜோதிடர்கள் கூட கருத்து வேறுபாடு கொண்டவர்கள்தான். மிதுன ராசிக்கு புஷ்பராகத்தைப் போடலாம் என்று ஆலோசனை கூறுகின்றார்கள். புஷ்பராகம் குருபகவானுக்குரிய ரத்தினம். மிதுன ராசிக்கு குரு, மாராகாதிபதி. பாதகாதிபதி. அவரின் ரத்தினம் மிதுன ராசிக்காரர்களுக்கு எப்படி நன்மையளிக்கும்? பொதுவாக ரத்தினம் அந்த கிரகத்துக்கு ஊக்கமளிக்கவே பயன்படுத்தப்படுவதாக, கிரந்தம் தெளிவாகக் கூறுகின்றது. எந்தக் கிரகத்தின் வலு ஒருவருக்குத் தேவையாக உள்ளதோ அந்தக் கிரகத்துக்கே வலு அளிக்க வேண்டும். பாதகாதிபதி, மாரகாதிபதி வலுப்பெறுதல் நன்மை அளிக்குமா என்று சற்றும் சிந்திக்காமல் கூறி விடுகின்றார்கள். அவர்களின் கூற்றை நம்பி அதன்படி ரத்தினங்களை அணிந்து திண்டாடியவர்களைக் கண்டுள்ளேன்.

நவரத்தினங்கள் விஷயத்தில் சர்வ ஜாக்கிரதையாக செயல் பட வேண்டும். இல்லையெனில் வாழ்க்கையை உயர்த்துவதற்குப் பதில் பலவிதமான சிரமங்களை ஏற்படுத்தி விடும். எத்தனையோ செல்வந்தர்கள், நவரத்தினங்கள் சரியாக அமையாத காரணத்தால் துன்பங்கள் அடைந்துள்ளார்கள். வாழ்க்கை நிலையை உயர்த்தும் நவரத்தினங்களே. நிலையைத் தாழ்த்தவும் காரணமாகி விடும். பெயருக்காகவும், பிறந்த தேதிக்காகவும் மட்டுமே நவரத்தினங்களைத் தேர்வு செய்வது சிறப்பானதல்ல. லக்கினத் தையும், ராசியையும், கிரகங்களின் நிலையையும் கவனித்தே தேர்வு செய்ய வேண்டும்.

சிலர் நவரத்தினங்களையும் ஒரே மோதிரத்தில் பதித்துக் கொள்வார்கள். அதுவும் தவறான முடிவுதான். கிரகங்களுக்குரிய நவரத்தினங்கள் எவையென்று முதல் பாகத்தில் கிரக அறிமுகத்திலே குறிப்பிடப்பட்டுள்ளது. அதை விடவும் சற்று விரிவான விளக்கங்கள் கூறி ரத்தினங்களைத் தேர்ந்தெடுக்கும் முறையை விவரிக்கின்றேன்.

1. சூரியன் - மாணிக்கம்
2. சந்திரன் - நல்முத்து
3. செவ்வாய் - பவளம்
4. புதன் - மரகதம்
5. குரு - புஷ்பராகம்
6. சுக்கிரன் - நல்வைரம்
7. சனி - நீலம்
8. ராகு - கோமேதகம்; Sardonix; அக்கோமரின் ஆம்பர்.
9. கேது - வைடூரியம்; Lapislazuil; சந்திரகாந்தக் கல்; ஓபல்.

9 கிரகங்களுக்கும் உள்ளது போலவே 12 ராசிகளுக்கும் நவரத்தினங்கள் உள்ளன. அதையும் குறிப்பிட்டுள்ளேன்.

| | | |
|---|---|---|
| மேஷம் - விருச்சிகம் | : | நற்பவளம் (Blood Stone). |
| ரிஷபம் - துலாம் | : | வைரம் (Diamond); டர்குவாயஸ், ஜிர்கான். |
| மிதுனம் - கன்னி | : | மரகதம் (Emerald); ஆனெக்ஸ், ஜேடு. |
| கடகம் | : | நல்முத்து (Pearl); சந்திரகாந்தக் கல்; வெண்பவளம், ஓபல் (Opal). |
| சிம்மம் | : | சிவப்பு மாணிக்கம் (Ruby); கார்னெட், கெம்பு. |
| தனுசு - மீனம் | : | புஷ்பராகம், கனக புஷ்பராம் (Topaz). வெண் புஷ்பராகம். |
| மகரம் - கும்பம் | : | நீலம் (Sapphire - Blue Diamond); கிருஷ்ண காந்தக்கல் (Cast eye); ஐயோலைட். |

இவ்விதம் உள்ள நவரத்தினங்களைத் தேர்ந்தெடுக்கும் போது மிகவும் கவனமுடன் செயல்பட வேண்டும். நடை முறையில் தேர்ந்தெடுத்து ஒத்து வரும் முறைகளையே இங்கு அளிக்கின்றேன். இவை ஆராய்ச்சியின் முடிவில் தெரிவு செய்யப்பட்டது. பொதுவாக எல்லோரும் கூறுவது போன்ற முறையில் இந்த விளக்கம் இருக்காது. ஆனால் நடைமுறையில் பயன்படுத்திப் பார்த்தால் இதன் பலன்களின் மேன்மையை அறிந்து கொள்ளலாம்.

மேஷ லக்கினத்தில் பிறந்தவர்களுக்கு அதிபதி செவ்வாய் என்பது நீங்கள் அறிந்ததே. அவரே அஷ்டமமாகிய விருச்சிகத் திற்கும் அதிபதியாகின்றார். அதேபோல் விருச்சிக லக்கினத்தில் பிறந்தவர்களுக்கும் செவ்வாய் சஷ்டியாதிபதியாவதால்

ஏதாவதொரு வகையில் அவரின் நிலைமைக்கேற்ப தொல்லை களைக் கொடுப்பவர்தான். எனவே எப்போதுமே அவரின் கடாட்சம் மேஷ, விருச்சிகதாரர்களுக்கு அவசியமாகின்றது. எனவே இவர்கள் எப்போதும் செம்பு உலோகத்தால் செய்த மோதிரத்தில் நற்பவளம் பதித்து அணிவது செவ்வாயின் பிரீதியை அளிக்கும். இந்த இரு லக்கினங்களில் பிறந்தவர்களுக்கு தேவதை முருகன். ஆதாலால் மிகவும் இக்கட்டான, சிரமமான காலங்களில் அவர் அருளே இவர்களைக் காக்குமாதலால், செவ்வாய்தோறும் விரதம் இருப்பதும், சஷ்டி, கார்த்திகை விரதங்களும் சிறப்பையளிக்கும். சஷ்டி, கார்த்திகை, செவ்வாய் கிழமைதோறும் முருகன் கோயில்களுக்குச் சென்று வருதல் நன்மையளிக்கும். நோய் நொடிகள் ஏற்படும்போது பழனி (அ) வைத்தீஸ்வரன் கோவிலுக்கு நேர்ந்து கொண்டால் சிரமம் குறையும். பிறகு நேர்ந்து கொண்ட கோவிலுக்குச் சென்று வர வேண்டும்.

எந்தத் திசை நடப்பில் உள்ளதோ அத்திசையின் அதிபதி களுக்குரிய ரத்தினங்களை அத்திசை முடியுமட்டும் பயன்படுத்த வேண்டும். திசை முடிந்த பிறகு அடுத்த திசைக்குரிய ரத்தினக் கல்லைப் பயன்படுத்துதல்தான் சிறப்பானது. நட்பு கிரகமாக இருப்பினும் கூட அதற்குரிய கற்களைத் தொடர்ந்து பயன் படுத்தக் கூடாது. அடுத்து வரும் திசை இக்கிரகத்திற்குப் பகை கிரகமாக இருந்து விட்டால் விளைவுகள் மாறுபட்டே நிற்கும்.

லக்கினாதிபதி என்ற அமைப்பில் மட்டுமே அவருக்குரிய கற்களைத் தொடர்ந்து பயன்படுத்தலாம். சிலர் ராசிக்கும் கற்களைப் பயன்படுத்தலாம் என்று கூறுவது சரியான முறையன்று. ராசி கோசார பலன்களுக்கு மட்டுமே பயன்படும். கோசாரம் அடிக்கடி மாறுதலடையும். திசாக்கள் அப்படியல்ல. சந்திரனின் அடிப்படையில் திசாக்கள் பிரிக்கப்பட்டாலும்

திசாக்களின் பலன்கள் லக்கினத்திற்கே. ஆகையால் ரத்தினங் களையும் லக்கின அடிப்படையிலேதான் அமைத்துக் கொள்ள வேண்டும். ராசிகளின் அமைப்பில் தேர்வு செய்து கொண்டால் நீண்ட காலத்துக்கு பலன் அளிக்காது. எனவே சூரிய திசா நடப்பு என்றால் 6 வருடத்திற்கும் மாணிக்கக் கல்லை மட்டுமே பயன் படுத்த வேண்டும். லக்கின அதிபதியின் கல் எப்போதும் இருக்கலாம். நடப்பு திசை லக்கின அதிபதிக்குப் பகை கிரகமாக இருந்தாலும் கூட, லக்கின அதிபர் என்ற முறையில் கற்கள் பாதிப்பு ஏற்படுத்தாது.

சந்திர திசா நடைபெறும்போது, நல்முத்தைப் பயன்படுத்த வேண்டும். 10 வருட திசா முடிந்ததும் அடுத்த திசாவுக்குரிய கல்லையே பயன்படுத்த வேண்டும். பொதுவாக தங்கத்தில் கற்களைப் பதித்து அணிந்து கொள்ளலாம். நடப்புத் திசை சரியான திசையாக இல்லாமல் மோசமான திசாவாக இருக்கு மானால் அந்தக் கிரகத்திற்கு பிரீதியான உலோகத்தில் கற்களைப் பதித்து அணிந்து கொள்வதே நன்மை. மேலும் திசா ஆரம்பத் திலேயே அந்தக் கிரகத்தின் க்ஷேத்திரத்துக்குச் சென்று அபிஷேக அர்ச்சனை, ஆராதனைகள் செய்து, கல் பதிக்கப்பட்ட மோதிரத்தை அக்கிரகத்தின் காலடியில் வைத்து அதற்கும் முறைப்படி பூஜைகள் செய்து அணிய வேண்டும். மோதிரம் அணிந்த பின் மற்றவர்களிடம் கழற்றிக் கொடுக்கக் கூடாது. ஆண்-பெண் சேர்க்கையின் போது, மோதிரத்தைக் கழற்றி பூஜை அறையில் பத்திரமாக வைத்து விட வேண்டும். மறுநாள் சுத்தமாக குளித்து பின்பே அணிய வேண்டும். தீட்டுள்ள இடங்களுக்குச் செல்ல நேருமாயின் மோதிரத்தை அணிந்து செல்வதைத் தவிர்க்க வேண்டும்.

அதேபோல் வீட்டில் ஏதேனும் துக்க சம்பவம் நேருமானால் மோதிரத்தைக் கழற்றி விபூதிக்குள் போட்டு

வைத்து விட வேண்டும். குறைந்தபட்சம் ½ மண்டலம் 24 நாட்கள் மோதிரம் அணியக் கூடாது. கற்கள் தோஷங்களைப் போக்க வல்லதுதான். அதேபோல் அதையும் மற்ற தோஷங்கள் பாதிப்படையச் செய்யும். நவரத்தினங்கள் அணியும் விஷயத்தில் ஏனோதானாவென்ற போக்குகள் கூடாது. அதைவிட அணியாமல் இருப்பதே நல்லது. அணிந்து கொண்டால் அதற்குரிய சகல மரியாதையையும் அளிக்கத் தவறக் கூடாது. நவரத்தினங்களால் உயர்வடைவதற்குப் பதில் சரிவடைந்தவர் களையும் சரித்திரம் நன்கு காட்டுகின்றது. அவர் கூறினார், இவர் கூறினார் என்று மாறுபட்ட முறையில் பயன்படுத்தினால் நன்மைக்குப் பதில் தீமையே அதிகமாகும். அதேபோல் கற்களைத் தேர்ந்தெடுப்பதிலும் கவனம் தேவை. விலை மலிவான தரமற்ற கற்களைப் பயன்படுத்தக் கூடாது. தேர்ந்த விஷய ஞானமுள்ள வியாபாரிகளிடம்தான் கற்களை வாங்க வேண்டும். தோஷமற்ற நல்ல கற்களைத் தெரிவு செய்து வாங்க வேண்டும்.

ரிஷப, துலாம் லக்கினதாரர்கள் நல்ல வைரத்தை வெள்ளி மோதிரத்தில் பதித்துக் கொண்டு எப்போதும் அணியலாம்.

மிதுன, கன்னி லக்கினதாரர்கள், மரகதக் கல்லை ஐம்பொன்னால் செய்த மோதிரத்தில் பதித்துக் கொள்ளலாம்.

தனுசு, மீன லக்கினதாரர்கள், புஷ்பராகக் கல்லைத் தங்கத்தால் செய்த மோதிரத்தில் பதித்து அணிந்து கொள்ளலாம்.

மகர, கும்ப லக்கினதாரர்கள், நல்ல நீலக்கல் (அ) நீல வைரம், கிருஷ்ண காந்தக் கல்லை ஐம்பொன்னில் செய்த மோதிரத்தில் பதித்து அணிந்து கொள்ளலாம்.

கடக லக்கினத்தில் பிறந்தவர்கள் நல்முத்து, வெண்பவளம், சந்திரகாந்தக் கல்லைத் தங்க மோதிரத்தில் பதித்து அணிந்து கொள்ளலாம்.

சிம்ம லக்கினதாரர்கள் மாணிக்கக் கல், கெம்பு, கார்னெட்டை தாமிரத்தில் செய்த மோதிரத்தில் பதித்து அணிந்து கொள்வது நலம் அளிக்கும்.

இந்த மோதிரத்துடன் நடப்பில் உள்ள திசா அதிபரின் கல் பதித்த மோதிரத்தை மட்டுமே அணிய வேண்டும். அது திசாக் கிரகத்திற்கு பிரீதி அளிக்கும். ராசிக்கேற்ப எப்போதும் தேர்வு செய்து கொள்வது சிறப்புள்ளது என்று கூற முடியாது.

ஒவ்வொரு லக்கினதாரர்களும் கல்லை அணியும் போது எந்தக் கிரகத்தின் கல்லை அணிகிறார்களோ அந்தக் கிரகத்துக் குரிய க்ஷேத்திரத்திற்குச் சென்று மேஷ லக்கினதாரர்களுக்கு சொல்லியபடி பூஜைகளைச் செய்வது மிகவும் நன்மையளிக்கும்.

பலர் பலவிதமாகக் கூறுகின்றார்களே. எதைக் கடைப் பிடிப்பது என்ற குழப்பமே தேவையில்லை. இங்கு குறிப்பிட்டுள்ள முறை சரியான முறை. பழுதற்றது. பலருக்கு நடைமுறையில் சோதனை செய்து பார்த்த முறை. எனவே தயக்கமின்றி முறைப்படி பயன்படுத்தினால் நற்பலன்கள் ஏற்படும்.

## 18. ஜோதிட நூல்களின் தொகுப்பு

**ஜோ**திடத்தை இயற்றியவர்கள் 18 மகரிஷிகள் என்பதை முதல் பாகத்தில் அறிந்துள்ளீர்கள். இப்படி இயற்றப்பட்ட ஜோதிடத்தை முறையாகத் தொகுத்தளித்தவர்களில் முதன்மை ஸ்தானம் வகிப்பவர் யார் என்பதில் கருத்து வேறுபாடு இருப்பினும் "வராஹ மிஹிரரே" முதன்மை ஸ்தானம் பெற்றிருக் கின்றார் என்பது பலராலும் ஒப்புக் கொள்ளப்படுகின்றது. வரலாற்றிலும் அவர் பெயர் காணப்படுகின்றது. கிறிஸ்து

பிறப்பதற்கு பல நூற்றாண்டுகளுக்கு முன்பே அவர் தோன்றி இருக்க வேண்டும். சாணக்யர் எழுதிய அர்த்த சாஸ்திரத்திற்கும் முன்பே வராஹ மிஹிரரின் கிரந்தம் தோன்றியிருக்கக் கூடிய சாத்திய கூறுகள் உள்ளன.

யாமும் அவரையே ஜோதிட சாஸ்திரத்தின் முன்னோடி யாகக் கருதுகின்றோம். அவரின் பிருஹத் ஜாதகம்தான் ஜோதிட சாஸ்திரங்களின் முதல் தொகுப்பு என்பதில் எமக்கு ஐயமில்லை. 18 மகரிஷிகளின் கடின நடையை எளிமைப்படுத்தி மற்றவர் களுக்கு பயன்படச் செய்தவர்களில் அவர் முன்னவராக நிற்கின்றார். அவருக்குப் பின் பல சாஸ்திர விற்பன்னர்கள் தோன்றி பல நூல்களை நமக்கு அளித்துள்ளார்கள். ஆயினும் வடமொழி நூல்களே அதிகம். அதைத் தமிழாக்கம் செய்தவர் களும் கடுமையான பதங்களை விளக்கம் கூற முடியாமல் அப்படியே பயன்படுத்தியுள்ளமையால் எளியவர்கள் விளங்கிக் கொள்ள இயலவில்லை. பிருகத் ஜாதகத்திற்கு உரை எழுதியவர்கள் பலர். எனினும் ஸ்ரீபதி பட்டாசாரியாரின் ஸ்ரீபதி பத்ததி நல்ல மொழிபெயர்ப்பு. ஆயினும் மிகக் கடினமான நடை, கணிதங்களின் முறை கடினம். தேர்ந்த கணித சாஸ்திரப் புலமை பெற்றவர்களாலேயே விளங்கிக் கொள்ள முடியும். சாஸ்திரப் பதங்கள் புரியாதவைகளாகவே உள்ளன.

எம்முடைய இந்த நூலில் கூடிய மட்டும் எளிய பதங் களையே உபயோகித்துள்ளோம். எவரும் அளிக்கத் தயங்கும் விஷயங்களையும் அளித்துள்ளோம். மேலும் அதிமுக்கியமான விஷயங்கள் உள்ளன. 17 மூல நூல்களின் சாராம்சத்தை எளிமையாக்கி கணிதங்களையும் இணைத்து அளிக்கும் உத்தேசம் உள்ளது. அதற்கு உங்களின் நல் ஆதரவு இருப்பதோடு கலைவாணியின் அருளும் கிட்டினால் நூல் வெளிவரும். ஜோதிடப் புத்தகங்களின் தொகுப்பை அளித்துள்ளேன். இங்கு

குறிப்பிடப்பட்டுள்ளவை மூலநூல்கள் மட்டுமே. தற்காலம் வெளி வந்த நூல்களின் விவரம் அல்ல.

1. பிருகத் ஜாதகம்
2. பிருகத் பராசர ஹோரை
3. பஞ்ச சிந்தாந்திகா
4. பிருஹத் யாத்திரை } முற்றுமாக இல்லை என்று குறிப்பிடப்பட்டுள்ளது.
5. பிருஹத் விவாஹ படலம்
6. பிருஹத் பராசரியம்
7. கிரந்தாந்திரம்
8. வராக மிகரர்
9. பிருகத் யவன ஜாதகம்
10. சத்தியாசிரியர்
11. பூர்வபராசர ஹோரை
12. வராகர் ஹோரை
13. கலியாண வர்மர்
14. பட்டோத் பலர்
15. பிருகத் சம்மிதை
16. சாராவளி
17. பலதீபிகை
18. பைரவ தீபிகை
19. புவன தீபிகை
20. ஞானப்ர தீபிகை
21. உடுதசா பிரதீபிகை
22. சம்மிதா பிரதீபிகை

23. வாயு சங்கிதை
24. சூத சம்மிதை
25. பிருகத்ஜாதககோசாரதீபிகை
26. முண்ட கோப நிஷத்
27. கசியப சம்மிதை
28. நாரத சம்மிதை
29. கர்க்க ஜாதகம்
30. ராஜீய நீலகண்டீயம்
31. யவன தாஜிகம்
32. நீலகண்ட தாஜிகம்
33. குரு பாலப்ரபோதிகை
34. வசிஷ்ட சம்மிதை
35. ஜாதக பாரிஜாதம்
36. ஜாதக சங்கிரகம்
37. ஜாதக ராஜீயம்
38. ஜாதக தீபம்
39. ஜாதக சந்திரிகை
40. ஜாதகார்ணவம்
41. ஜாதகானுபவ தர்ப்பணம்
42. பாரத்வாஜ சம்மிதை
43. சாரங்கதர சம்மிதை
44. கர்க்க சம்மிதை
45. ஜாதக பல முக்தாவளி
46. தாஜிக முக்தாவளி
47. சௌனக சம்மிதை
48. யவன ஜாதகம்
49. ஜோதி சாகரம்
50. ஜாதக தத்துவம்
51. சோதி ப்ரகாசம்
52. பாவார்த்த ரத்னாகரம்
53. காரிகை
54. ஜம்பு ஹோராபிரகாசிகை
55. ஜயமுனிவர் சூத்திரம்
56. பிருகஸ்பதி
57. விருத்த பராசர்
58. கோபால ரத்னாகரம்
59. ஜாதக சிரோமணி
60. கிருஷ்ண மிகிரர்
61. பாவ குதூகலம்
62. சாந்தி ரத்னாகரம்
63. த்ரிலோக ப்ரகாசம்
64. சுருத கீர்த்தி
65. கேசவ லகு ஜாதகம்
66. லகு ஜாதகம்
67. சியாம சங்கிரகம்
68. பிராசீனர்
69. உத்தர கார்க்கீயம்
70. சதகிருத்யமுக்தாவளி

71. நிர்ணய சிந்து
72. ஜோதிஷ தத்துவசுதார்ணவம்
73. நாரதர்
74. மதனரத்தினம்
75. பிரும்மயாமளம்
76. பிருகதாரணீய உபநிஷத்
77. பைங்கள உபநிடதம்
78. வாஞ்சனாதீயம்
79. ரத்தின மாலை
80. மணிதத்தர்
81. ஜோதிஷார்ணவம்
82. மனுதர்ம சாஸ்திரம்
83. யாக்ஞவல்கியர்
84. தேவலர்
85. வாமன தாஜிகம்
86. முகூர்த்த ரத்னாவளி
87. தேவகீர்த்தி
88. விருத்த சம்மிதை
89. யவனாசாரியார்
90. கேசவ தைவக்ஞர்
91. ஶ்ரீபதி பத்ததி
92. நீலகண்டர்
93. லிங்கா பட்டீயம்
94. காலாமிர்தம்
95. தைவக்ஞ விலாசம்
96. பூர்வ காலாமிர்த சந்திரிகை
97. ஜாதகாபரணம்
98. காலவிதானம்
99. சூரிய சித்தாந்தம்
100. முகூர்த்த தர்ப்பணம்
101. சம்மிதாஸ் கந்தம்
102. உத்தர காரணாகமம்
103. அமரகோசம்
104. சர்வார்த்த சிந்தாமணி
105. சித்தாந்த வெண்மணி
106. சந்திராபரணம்
107. சந்திரகாவியம்
108. ஐயா சுவாமீயம்
109. குமார சுவாமீயம்
110. குப்பு சுவாமீயம்
111. கண்ணுசுவாமீயம்
112. புலிப்பாணி சோதிடம்
113. சோதிடப்ரகாசம்
114. சாதக கணிதாமிர்தம்
115. சாதக சாகரம்
116. வீமகவி
117. வீமேசுவர உள்ளமுடையான்
118. சூடாமணி உள்ளமுடையான்

| | |
|---|---|
| 119. சாதக சூடாமணி | 125. தேவகேரளம் |
| 120. சரசோதி மலை | 126. ஜாதகாலங்காரம் |
| 121. ஜெக ராஜசேகர மாலை | 127. ஜோதிடக் களஞ்சியம் |
| 122. சாதக சிந்தாமணி | 128. ஜாதக கணித சாகரம் |
| 123. வடவேங்கடநாராயணசதகம் | 129. கால பிரகாசிகா |
| 124. வீமேசுவரம் | 130. உத்தர காலாமிர்தம் |

மேலும் யாம் அறியாத பல நூல்கள் உள்ளன. இவ்வளவையும் படித்து முடித்தல் என்பது இயலக்கூடிய காரியமா ? ஏதோ ஓரிரு நூல்கள் படித்துவிட்டு அதில் கூட சரியான தேர்ச்சி பெறாமல் பெரிய பெரிய பட்டங்களைச் சூடிக்கொண்டு பாமர மக்களை ஏமாற்றுபவர்களே அதிகம் பேர் உள்ளனர். ஜாதக கணிதத்திற்கு சூரிய உதயம் ஒரு பொருட்டல்ல என்று வாதிடுபவரும் உண்டு. மக்களை ஏமாற்றும் வகைகளை அறிந்து கொண்டு, சாந்தி, களிப்பு என்று செலவு வைப்பவர்களைத்தான் மக்களும் நம்புகின்றார்கள். நல்ல விஷய ஞானம் உள்ள ஜோதிடப் பெரியோர்கள் அடக்கமாகவே இருப்பார்கள். நிறைகுடம் என்பது போல ஆர்ப்பாட்டம் இல்லாமல் அமைதி யாகவே இருப்பார்கள். கணிதத்தில் தேர்ச்சி இல்லாமலே எப்படியோ கணக்கிட்டுவிடுகின்றவர்கள் நன்கு கணிதத்தில் தேர்ச்சி பெற வேண்டும் என்கிற நோக்கமே இவ்விரு நூல்களும்.

## 19. 12 பாவாதிபதிகள் 12 பாவங்களில் நிற்கும் பொதுப்பலன்

இதுவும் ஒரு முக்கியமான விஷயங்களின் தொகுப்பு. பொதுப்படையான பலன்கள் என்றாலும், பயனுள்ளது. உடன்

இணையும், பார்க்கும் கிரகங்களுக்கேற்ப பலன்கள் மாறும் என்றாலும் அடிப்படையில் இப்பலன்கள் நடைபெறுகின்றது.

## 1ம் பாவம் :

1ம் பாவம் என்னும் லக்கினத்தில் லக்கினாதிபதி எவர் ஆயினும் அது ஒரு வலுவான அமைப்பை ஏற்படுத்தி விடும் என்று கூறியுள்ளேன். எனவே லக்கினாதிபதி லக்கினத்தில் இருப்பது ஒரு பலத்தை அளிக்கவே செய்யும். பாபராக அவர் இருந்தாலும் கூட லக்கினேசன் என்ற அமைப்பில் அவர் சில நன்மைகள் செய்தே ஆக வேண்டும். சுயக்ஷேத்திர அமைப்பில் கிரகங்களுடைய வலுவைக் கணக்கிடும்போது அது பெருமளவு பயன்படும். குண விசேஷத்தில் சில குறைகள் ஏற்படுத்தினாலும், ஜாதகரை வலுவுடன் வைத்திருக்கும். சுபர்களே எனில் நிச்சயம் நற்பலனையும், நல்ல குணங்களையும் அளிக்கத் தவறாது. நல்ல மேன்மையே அளிக்கும். சுபர்களின் பார்வை. இணைவு இருப்பின் மேலும் நல்ல வளமையை அளிக்கும்.

லக்கினத்தில் 2க்கு அதிபதியானவர் இருந்தால், அவர் சுபக்கிரகமாக இருந்தால் குடும்ப மேன்மை உண்டு. உயர் கல்வி பெற்று, நல்ல தன புழக்கத்துடன், சிறந்த வாக்கு வன்மையோடு இருப்பார். கூர்மையான அறிவு இருக்கும். பாபக் கிரகமாக இருந்தால் மேலே சொன்ன பலன்கள் குறையவே செய்யும். மிகவும் பாபத் தன்மையுடைய கிரகமாக இருந்தால் குடும்பத்தை விட்டு ஜாதகரைப் பிரிக்கவும் செய்யும். கல்வி மேன்மைகளைக் குறைக்கும். எப்போதும் தரித்திரனாகவே செய்யும்.

லக்கினத்தில் 3க்குடையவர் சுபராக இருப்பின் அவர் அமர்ந்தால் தைரியம். காரிய வெற்றி இருக்கும். போகத் தன்மை அதிகமாக இருக்கும். இளைய சகோதரர்களின் ஆதரவு கிடைக்கும். ஆபரணச் சேர்க்கை ஏற்படும். ஆளடிமை பெறும்

யோகம் உண்டு. சுபக்கிரகமாக இருந்தால் அதிமேன்மையான பலன்களை அளிப்பார். பாபராக இருப்பின் குருட்டுத் தைரியம் உண்டாகும். காரியங்களில் தடை ஏற்படும். இளைய சகோதரர் களின் கட்டுப்பாட்டில் இருக்க நேரிடும். அசுப பலன்களே ஏற்படும். எப்படியும் தைரியம் மட்டும் குறையாது.

லக்கினத்தில் 4க்குடையவர் சுபராக இருந்து அமர்வது அபரிமிதமான செல்வாக்கு கிடைக்கும். நிலம், வீடு, வாகனம் போன்ற யோகம் உண்டு. தாயார் ஆதரவு உண்டு. வித்தைகளில் நாட்டம் ஏற்படும். எதையும் கற்றுக் கொள்ள வேண்டுமென்ற ஆர்வம் ஏற்படும். உயர்பதவி அந்தஸ்து இருக்கும். பாபக் கிரகமாக லக்கினத்தில் இருப்பது சிறப்பல்ல. மேற்சொன்ன அத்தனை யோகங்களையும் நசித்துவிடும். எனினும் சதுர்த்த கேந்திராதிபதி என்ற வகையில் சில பலன்களாவது செய்யக் கூடும்.

லக்கினத்தில் 5ம் பாவாதிபதி அமர்வது மிகவும் சிறப்பானது. நிச்சயம் அவர் சுபராகவேதான் இருப்பார். எனவே நற்பலன்களாகவே நடக்கும். புத்திரர்களால் மேன்மையுண்டு. பூர்வ புண்ணியங்கள் செய்தவர்களுக்கே இம்மாதிரி நிலை ஏற்படும். பூர்வீக சொத்துக்கள் இருக்கும். புத்திக்கூர்மை, விவேகம் இருக்கும். பெரிய மனிதர்களின் தொடர்பு ஏற்படும். நல்ல கௌரவம் இருக்கும். ஆனால் 5ம் இடம் சுத்தமாக இருக்க வேண்டும். அங்கு பாபர்களின் தொடர்பு மற்றும் லக்கினத்தில் இருக்கும் 5ஆம் அதிபதிக்கும் ஏற்படக்கூடாது. அப்போது பலன்கள் மாறும்.

லக்கினத்தில் 6 ஆம் வீட்டுக்குடையவர் இருப்பது சகல வகையிலும் தொல்லையே. எப்போதும் நோய் வழித்துன்பமும், கடன் தொல்லைகளும், எதிரிகளால் சங்கடங்களும் ஏற்பட்டுக்

கொண்டே இருக்கும். மனத் தைரியமும் இருக்காது. சுபர்களின் இணைவோ, பார்வையோ இருந்தால் மட்டுமே அசுப பலன்கள் சற்றுக் குறையும்.

லக்கினத்தில் 7க்குரிய கிரகம் சுபராக அமர்வதே சிறப்பானது. ஆனால் அவ்விதமான வாய்ப்பில்லை. பல லக்கினத்துக்கு 7ம் இட அதிபதி சுபராக இல்லை. லக்கின அசுபராகவே வருவதால் 7ம் இட அதிபதி லக்கினத்தில் அமர்வதை சிறப்பென்று கூறுவதற்கில்லை. மனைவியின் ஆதிக்கம் அதிகமாகவே இருக்கும். லக்கினாதிபதியும் வலுவிழந்து விட்டார் எனில் நிச்சயம் பெண்டாட்டி தாசர்தான். ஆனால் பொதுச்சுபராக சப்தமாதிபதி இருந்தால் மனைவியால் ஆதாயம் உண்டு. ரிஷபத்துக்கும், துலாத்துக்கும் மட்டும் செவ்வாய் 7 ஆமிட அதிபதியாக வருவதால் அவர் லக்கினத்தில் அமர்வது அதிகப்படியான காம இச்சையைத் தூண்டும்.

லக்கினத்தில் 8ம் இட அதிபதி இருப்பது ஆயுள் வலிவைக் கூட்டுவதாக இருந்தாலும் அவர் லக்கினத்தில் இருப்பதை வரவேற்க இயலாது என்பதே முடிவு. எப்போதும் சண்டை, சச்சரவுகள், கண்டங்கள் ஏற்பட்டுக் கொண்டேயிருக்கும். சில சமயம் வம்பு வழக்குகள், கோர்ட்டு கச்சேரி விவகாரங்களையும் சந்திக்க வேண்டி வரும். அதுவும் எட்டுக்குரியவர் சனியாக இருந்து சுபர் பார்வை இல்லையெனில் சிறை வாசமும் நேரும். லக்கினத்தில் எட்டுக்குடையோன் இணைவு பெரும் தொல்லை களையேதான் அளிக்கும்.

லக்கினத்தில் 9க்குடையவர் இருப்பது மிகவும் நல்லது. திரிகோணாதிபர்கள் நண்பர்கள் மட்டும் அல்லாமல் சுபர் களாகவும் வருவதால் மிகவும் நன்மையான பலன்களை

அளிப்பார்கள். பிதுர் ஆதரவு, அவர் சொத்துக்கள் சேர்தல், தீர்த்த யாத்திரை, தரும சிந்தனையுடன் நல்ல செல்வாக்கான வாழ்வு அமையும். தெய்வீக காரியங்களில் ஆர்வம் ஏற்படும். மகான்களின் தரிசனம் பெறுவர். சகல சௌபாக்கியங்களும் கிட்டும். ஆனால் பாபர்கள் தொடர்பு இருக்கக் கூடாது.

லக்கினத்தில் 10ஆம் அதிபதி இருப்பது நல்லதே. தசம கேந்திர அதிபதிக்கு லக்கின கேந்திரம் வலுவளிக்கும். அவர் பாபராயினும் கூட லக்ன கேந்திரத்தில் இருப்பதால் அவரின் 10ம் இடம் வலுப்பெறும். எனவே, உயர்பதவிகள், அந்தஸ்து ஏற்படும். தொழில் வலு நன்முறையில் இருக்கும். அதனால் ஏற்படும் ஆதாயங்கள் மேன்மையளிக்கும். உயர்ந்த நிலையை உருவாக்கிவிடும்.

லக்கினத்தில் 11 ஆமிட அதிபதி இருப்பது நன்மைதான். மூத்த சகோதரர்களின் மேன்மை கிடைக்கும். லாப மேன்மைகள் உண்டு. 11க்குரியவர் சுபராக இல்லாமல் பாபராக இருந்து 7 ஆமிட அதிபதி வலுக்குறைந்தால் இளைய தாரம் ஏற்படும். அல்லது மற்றொருத்திக்கு இடம் கொடுத்து அவரின் கைப் பாவையாகி விடுவார். சுபராக இருப்பின் மிக நல்ல பலன்களை அளிக்கத் தயங்க மாட்டார். எதைத் தொடங்கினாலும் அபரிமிதமான லாபம் கிடைக்கும்.

லக்கினத்தில் 12க்குடையவர் அமர்வது விசேஷ பலன்களை அளிக்காது. நித்திரை சுகம், நேரத்துக்கு சாப்பாடு. அவ்வளவுதான். 12க்குரியவர் பாபக் கிரகமாக இருந்தால், பணம் செலவு செய்து பெண்கள் சுகம் தேடுவர். மனைவி அளிக்கும் இன்பம் அவர்களுக்குத் திருப்திகரமாக இருக்காது. எந்த நேரமும் படுக்கை சுகத்தைப் பற்றியே எண்ணம் இருக்கும்.

## 2ம் பாவம் :

2ம் பாவத்தில் லக்கினாதிபதி சுபராக இருந்து அமர்வதே நல்லது. கல்வி மேன்மை உண்டு. தனப்புழக்கம், தனச் சேர்க்கை ஏற்படும். வாக்குச் சுத்தம் உண்டு. சிறப்பான குடும்பம் என்று போற்றும்படி இருக்கும். சகல செல்வாக்கும், சொல்வாக்கும் உண்டு. பாபக் கிரகமாய் இருந்தால் நேர்மாறான பலன்தான்.

2ம் பாவத்தில் 2ம் அதிபதி சுபராக அமர்ந்தால் 2ம் பாவத்தின் அத்தனை மேன்மைகளையும் அளிக்கத் தவற மாட்டார். உயர்ந்த வாழ்க்கை அமையும் பாபராக இருந்தால் ஏதோ கொஞ்சம் பலனை அளிப்பார். லக்கின பாபராக இருந்தால் மாறான பலன்தான். எவ்விதமான மேன்மையான பலனையும் அடைய முடியாது.

2ம் பாவத்தில் 3க்குடையவர் சுபராக அமர்ந்தால் சகோதரர்களின் ஆதரவு உண்டு. தைரியத்துடன் காரிய வெற்றியும் கிடைக்கும். பாபராக இருந்தால் சுய சம்பாத்தியம், சுய தைரியம் இருக்காது. எக்காரியத்திலும் தோல்விதான். வாழ்க்கையே சலிப்பாகி விடும்.

2ம் பாவத்தில் 4க்குடையவர் சுபராக அமர்வது மிகவும் நன்மையளிக்கும். தாயார் செல்வாக்கு கிடைக்கும். சுக மேன்மைகள் கிடைக்கும். எப்போதும் தனப் புழக்கம் இருக்கும். பாபராக அமர்ந்தால் தாயாரால் சிரமம் அதிகம். அவரின் உறவினர்களால் எப்போதும் தொல்லை. பணம் பறிபோகும். எவ்வளவு கொடுத்தாலும் நல்ல பெயர் கிடைக்காது.

2ல் 5க்குரியவர் அமர்வது நன்மையளிக்கும். புத்திரர்களால் தனமேன்மை கிடைக்கும். சமூகத்தில் மரியாதையுள்ள வராக விளங்குவார். அவர் சொல்லுக்குப் பலர் கட்டுப் படுவார்கள். சிறப்பான மேன்மை கிடைக்கும்.

2ம் இடத்தில் 6க்குரியவர் இருப்பது வேதனைக்குரிய விஷயம். எப்போதும் பற்றாக்குறைதான் இருக்கும். வாக்குச் சுத்தம் இருக்காது. நாணயக் குறைவு இருக்கும். கடன் வாங்கி கடன் அடைப்பவர். கல்வி வலுவும் இருக்காது. குடும்பத்தில் எப்போதும் சண்டை சச்சரவு இருந்து கொண்டே இருக்கும். அவர் லக்கினச் சுபராக இருப்பின் சற்று சுமாராக இருக்கும். அவ்வளவே.

2ம் இடத்தில் 7க்குரியவர் இருப்பது மனைவியின் மூலம் ஆதாயம் இருக்கும். மனைவியிடத்தில்தான் தனப்புழக்கம் சீரடையும். ஆனால் பாபக் கிரகமாக இருந்தால் மனைவியிடம் போகும் பணம் அவ்வளவுதான். கணவன் மனைவி ஒற்றுமையும் இருக்காது. மிகவும் மோசமான கிரகமாக இருப்பின் குடும்பப் பிரிவினைக்கும் வழிவகுத்து விடும்.

2ம் பாவத்தில் எட்டாம் அதிபதி அமர்வது நல்லதல்ல என்பதைப் பற்றி முன்பே குறிப்பிட்டுள்ளேன். குடும்ப அமைதியைக் குலைக்கும். வாக்குச் சுத்தத்தைக் கெடுக்கும். தன் வாக்காலேயே தனக்குத் துன்பத்தைத் தேடிக் கொள்வார்கள். கல்வியின் மேன்மையைக் கெடுத்து விடும். எப்போதும் பணக் கஷ்டம் இருந்து கொண்டே இருக்கும்.

2ம் பாவத்தில் 9க்குரியவர் இருப்பது நல்லது. அவர் 2ம் இடத்துக்கு 8க்குடையவர் என்றாலும் திரிகோணாதிபதியாக இருப்பதால் நன்மை செய்வார். அவர் லக்கினச் சுபராகவே இருப்பார். ஆகையால் செல்வாக்கைக் குறைக்க மாட்டார். தகப்பனாரால் சொத்துக்கள் பெறும் வாய்ப்புண்டு.

2ல் 10க்குடையவர் இருப்பதும் நல்லதே. தொழில் வாய்ப்பின் மூலம் நல்ல ஆதாயம் கிடைக்கும். பெரும்பாலும் வாக்கு சாதுர்யத்தால் பயன்படும்படியான தொழில் அமையும்.

அதில் பிரபலமடையும் வாய்ப்பும் கிடைக்கும். தொழில் வகையில் பிரபலஸ்தர்களின் உதவிகள் கிடைக்கும்.

2ல் 11க்குடையவர் அமர்வதும் நல்லதே. நல்ல லாப மேன்மையுடன், பிரபல யோகம் கிடைக்கும். 11க்குடையவர் 2ல் அதிபலத்துடன் இருந்தால் நிச்சயம் இரண்டு குடும்ப வாய்ப்பு ஏற்படும். மற்றொரு குடும்பத்தையும் ஜாதகரே நிர்வகிப்பர்.

2ல் 12க்குடையவர் அமர்வது சிறப்பல்ல. எவ்வளவு பணம் வந்தாலும் தங்காது. வீண் செலவுகளுடன் தேவையற்ற பேச்சு பேசுவார்கள். கல்வியில் ஆர்வம் இருக்காது. வெட்டியாகப் பொழுதைப் போக்குவார்கள். சிறப்பான பலன்கள் எதையும் எதிர்பார்க்க முடியாது.

## 3ம் பாவம் :

3ம் பாவத்தில் லக்கினாதிபதி அமர்வது எப்படியும் தைரியத்தை அளித்து விடும். சுபராக இருந்தால் அந்த பாவத்தின் மேன்மைகளை உயரச் செய்வார். பாபராக இருப்பின் வெட்டிக் காரியத்துக்கும், வீம்புக்கும் போராடுவார். சகோதரர்களுடன் பகை செய்து கொள்வார். சுபராக இருப்பின் எக்காரியத்திலும் வெற்றியுடன் மேலான பலன்களை அடைவார்.

3ல் 2க்கதிபதி சுபராக இருப்பின் சகோதரர்களால் ஆதாயம் பெறுபவராக இருப்பார். ஆளடிமை மூலம் தன வருவாய் கிடைக்கும். பாபராக இருந்தால் சகோதரர்களுக்குப் பீடையும், தரித்திரனாயுமிருப்பான். கல்வியில் தடையேற்படும். ஜாதகரே அடிமைத் தொழில் மேற்கொள்ள வேண்டி வரும்.

3ம் பாவத்தில் 3க்குடையவர் சுபராக நின்று ஆட்சி பெற்று விட்டால் 3ம் பாவத்தின் பலன்கள் அத்தனையும் ஜாதகரை வந்தடையும். பாபராக இருப்பின் தைரியம் அற்றவராக

இருப்பதுடன் எக்காரியத்திலும் தோல்வியே ஏற்படும். தடங்கல்களும் ஏற்படும். சுபர்கள் பார்வை இருந்தால் சற்றே சுப பலன்கள் ஏற்படும்.

3ம் பாவத்தில் 4க்குரியவர் இருப்பது நன்மையளிக்காது. 3 மறைவிடமாதலால் அது 4க்கு 12 ஆமிடமாக வருவதால் 4க்குரியவர் 3ல் இருப்பது நல்லதல்ல. தாய்க்கு பிணி பீடைகளினால் விரயச் செலவுகள் ஏற்படும். 4ம் இடத்தின் மேன்மைகள் குலைந்து விடும். ஜாதகரை விடவும் இளைய சகோதிரங்கள் வலுவுடன் இருப்பார்கள்.

3ல் 5ம் பாவாதிபதி இருப்பது சிறப்பென்று கூறுவதற்கில்லை. புத்திரர்களால் இடையூறு. சிற்சில தொல்லைகள் ஏற்பட்டாலும் தெய்வ காரியங்களில் பற்று கொண்டவராக இருப்பார். அதில் எப்படியும் ஒரு முதன்மையான இடத்தைப் பெறுவார்.

3ல் 6 ஆமாதிபதி அமர்வது என்பது பல பிரச்சனைகளைத் தோற்றுவிக்கும். சகோதரர்களே பகைவர்களாவார்கள். வழக்கு, விரோதம், வீண் சண்டை, சச்சரவு ஏற்படும். குடும்பத்தில் ஒற்றுமையைக் காண்பது அரிது. கடன் தொல்லைகள் வாட்டும். ஆயினும் கடன் வாங்கிக் கொண்டே இருப்பார். அதிலேயே மூழ்கி விடுவார்.

3ல் 7க்குடையவர் இருப்பதும் சிறப்பென்று கூறுவதற்கில்லை. மனைவிக்குச் சில பிரச்சனைகள் ஏற்படும். அடிக்கடி உடல் தொல்லைகள் ஏற்படுவதுடன், அதிக காம இச்சையுடைய மனைவியாகவும் இருக்கக் கூடும். லக்கினாதிபதி வலுவுடன் இருப்பதுடன் 3க்குரியவரும் வலுவுடன் இருக்க வேண்டும். இல்லையெனில் மனைவியை சம்போகத்தில் திருப்திப்படுத்த முடியாது.

3ல் 8க்குடையவர் இருப்பதை வரவேற்பதற்கில்லை. 8க்கு 8ஆமிடம் 3ம் இடம் என்பதால் ஆயுள் பலத்தைக் கூட்டக் கூடும். ஆனால் பலன்கள் விஷயத்தில் எதிர்பார்க்க இயலாது. ஆயினும் 8க்குடையவர் 3ல் வலுக்குறைந்து அதாவது பகை நீசம் பெற்று இருந்தால் அவர் திசையில் நற்பலன்களை அளித்து விடுவார். அந்நிலையில் வேறு எவரும் பார்த்து அவருக்கு வலிமை அளித்துவிடக் கூடாது.

3ல் ஒன்பதுக்குடையவர் இருப்பது விசேஷமான பலன்கள் எதையும் செய்யக்கூடிய நிலை அல்ல. 3ம் மறைவிட ஸ்தானத்தின் அமைப்பில் வருவதால் பாக்யாதிபதி அங்கு மறைவது சிறப்பல்ல. பிதுர் வகை ஆதரவுகளைக் குறைத்து விடும். தந்தையாரும் மிக வலுவுடம் இருக்க முடியாது.

3ல் பத்துக்குடையவர் இருப்பது தொழில் வகைக்கு சிறப்பளிக்காது. தொழில் முன்னேற்றம் அடையாமல் அடிக்கடி தடைகள் ஏற்படும். 3ம் இடம் 10க்கு 6 ஆமிடம். எனவே அவ்விடத்தில் ஜீவன ஸ்தானாதிபதி அமர்வது ஜீவன பாவத்தைக் கெடுத்துவிடும். இந்நிலையைப் பற்றி நாடிக் கிரந்தங்கள் தெளிவாகக் கூறுகின்றன. சுபர் பார்வை 3ல் இருக்கும் 10ம் அதிபதிக்கோ, 10ம் பாவத்துக்கோ இல்லை யெனில் தொழிலைப் பற்றி உறுதியாகக் கூறவே முடியாது.

3ல் 11க்குடையவர் அமர்வது நல்லதே. ஏனெனில் 3ம் 11ம் திரிகோண அமைப்பில் வரும் என்பதோடு இரண்டும் உபஜெய ஸ்தானம். உபஜெய ஸ்தானாதிபர்கள் உபஜெயத்தில் அமர்வது நன்மை அளிப்பதுதான். எனினும் அவர்கள் லக்கினத்துக்கு முழுப் பாபர்களாக இருந்து விடக் கூடாது. அவ்வமைப்பு ரிஷப, துலா, தனுசு, மகர லக்கினதாரர்களுக்கு ஏற்படும். பலன் அளிக்காத நிலையை இவர்களுக்கு ஏற்படுத்தி விடும்.

3ல் 12க்குரியவர் கெட்டு மறைந்தால் சிறப்பளிக்கும். மற்றப்படி 12க்குரியவர் 3ல் இருப்பது 3ம் பாவத்தின் மேன்மை களைக் கெடுக்கவே செய்யும். ரிஷப லக்கினத்துக்கு மட்டுமே அம்மாதிரியான ஒரு வாய்ப்புக் கிடைக்கும். 12க்குரியவர் பாபராகவே இருந்து 3ம் இட கடகத்தில் நீசம் பெறும் வாய்ப்பு. மற்ற லக்கினதாரர்களுக்கு 12க்குடையவர் முழுப் பாபர் என்ற அமைப்பில் 3ல் கெடும் வாய்ப்பில்லை. கடகத்திற்கு 3ல் சுக்கிரன் நீசம் பெறும் வாய்ப்புள்ளது என்றாலும் சுகாதிபதியாகவும் அவர் வருவதால் அந்நிலை சிறப்பளிக்காது.

**4ம் பாவம் :**

லக்கினத்தில் 4ம் பாவாதிபதி இருப்பதைப் போலவே லக்னாதிபதி 4ம் பாவத்தில் சுபராக நிற்பின் பிரபல யோகத்தை அளிக்கும். பாபராக இருப்பின் 4ம் பாவத்தின் மேன்மையைக் குலைக்கவே செய்வார். லக்னாதிபதியே 4ம் பாவத்துக்கு அதிபதியாக வரும் வாய்ப்பு மிதுன, தனுசு லக்னங்களுக்கு மட்டும் உண்டு. கேந்திரங்களில் சுபர்களாகிய அவர்களுக்கு கேந்திராதிபத்திய தோஷம் உண்டு. எனினும் லக்கினேசன் என்கிற வகையில் சில நன்மைகளையாவது செய்தே ஆக வேண்டும். தனுசை விடவும், மிதுனத்திற்கு நிச்சயம் பலன்கள் அதிகம் கிடைக்கும். காரணம் கன்னியில் புதன் பெறும் 3 வலிவுகளுடன் பிரத்யேகமாக பத்ர யோகத்தையும் அளித்து விடுகிறார்.

4ம் பாவத்தில் இரண்டாம் இடத்து அதிபதி சுபராக இருந்து அமர்ந்தால் மிகவும் நல்லது. தாய் வழியில் ஆதாயம் பெறுவதுடன் வீடு, வாகனம், நிலபுலன்கள் அமையும். நல்ல வித்தை மேன்மையும், கல்வி வலுவையும் பெறுவார்கள். வியாபாரத்தில் புகழ்க் கொடி நாட்டுவார்கள். சகல செல்வாக்கும்

கிடைக்கும். பாபராக இருப்பதும், 2க்குடையவர் 4ல் கெட்டு விடுவதும் சிறப்பளிக்காது.

4ல் 3க்குடையவர் சுபராக இருந்தால் மட்டுமே நன்மை அளிப்பார். பாபராக இருப்பின் எப்போதும் செல்வமின்மையால் தரித்திரனாகவே இருப்பார். தாயாருக்கு பிணி பீடைகள் வாட்டும். அவரின் ஆதரவும் ஜாதகருக்குக் கிட்டாது. 4க்கு 12ஆமிடம் 3 என்பதால் அவர் நிலையை நன்கு கவனிக்க வேண்டும்.

4ல் 4க்குடையவர் எப்படியாக இருப்பினும் சுயக்ஷேத்திர பலத்தால் நன்மை அளிப்பார். சதுர்த்த கேந்திரத்தில் சந்திரன், சுக்கிரன் அதிக வலுவுடையவர்கள். எனவே கும்பம், மேஷம், கடகத்துக்கு மிகவும் மேன்மையான பலன்களை இவர்கள் அளித்தே தீருவார்கள். வேறு எவராக இருப்பினும் பாபர்களின் தொடர்பு கொள்ளாமல் இருப்பின் 4ம் பாவத்தின் மேன்மைகள் கிடைக்கவே செய்யும்.

4ல் 5ம் பாவாதிபதி இருப்பது மிகவும் நன்மை அளிக்கும். திரிகோணாதிபதி ஆகையால் 4ம் இட மேன்மைகளைக் குறைத்து விட மாட்டார். ஆனால் அவர் அந்த பாவத்தில் கெட்டு விடுவதோ, பாவர்கள் தொடர்போ கூடாது.

4ல் 6க்குடையவர் இருப்பது நன்மையென்று கூறுவதற் கில்லை. தாயாருக்கும், சுற்றத்தாருக்கும் விரோதியாவார். சொத்துக்கள் மீது கடன் வாங்க வேண்டி வரும். நற்பலன்கள் கூறுவதற்கில்லை. சுபர்கள் தொடர்பு இல்லையெனில் இருக்க சொந்தமாக வீடு கூட இருக்காது.

4ல் 7க்குடையவர் இருப்பது நன்மையளிக்கும். 7க்குடையவர் எப்படியானவர் என்றாலும் சற்றேனும் நன்மை செய்யாமல் இருக்க மாட்டார். நல்ல கிரகங்களாக நேர்ந்து விட்டால் மனைவி வழியில் சொத்துக்கள் கிடைக்கும்.

குடும்பத்தின் மேன்மைகளுக்கு மனைவி ஒத்துழைப்பாள். உயர்ந்த மேன்மைகளை ஜாதகர் பெறுவார்.

4ல் 8க்குடையவரா? ஏன் ஐயா சோதனை? ஆம், சோதனைதான். இப்படியும் ஜாதகம் அமைகின்றனவே. என்ன செய்வது? தாய்க்கு கஷ்டம், உறவினர்கள் பகை, வீட்டில் சண்டை சச்சரவுகள், அமைதியின்மை, பூர்வ சொத்துக்கள் விரயம், வாகனங்கள் இருப்பின் அதனால் ஆதாயத்திற்குப் பதில் விரயங்கள், விவசாயப் பலன் இல்லாமை இப்படித்தான் இருக்கும். சுபர்கள் தொடர்பு இருந்தால் சற்றுக் கடுமை குறையும்.

4ல் 9க்குடையவர் இருப்பது நல்லதா? மேலெழுந்த வாரியாகப் பார்க்கும் போது நல்லது போல் தோன்றினாலும் நன்மை தீமைகள் கலந்தே இருக்கும். திரிகோணாதிபதி என்ற வகையில் நன்மைகள் செய்வார். ஆனால் அது 4க்கு 6ஆமிடம். எனவே தாய்க்கு சிரமங்கள், சிக்கல்கள் தோன்றவே செய்யும். தாய்வழி உறவினர்களுக்கும் பல பிரச்சனைகள் ஏற்படும்.

4ல் 10க்குடையவர் இருப்பது நன்மை அளிப்பதுதான். பலவகையில் நன்மை அளிக்கும். 4ம் இடத்தின் மேன்மை அத்தனையும் கிடைக்கும். நான்கில் அமரும் 10ம் இட அதிபதி தன் இடத்தைப் பார்ப்பதால் தொழில் வலுவேற்றப்படும். பொதுவாக கேந்திராதிபதிகள் கேந்திரத்தில் அமர்வது எப்படியும் வலுவான அமைப்புத்தான். எனவே நான்காம் பாவத்தில் அமர்ந்த பத்தாம் அதிபதி தொழில் மேன்மையை அளித்து சகல செல்வாக்குகளையும் அளிப்பார். பாபர்கள் தொடர்பு இல்லாமல் இருக்க வேண்டும்.

4ல் 11க்குடையவர் அமர்வது சிறப்பாகுமா? சிறப்பென்று கூறுவோர் உண்டு. யாம் மாறுபட்ட கருத்தைக் கூற வேண்டிய அவசியம் உள்ளது. பொதுவாக நோக்கும் போது லாபாதிபதி

தானே என்ற எண்ணம் தோன்றும். ஆனால் 11ம் இடம் 4க்கு எட்டாம் இடம். அதன் அதிபதி 4ல் அமர்ந்தால் என்ன செய்வார்? தாயாருக்குக் கண்டம்; பிணி பீடைகள், உறவினர்கள் பகை என்று பலவழிகளிலும் தொல்லைகள் உண்டு. நாணயத்தின் இரு பக்கத்தையும் கவனிப்பது போலவே கிரகங்களின் மறுபக்கத்தையும் நோட்டமிட வேண்டும். சுபர்களின் பார்வை இருந்தாலே நன்மையாகும்.

4ல் 12க்குரியவர் அமர்வது சிறப்பென்று கூறுவதற்கில்லை. தாயாருக்குப் பிரச்சனை இல்லை. ஆனால் ஜாதகர் வீண் விரயம் செய்வார். உறவினர்கள் கூட்டம் ஜாதகரை பிய்த்து விடும். அவர்களுக்கு செலவு செய்தே ஓய்ந்து விடுவார்கள். சிலர் வீடு, நில புலன்களை, வாகனங்களை இழக்கவும் நேரிடும்.

## 5ம் பாவம் :

5ம் பாவத்தில் லக்னாதிபன் அமர்வது சிறப்பான நிலை நல்ல புத்திரர்கள் ஏற்பட்டு அவர்கள் ஜாதகரின் சொல்லுக்கு கட்டுப்படுவார்கள். ஜாதகருக்கு சமூகத்தில் நல்ல அந்தஸ்தும், மகான்களின் தொடர்பும், தெய்வ காரியங்களில் தொடர்பும் ஏற்பட்டு புகழ் கீர்த்தி ஏற்படும். நற்பலன்களே நடைபெறும்.

5ம் இடத்தில் 2க்குடையவர் சுபராக அமர்வது நல்லது. புத்திரர்களால் தனலாபம் பெறுவார்கள். கல்வியால் செல்வாக்குப் பெறுவார்கள். வாக்கு வலிமையால் மற்றவர்களைக் கவர்ந்து விடுவார்கள். ஆனால் 2க்குடையவர் பாபராக இருப்பின் புத்திரர்களால் கஷ்ட நஷ்டத்தை அடைவார்கள். வாக்கினாலேயே பகையைப் பெறுவார்கள்.

5ம் இடத்தில் 3க்குடையவர் சுபராக அமர்வதே நல்லது. இல்லையெனில் பலவிதமான தொல்லைகள் நேரும். புத்திரர்களே

எதிரிகளாக இருப்பார்கள். தைரியமற்று எடுத்த காரியங்களில் தோல்விதான்.

5ம் இடத்தில் 4க்குடையவர் அமர்வது நன்மைதான். அவர் சுபராக இருப்பின், புத்திரர்களால் நன்மையுண்டு. சதுர்த்த கேந்திராதிபதி திரிகோணத்தில் சுபராக அமர்ந்து விட்டால் ஐந்துக்குரிய பலாபலன்கள் அத்தனையும் கிடைக்கும். பாபராக இருப்பின் பலன்கள் நல்லவைகளாக இருக்காது.

5ம் இடத்தில் 5க்குரியவர் அமர்வது நல்லதே. பாபர்கள் தொடர்பின்றி நன்முறையில் இருந்தால் நற்புத்திரர்களைப் பெற்று சமுதாயத்தில் உயர்ந்த அந்தஸ்தைப் பெற்றே தீருவார்கள். உயர்ந்தவர்களின் நட்பும் ஆதரவும் கிடைக்கும். செல்வாக்கும், சொல்வாக்கும் அபரிமிதமாக ஏற்படும்.

5ம் இடத்தில் 6க்குரியவர் அமர்வது சிறப்பல்ல. புத்திரர் களே சத்துருவாக மாறுவார்கள். சமூகத்தில் நல்ல அந்தஸ்தைப் பெற முடியாது. எதிரிகளால் கௌரவம் பறிபோகும். பல தொல்லைகள் ஏற்பட்டே தீரும்.

5ம் இடத்தில் 7க்குரியவர் அமர்வதும் சிறப்பென்று கூறுவதற்கில்லை. புத்திரர்கள் கைக்கு மீறுவார்கள். மனைவிக்கும் தோஷம் உண்டு. சுபர்கள் பார்வை இருப்பின் சற்று நலம் பயக்கும்.

5ம் இடத்தில் 8க்குடையவர் இருப்பது புத்திரர்களால் சங்கடங்கள் ஏற்படும். புத்திரர்களுக்கு நற்பலன் உண்டு. காரணம் 8ம் இடம் 5க்கு 4ம் இடம். எனவே கேந்திராதிபதியாவதால் அவர்களுக்கு ஏற்படும் நன்மை ஜாதகருக்கு ஏற்படாது. பல தொல்லைகளைத் தாங்கியே ஆக வேண்டும்.

5ம் இடத்தில் 9க்குரியவர் இருப்பது அதிமேன்மை அளிக்கும். தகப்பனார் ஆதரவு கிடைக்கும். தெய்வ காரியங்களில்

ஈடுபாடுண்டு. தீர்த்த யாத்திரை செய்யும் வாய்ப்புண்டு. மகான்கள் தரிசனம் உண்டு. பாவர்கள் தொடர்பு இருக்கக் கூடாது என்பதை மறக்கக் கூடாது.

5ம் இடத்தில் 10க்குடையவர் இருப்பது அடடா ! என்ன அருமையான வாய்ப்பு. இதைப் போன்ற யோகம் உண்டா என்று ஏமாற வேண்டாம். காரணம் 10க்கு எட்டாமிடம் 5. ஐந்துக்கும் ஆறாமிடம் 10. எனவே சஷ்டாஷ்டமம் அமைப்பில் வருவதால் இரண்டு இடங்களும் பாதிப்படையும். என்னய்யா இது வம்பு ! புதிய கருத்தாக இருக்கே ! எப்படி என்கிறீர்களா ? அப்படித்தான் 5ல் 10க்குடையவர் இருப்பது 5 ஆமிடத்தின் மேன்மைகளைக் குலைத்து விடும். பாபராக இருப்பின் மேலும் தொல்லைதான்.

5ம் இடத்தில் 11க்குடையவர் இருப்பது என்பது நன்மை அளிக்கும். 5க்கு 11ம் இடத்து அதிபர் என்றாலும் கேந்திராதி பதியாக இருப்பதால் லாபாதிபதியின் தன்மைகளைப் பிரதிபலிப்பார். எனவே 5 ஆமிடம் பாதிப்படையாது.

5ம் இடத்தில் 12க்குடையவர் இருப்பது என்பது மிகவும் கொடுமையான பலன்களைச் சந்திக்க வேண்டி வரும். 5க்கு எட்டாம் இட அதிபதி 12க்குடையவர். அவர் சகிதம் 5க் கென்றால் அவ்வளவுதான். அவர் திறமைகள் முழுவதும் வீண் தான். புத்திரர்களாலும் நன்மையடைய முடியாது. புகழ் கீர்த்தியைப் பற்றி நினைத்துக்கூடப் பார்க்கக் கூடாது. பூர்வ புண்ணிய சொத்துக்கள் இருப்பதே அபூர்வம். இருந்தாலும் விரயமாகியே தீரும், சுபர்கள் தொடர்பு இல்லையெனில் 5 ஆமிடம் பூஜ்யம்தான்.

**6ம் பாவம் :**

6ம் பாவத்தில் லக்கினாதிபதி அமர்வது எவ்வகையிலும் சிறப்பாகாது. லக்கினத்தின் வலுக் குறைந்து விடும். எப்போதும்

தொல்லைகளையும், சங்கடங்களையும் சந்திக்க நேரும். எதிரிகளை அடக்கலாம் என்றாலும் வாழ்க்கையில் முன்னேறுவதா, எதிரிகளை உருவாக்கிக் கொண்டே இருப்பதா ? அவர்களுடன் போராடிக் கொண்டே இருப்பதா ? இந்த பாவத்தைப் பற்றி பொதுவாகச் சொல்லி விடுதலே சிறப்பானது. 8, 12க்குரியவர்கள் இந்த ஸ்தானத்தில் கெட்டு மறைவது ஒன்றே வலுவான அமைப்பு மற்றப்படி எவர் எந்த ஸ்தானத்தில் அமர்வதையும் சிறப்பென்று கூறுவதற்கில்லை. 6ல் சூரியன், சனி, ராகு ஆகியவர்கள் மட்டுமே சிறப்பு. எனினும் அவர்கள் லக்கினாதிபதியாக அமர்வதும் நன்மையளிக்காது. எதிரிகளை வெல்லும் பலத்தை அளிக்கும். அவர்கள் பாபர் என்பதால் பொதுவாகக் கூறப்படுவதுதான். எல்லா சமயங்களிலும் அதே நிலை என்று கருதிவிட இயலாது. சம்பாத்திய காரகரான சூரியனின் நிலையை நன்கு கருத்தில் கொள்வது அவசியமாகின்றது. மற்றப்படி 6ம் இடத்தில் கிரகம் எதுவும் இல்லாமல் இருப்பதும் 6க்குடையவர் வலுக் குறைவதையுமே வரவேற்க இயலும்.

**7ம் பாவம் :**

7ம் பாவத்தில் லக்கினாதிபதி எவர் ஆயினும் அமர்வது ஒருவகையில் நன்மை புரியும். மனைவி ஜாதகரின் கட்டுப்பாட்டில் இருப்பாள். ஆனால் லக்கினாதிபதி பாவர் என்றால் மனைவியின் குணத்தையும் சேர்த்துக் கெடுத்து விடுவார். எப்போதும் பெண் நினைவே மனதில் இருக்கும். சஞ்சலப்பட்ட மனதைக் கொண்டவராகவும் இருப்பார். ஊர் சுற்றுபவராகவும் இருப்பார்.

7ம் பாவத்தில் 2ம் அதிபதி இருப்பது என்பது சிறப்பான நிலை என்று கூறுவதற்கில்லை. 7க்கு 8ஆமிடம் 2ம் இடம். எனவே ஆயுள் பலம் மனைவிக்கு உண்டு. ஆனால் மனைவிக்கு

எதிர்த்துப் பேசும் குணம் உண்டாகும். சிறப்பான மனைவி என்று கூற முடியாது. பெண்கள் விஷயத்தில் செலவு செய்பவராகவும் இருப்பார்.

7ல் 3க்குடையவர் இருப்பது மனைவிக்கு காம இச்சையை அதிகமாக்கும். ஜாதகரும் மற்ற பெண்களிடம் தொடர்பு கொள்வார். கட்டுப்பாடற்ற வாழ்க்கையாகவே இருக்கும். மிதமிஞ்சிய செலவுகளால் அவஸ்தைப் படுவார்.

7ல் 4க்குடையவர் இருப்பது நல்லது. மனைவி வழியில் ஆதாயம் கிட்டும். தாய் வழியில் மனைவி வாய்க்கலாம். மனைவியால் சுகம் பெறும் வாய்ப்படைவர். ஆயினும் 4க் குடையவர் கடும் பாவராக இருந்து விடக் கூடாது. அப்படியாக அமைந்து விட்டால் நற்பலனுக்குப் பதில் தீய பலன்கள் ஏற்படும்.

7ல் 5ம் இட அதிபதி இருப்பதென்பது பிரச்சனைக்குரியது. புத்திர தோஷம் ஏற்படும் வாய்ப்புண்டு. அவர் வலுவுடன் இருந்து லக்கினாதிபதி வலுவிழந்து விட்டால் மனைவி அடுத்தவர் வசப்பட நேரிடும். மனைவியால் மன அமைதி இழக்க நேரிடும். திரிகோணாதிபதி தானேயென்று மகிழ்ந்து விடலாகாது. ஜாதகருக்கு நல்லவர் எனினும் மனைவிக்கு அவர் நல்லவரல்ல.

7ல் 6க்குடையவர் அமர்வது கணவன் மனைவி இருவருக்குமே சரியல்ல. எப்போதும் நோயின் பிடியிலும் கடன் தொல்லைகளிலுமே சிக்கியிருக்க வேண்டிவரும். கணவன் மனைவி உறவு கூட சீராக இருக்காது. ஜாதகரின் மனத்திற்கு திருப்தி அளிக்கும் மனைவியாக இருக்காது.

7ல் 7க்குடையவர் ஆட்சி பெறுவதென்பது சிக்கலான விஷயம்தான். மனைவியின் ஆதிக்கம் அதிகமாகும். லக்கினாதி பதி வலுக்குறைந்து விட்டால் நிச்சயம் மனைவிக்கு அடிமைதான்.

இங்கு சுபர் என்ற பேச்சுக்கே இடமில்லை. காரணம் 7க்குடைய வர்கள் மாறுதலான கிரகங்களேதான். ஆயினும் லக்கினச் சுபர்களின் பார்வை 7ம் இடத்திற்கு இருந்தால் நன்மையளிக்கும்.

7ல் 8க்குரியவர் அமர்வது சிறப்பானதல்ல. பலவிதமான சிக்கல்களை எதிர்நோக்க வேண்டிவரும். அதுவும் வலுவுடன் இருந்தால் கணவன் மனைவி ஒற்றுமை என்பது அபூர்வம்தான். எப்போதும் கோணல் மாணல்தான். எவ்வகையிலும் சிறப்பென்று கூறுவதற்கில்லை.

7ல் 9க்குரியவர் அமர்வது சிறப்பானதா ? பொதுவாகச் சிறப்பான பலன்கள் சில கிடைக்கும். ஆனால் மனைவியின் குணத்தைக் கெடுத்துவிடும் வாய்ப்புண்டு. 9ம் இடம் 7ம் இடத்திற்கு 3ம் இடம் என்பதால் அவர் இணைவு சில பிரச்சனை களை ஏற்படுத்தவே செய்யும். ஜாதகர்க்கு சில நல்ல பலன் களைச் செய்யும்.

7ல் 10க்குரியவர் அமர்வது என்பதும் சிறப்பானதல்ல. ஜாதகர்க்கு மட்டும் சில நற்பலன்கள் உண்டு. மனைவி வகையில் சில பிரச்சனைகள் ஏற்படவே செய்யும். எனவேதான் 7 ஆமிடம் கிரகங்கள் இல்லாமல் இருப்பதே நலம். சுபர்களாக அமர்ந்து விடுவது மட்டுமே நலம்.

7ல் 11க்குடையவர் அமர்வது மிகவும் நல்ல பலன்களை அளிக்கும். மனைவியின் மூலம் ஆதாய பலன்களைப் பெறலாம். நல்ல செல்வாக்குக் கிடைக்கும். 11க்குடையவர் 7க்கு 5 ஆமிட அதிபதியாவதால் மனைவி மூலம் உயர்நிலைக்கு ஜாதகரை உயர்த்திடுவார்.

7ல் 12ம் இட அதிபதி அமர்வதால் நற்பலன்கள் ஏற்படும் வாய்ப்பில்லை. ஜாதகர்க்கும் தொல்லைகள். மனைவியின்

ஆரோக்கியம் பாதிக்கப்படும். வைத்தியச் செலவுகள் மிகுதியாக ஏற்படும். சிறப்பான பலன்களை எதிர்பார்க்க இயலாது.

## 8ம் பாவம் :

8ம் பாவத்தில் பொதுவாக எக்கிரகங்கள் அமர்ந்தாலும் ஸ்தான பலத்தினால் அக்கிரகம் பாதிப்படையும் என்பதைப் பற்றி முன்பே கூறியுள்ளோம். பாவர்கள் மட்டுமே எட்டில் வலுவிழந்து நிற்பதே நன்மையளிக்கும். உயிராதிபதியான லக்கினாதிபதி எட்டில் அமர்ந்தால் அடிக்கடி கண்டங்கள், தொல்லைகள் ஏற்படும்.

8ல் இரண்டாம் அதிபர் இருந்தால் பணக் கஷ்டம் எப்போதும் இருந்து கொண்டே இருக்கும். கல்வி வாய்ப்புகள் பாதிக்கப்படும். வாக்குச் சுத்தம் இருக்காது. குடும்பத்தில் ஒற்றுமை இருக்காது. ஜாதகர் தன் வார்த்தைகளாலேயே மற்றவர்களின் விரோதத்தைத் தேடிக் கொள்வார்கள்.

8ல் 3ம் அதிபதி இருப்பது எப்போதும் காரியத் தடைகள். வெற்றியே கிடைக்காது. சகோதரர்களால் விரோதம். தைரியமும் இருக்காது. மனச் சஞ்சலம் இருந்து கொண்டே இருக்கும். வெற்றி வாய்ப்புகள் கானல் நீராகவே காட்சி அளிக்கும்.

8ல் 4ம் அதிபதி இருப்பது, சுய சம்பாத்தியத்துக்கு இடைஞ்சல், வீடு, நிலம், வாகனம் ஆகியவை நிலைப்பது அரிது. அலைச்சல்கள், தொல்லைகள், தாயார் சுகம் கெடும். சிறப்பான உயர் நிலையை அடையவே முடியாது. எப்போதும் பிரச்சனைகளே. பிரச்சனைகளுக்கு முடிவே இருக்காது.

8ல் 5ம் அதிபதி பூர்வ சொத்துக்களுக்கு ஆபத்து. புகழ் கீர்த்திக்குப் பங்கம் ஏற்படும். ஏதாவது ஒரு வகையில்

முக்கியமாக புத்திரர்களால் அவமானம் அடைய வேண்டி வரும். புத்திரர்களின் மேன்மையும் பாதிக்கும். ஐந்தாம் இடத்து மேன்மைகள் நசிந்து விடும்.

8ல் 6க்குரியவர்கள் இருந்தால் அவர் வலுவிழந்து விட வேண்டும். இல்லையெனில் எதிரிகளால் உயிருக்கு ஆபத்து அல்லது நோய்களால் தீமைகள் உண்டு. 8 ஆமிடம் எந்த இடமோ அந்த இடத்துக்குரிய நோய்கள் கடுமையாகத் தாக்கும். மிதுன லக்கினமாக இருந்து எட்டாம் இடமாகிய மகரத்தில் செவ்வாய் தனித்து இருந்தால் மிகவும் ஆபத்து. எதிரிகளால் மரணமடைய வேண்டிக்கூட நேரிடும் (அ) சண்டை சச்சரவுகளால் சிறைவாசம் ஏற்படும். கொலைகாரனாகக்கூட மாற நேரிடும்.

8ல் 9க்குரியவர் இருப்பது ஜாதகருக்கும், அவரின் தந்தையாருக்கும் பெரும் தொல்லைகள். இருவருக்கும் ஒற்றுமை இருக்காது. பிதுர் சொத்துக்களும் கிடைக்காது. எப்போதும் பற்றாக்குறையாகவே இருக்கும். நல்லவர்களிடம் விரோதம் செய்து கொள்ளுவார்கள். உதவி புரிபவர்களையும் மதிக்க மாட்டார்கள்.

8ல் 10க்குடையவர் இருப்பது, தொழில் வகையில் சிரமங் களையும், சிக்கல்களையும் கொடுக்கும். சிலருக்கு நிரந்தரமான தொழிலே அமையாது. அரசுப் பணியில் இருந்தாலும் கூட உயர்வுகள் கிடைக்கப் போராட வேண்டி வரும். எப்போதும் தொழிலில் சங்கடங்கள்தான்.

8ல் 11க்குரியவர் இருப்பதால் மூத்த சகோதரர்களின் விரோதங்கள் உண்டாகும். லாபங்கள் குறையும். எதிலும் தொல்லைகள் என்ற நிலைதான் உருவாகும். சிறப்பான பலன் களை எதிர்நோக்க முடியாது.

8ல் 12க்குரியவர் வலுவிழப்பது நல்லது. வலுவடைந்தால் வீண் செலவினங்கள் ஆளையே விழுங்கி விடும். நல்ல தூக்கம் என்பதே இருக்காது. மனம் அமைதியில்லாமல் அல்லல் படும்.

### 9ம் பாவம் :

9ம் இடத்தில் லக்கினாதிபதி இருப்பது மிகவும் நல்ல பலன்களை அளிக்கும் வாய்ப்பு. தந்தையார் ஆதரவு கிடைக்கும். நல்ல தர்ம சிந்தனை இருக்கும். தெய்வ காரியங்களிலும், தீர்த்த யாத்திரைகளிலும் ஆர்வம் இருக்கும். லக்கினாதிபதி பாவராக இருந்தால் பலன்கள் குறையும்.

9ல் 2க்குரியவர் சிறப்பென்று கூறுவதற்கில்லை. காரணம் 9ம் இடம் 2க்கு எட்டாம் இடம் என்பதால், தந்தையார் உறவு களைக் கெடுத்துவிடக் கூடும். அவரால் பெற வேண்டிய தன் மேன்மைகளைக் குலைத்து விடும். சுபர், அன்றி சுபர் பார்வை இருப்பின் சற்று நல்ல பலன்களைப் பெறலாம்.

9ல் 3க்குடையவர் சுபராக இருந்தால் நல்லது. மற்றப்படி அவர் 3ல் இருப்பது சிறப்பான பலனை அளிக்காது. தந்தை - மகனுக்கு கருத்து வேற்றுமை ஏற்படும். என்றாலும் ஜாதகர் தைரியம் மிக்கவராக, செய்யும் காரியத்தில் வெற்றி பெறுபவராக இருப்பார். போக சுகங்களை குறைவில்லாமல் பெறுவார்.

9ல் 4க்குடையவர் அமர்வது ஜாதகர்க்கு நன்மையளிக்கும். வீடு, நிலம் புலம், வாகனங்கள் அமையும். தாயார் பிரீதியும் இருக்கும். ஆனால் தந்தையார் ஸ்தானத்தைப் பாதிக்கும். 4ஆமிடம் 9க்கு எட்டாம் இடம் என்பதால் அவர் இணைவு தந்தைக்குப் பாதிப்பை ஏற்படுத்தும். கண்டங்களையும் உண்டாக்கும்.

9ல் 5க்குரியவர் அமர்வது விசேஷ பலன்களை அளிக்கும். புத்திரர்களால் மேன்மை, தந்தையாரால் ஆதாயம், பெரியோர்களால் சகாயம், நல்ல செல்வாக்கு, கௌரவம், புகழ் - கீர்த்தி கிடைக்கும். பலரால் புகழப்படக் கூடிய நிலைக்கு உயர்த்தும். தெய்வ காரியங்களில் முன் நின்று பெருமை தேடிக் கொள்வார்கள். சகல சம்பத்தும் தேடி வரும். பாபர்கள் தொடர்பு இருக்கக் கூடாது.

9ல் 6க்குரியவர் அமர்வது மேற்சொன்ன பலன்களை எல்லாம் தலைகீழாக மாற்றிவிடும். தகப்பனாரே எதிரியாக இருப்பார். அவர் ஆதரவே கிடைக்காது. ஜாதகர் கெட்ட நடத்தையுள்ளவர் என்பதோடு நல்லவர் சிநேகமும் கிடைக்காது. தீய வழிகளிலே மனம் செல்லும்.

9ல் 7க்குரியவர் இருப்பது நன்மையளிக்கும். மனைவியினால் ஆதாயம் பெறுவார்கள். குடும்ப ஒற்றுமையிருக்கும். பாக்கியமுள்ள, பொறுப்புள்ள மனைவி அமைவாள். மனைவி தைரியத்துடன் குடும்பப் பொறுப்புகளை ஏற்று செம்மையாக நடத்துவாள். 7க்குரியவர் வலுவுடன் இருந்து 4க்குரியவர், 3க்குரியவர் வலுக்குறைந்தால் தகப்பனாருக்கு இருதார வாய்ப்பு ஏற்படக்கூடும்.

9ல் 8க்குடையவர் இருப்பது சகலவிதத்திலும் கெட்ட பலன்களையே அளிக்கும். தகப்பனார் சொத்துக்கள் விரயமாகும். 9ஆமிட பலன்களைக் குறைத்திடுவார். நல்லவர்கள் விரோதம் ஏற்படும். பாக்கியமற்ற நிலை, கடின சித்தம், தெய்வ நிந்தனை ஏற்படும்.

9ல் 9க்குடையவர் ஆட்சியாக இருப்பது அதிஉன்னதமான பலன்களை ஏற்படுத்தும். தகப்பனார் உயர்நிலையில் இருப்பார். அவரின் ஆதாயம் ஜாதகர்க்கு கிடைக்கும். சமுதாயத்தில் நல்ல

அந்தஸ்து கிடைக்கும். தர்ம சிந்தனையும் தெய்வீக வழிபாட்டில் உன்னதமும் அடைவார். சகல பாக்கியங்களும் கிடைக்கும். பாபர்கள் தொடர்பு ஏற்படக் கூடாது.

9ல் 10க்குடையவர் இருப்பது சுமாரான பலன்களையே உருவாக்கும். தகப்பனாரின் தனப் புழக்கம் சரியாக இருக்காது. பிதுர் சொத்துக்களும் அதிகம் இருக்காது. ஜாதகர்க்கும் தொழில் வலு சிறப்பாக இருக்காது. அடிக்கடி தொழிலில் சங்கடங்கள் ஏற்படும். தெய்வ வழிபாட்டில் சிந்தனையைச் செலுத்தி கஷ்டங்களைத் தாங்கிக் கொள்ளுவார்கள்.

9ல் 11க்குடையவர் அமர்வது நல்லது. சுபராக அமர்ந்தால் விசேஷ தன லாபத்தை அளிப்பார். பிதுரார்ஜித சொத்துக்களால் மேன்மையடைவார்கள். குடும்பம் மேன்மை பெறும். 9ம் இட விசேஷங்கள் தடையின்றிக் கிடைக்கும்.

9ல் 12க்குரியவர் அமர்வது எவ்விதமான நன்மையையும் அளிக்காது. பிதுரார்ஜித சொத்துக்கள் விரயமாகும். அதிகமான செலவினங்களால் கடன்காரர்களாவார்கள். எதிர்பாராத திடீர் செலவினங்கள் ஏற்படும்.

## 10ம் பாவம் :

லக்கினாதிபதி 10ல் அமர்வது, ஒரு சிறப்பான பலத்தை அளிக்கத் தவறாது. தொழிலில் ஒரு நல்ல வலிமையை அளித்தே தீரும். லக்கினாதிபதி எவராக இருப்பினும் தசம கேந்திரத்தில் அவர் நிஷ்பலம் பெறும் அமைப்பு இருப்பினும் கூட, கேந்திர வலுவால் நன்மை அளித்துத்தான் ஆக வேண்டும். பாபர் தொடர்பு மட்டும் இல்லாமலிருந்தால் போதும். நல்ல சாரபலமும் பெற்று விட்டால் மேலும் வலு. மேஷ, துலாக்களுக்கு மட்டும்

லக்கினாதிபதியே அஷ்டமாதிபதியாவதால் எப்படி என்ற கேள்வி எழக்கூடும். துலாத்துக்கு 10ம் இட கடகத்தில் சுக்கிரன் கெட்டு விடுகின்றார். ஆனால் மேஷத்துக்கு 10ம் இட மகரத்தில் உச்சம் பெறுவார். எனினும் லக்கினேசன் என்ற அமைப்போடு 10ல் செவ்வாய் தொழில் காரகர் என்ற அமைப்போடும் வலுப் பெறுவதால் அஷ்டமாதிபத்திய தோஷம் அடிபட்டு விடுகின்றது. எனவே மேஷ லக்கினதாரர்களுக்கு 10ல் உச்சம் பெறும் செவ்வாய் தொழிலில் ஒரு வலுவான அமைப்பை உருவாக்க வேண்டிய நிர்ப்பந்தம் ஏற்படும்.

10ல் இரண்டாம் இடத்து அதிபதி அமர்வது நல்லது. கல்வி மூலம் ஆதாயம் ஏற்படும். உயர் பதவிகளைப் பெற்றுத் தருவார். 2க்கு 9ம் இடமாக 10 ஆமிடம் வருவதால் அதிமேன்மையான பலன்களைச் செய்தே ஆக வேண்டும். தொழிலில் சிறப்பான ஆதாயங்கள் பெற வேண்டி ஏற்படும். பாபர்கள் தொடர்பு இருக்கக் கூடாது.

10ல் 3க்குரியவர் இருப்பது சிறப்பளிப்பதில்லை. தொழிலில் தேவையற்ற சங்கடங்கள் ஏற்படும். தொழில் முறையில் பகைவர்கள் தோன்றுவார்கள். அவர்களால் தொழில் மேன்மைக்குப் பங்கம் வரும். சகோதரர்களே கூட தொழில் போட்டியாளர்களாகக் கூடும். வீண் விரோதங்கள் வளரும்.

10ல் 4க்குடையவர் இருப்பது எப்படியும் ஒரு வலிவை ஏற்படுத்தி விடும். கேந்திர அதிபர்கள் கேந்திரத்தில் இருப்பது நல்லது. ஆனால் அவர்கள் சுபர்களாக இருந்தால் அவர்களுக்கு கேந்திராதிபத்திய தோஷம் ஏற்படும். பாபர்களாக இருந்து 10ல் அமர்வதே விசேஷ பலன்களை அளிக்கும். நிலம், வீடு சம்பந்த மானவற்றாலும், வாகனங்களாலும் மேன்மைகள் கிடைக்கும். அது சம்பந்தமான தொழில் அமையும் வாய்ப்பும் உண்டு.

10ல் 5க்குரியவர் இருப்பது திரிகோணாதிபதி என்ற வகையில் சில நன்மைகள் செய்தாலும் 10க்கு எட்டாம் இடத்து அதிபதி என்ற வகையில் தொழில் முறையில் சில சங்கடங்கள் ஏற்படவே செய்யும். என்னங்க, நீங்க எப்ப பார்த்தாலும் குறுக்கே எதையாவது சொல்லிக்கிட்டே இருக்கீங்களே! என்று நினைக்கின்றீர்கள் அல்லவா! அதுதான் ஆராய்ச்சியின் தன்மை ஒரு பக்கத்தை மட்டுமே பார்க்கக் கூடாது. மறு பக்கத்தையும் பார்க்க வேண்டும். இதுதான் யாம் உங்களுக்கு அளிக்கும் தாரக மந்திரம். ஒரு பாவத்தையும், ஒரு கிரகத்தையும் ஆய்வு செய்யும் போது மறைவாக உள்ள மறு பக்கத்தையும் கவனித்தால்தான் சாதக, பாதகங்களை நன்கு நிர்ணயம் செய்ய இயலும். சாதகங் களை மட்டுமே எடுத்துக் கொண்டு பாதகங்களை விட்டு விடக் கூடாது. சாதகங்களைக் காணத் தவறி விட்டாலும், பாதகங் களைக் கண்டறிந்து எச்சரிப்பதே உண்மையான ஜோதிடரின் கடமை.

10ல் 6க்குரியவர் அமர்வதைச் சிறப்புக்குரியது என்று கூற இயலாது. எப்படியாவது சம்பாதிக்க வேண்டும் என்ற எண்ணத்தை ஏற்படுத்தி விடும். திருட்டு, புரட்டு, பொய் மோசடி என்று பல வகையான வழிகளையும் மேற்கொள்ள வைத்து விடும். 6க்குரிய கிரகம் மிக மோசமானதாக இருந்தால் மோசடிக் குற்றத்திற்காகத் தண்டனை கூட கிடைக்கும். சுபர்கள் தொடர்பு இல்லையெனில் தொழில் சிக்கல்தான்.

10ல் 7க்குரியவர் அமர்வது எப்படியும் ஒரு வலுவான அமைப்பு. மனைவி மூலமும் வருமானம் கிடைக்கும். மனைவி வகையில் சிலருக்குத் தொழில் அடிப்படை அமையும். எப்படியும் ஒரு ஆதாயமான அமைப்புக் கிடைத்து விடும். தொழிலில் உயர்வடையும் வாய்ப்பும் உண்டு.

10ல் 8க்குரியவர் இருப்பது சிக்கலான நிலைமையே. 6க்குடையவருக்குச் சொன்ன பலன்கள் அத்தனையும் பொருந்தும். மேலும் நிரந்தரமான தொழில் அமைவதே அபூர்வம். சுபர்கள் பார்வை இல்லாவிடில் ஜீவனம் கடினம்தான்.

10ல் ஒன்பதுக்குரியவர் இருப்பது நன்மையளிக்கும். உயர் பதவிகளைப் பெற்றுத் தரும். சிறப்பான வருமானங்கள், தன மேன்மைகள் கிடைக்கும். உடன் 10க்குரியவரும் இணைந்து விட்டால், தர்ம கர்மாதிபதி யோகம் ஜாதகரை அதிபலத்துடன் உயர்த்தி விடும். 10க்குரியவர் 10ல் இருப்பதும் அதே நிலைதான். தொழில் மேன்மையை அளிக்கும்.

10ல் 11க்குரியவர் இருப்பதால் விசேஷமான பலனை அளிக்கும். 10, 11க்குரியவர் உபஜெய ஸ்தான அதிபர்களாக இருப்பது, ஒருவர் வீட்டில் மற்றவர் அமர்வது விசேஷத் தன லாபத்தை அளிக்கும். (வராகமிகிரர் உபஜெயத்தைப் பற்றி மேன்மையாகக் குறிப்பிடுகின்றார். அதில் 3, 6ஐ விட 10, 11 அதிபதிகளைப் பற்றி விசேஷமாகக் குறிப்பிடுகின்றார். ஸ்ம்க்ஞாத்யாயத்தில் 15வது சுலோகமான வஸந்த திலகத்தில் குறிப்பிடுகின்றார். கௌரவமான உயர் நிலையை ஜாதகர் அடைவார் என்று.

10ல் 12க்குரியவர் இருப்பது சிறப்பென்று கூறுவதற்கில்லை. தொழில் வகையில் யானையளவு சம்பாதித்தாலும் பூனையளவு கூட நிற்காது, செய் தொழிலில் அடிக்கடி தடங்கல்களும், தொல்லைகளும் ஏற்படும்.

எத்தொழில் செய்தாலும் முன்னேற்றம் அடைய முடியாது. வீண் விரயச் செலவுகளுக்காகக் கடன்கள் வாங்க வேண்டி வரும்.

## 11ம் பாவம் :

11ம் பாவத்தில் லக்கினாதிபதி இருப்பது நன்மை அளிக்கும். மூத்த சகோதரர்களின் ஆதரவு கிடைக்கும். லாப மேன்மைகள் கிடைக்கும். சுபக் கிரகங்கள் பார்வையேற்பட்டால் மேலும் சிறப்பான பலாபலன்கள் கிடைக்கும். பாபர்கள் தொடர்பு ஏற்பட்டால் 11மிட மேன்மைகள் குலைந்து விடும்.

11ல் 2க்குடையவர் அமர்வது விசேஷ தன லாபத்தை அளிக்கும். 2, 5, 8, 11 பணபர ஸ்தானம். இம்மூன்றிலும் 8க் குடையவர் விசேஷ பலன் அளிக்க மாட்டார் என்று கூறினாலும், இவை ஒன்றுக்கு மற்றொன்று கேந்திர அமைப்பைக் கொண்டது. எனவே பணபர அதிபர்கள் மற்ற பணபர ஸ்தானங்களில் அமரும் போது அந்த ஸ்தான வலிவைக் குறைப்பதில்லை. இந்த அடிப் படையில் 2க்குடையவர் 11ல் இருக்கும் போது கல்வி மேன்மை யையும், வாக்குச் சாதுர்யத்தையும் அளிக்கின்றார். தன மேன்மையும் அளிப்பார்.

11ல் 3க்குடையவர் அமர்வதும் நன்மையளிக்கும். தைரியத்துடன் காரிய வெற்றிகளுடன் லாப மேன்மையையும் அளிப்பார். சகோதர ஒற்றுமையும் ஏற்படும். அவர்களால் ஜாதகர்க்கும் ஆதாயங்கள் கிடைக்கும். எப்பிரச்சனைகளையும் தைரியத்துடன் சமாளித்து விடுவார்கள்.

11ம் பாவத்தில் 4க்குடையவர் இருப்பது ஜாதகர்க்கு சில நன்மைகளை அளிக்கும். பூமி, நிலம், வீடு போன்றவற்றில் சுமாரான பலன்களை அளிப்பார். 5க்கு எட்டாமிடம் 11ம் இடம் என்பதால் தாயார்க்கு சங்கடங்கள் ஏற்படாமல் இருக்காது.

11ம் பாவத்தில் 5க்குடையவர் இருப்பது நல்ல வாய்ப்பை அளிக்கும். சிறப்பான முன்னேற்றம் கிடைக்கும். பலர் மெச்சும்

படியான வாழ்க்கை அமையும். புத்திரர்களால் மேன்மையான பலன்கள் கிடைக்கும். பெரிய மனிதர்களின் ஆதரவு கிடைக்கும். உயர்ந்த அந்தஸ்துடன் சிறப்பாக வாழ்வார்கள்.

11ம் பாவத்தில் 6க்குடையவர் இருப்பது சகல வகை களிலும் தொல்லைதான். மூத்தோர்களின் விரோதம் ஏற்படும். கடன் தொல்லைகள் நசுக்கும். லாபத்தையே குலைப்பார் என்றாலும் 11ம் இட உபஜெயத்திலும் வருவதால் சில நன்மைகளாவது ஏற்படும். 6க்குடையவர் திசை வரும் போது பிறபலன் செய்வார். எனினும் அதிகம் எதிர்பார்க்க இயலாது.

11ம் பாவத்தில் 7க்குடையவர் அமர்வது மிக நல்ல வாய்ப்பாகும். மனைவி மூலம் ஆதாயம் பெறுவார்கள். நல்ல செல்வாக்குள்ள இடத்தில் மனைவி அமையும் வாய்ப்புண்டு. புத்திரர்களால் நல்ல செல்வாக்குப் பெறும் வாய்ப்பும் உண்டு. 7 ஆமிடம் 11க்கு திரிகோணம். எனவே, அவர் மனைவி மூலம்; பாக்கியத்தை அள்ளிக் கொடுப்பார். மிக நல்ல வாழ்க்கை அமையும்.

11ல் 8க்குடையவர் இணைவு பெறுவது பெருமளவு சிறப்பளிக்காது. பணபர அதிபதி என்பதால் சிறுஅளவே நன்மை அளிக்கலாம். எனினும் லாபத்தைக் கெடுத்துத்தான் தீருவார். சகோதர வகையிலும் பிரச்சனைகளை ஏற்படுத்துவார்.

11ல் 9க்குரியவர் இருப்பது ஜாதகரை மேன்மையான நிலைக்கு உயர்த்தும். ஜாதகருக்கு லாபங்கள் கிடைக்கும். தெய்வ வழிபாட்டில் சிறந்து விளங்குவார். ஆனால் தகப்பனாருக்குத் தொல்லைகள் ஏற்படும்.

11ல் 10க்குரியவர் இருப்பது தொழில் வகையில் மேன்மையான லாபங்கள் அளிக்கும். மூத்த சகோதிரங்கள்

சிறப்புடன் இருக்காது. அவர்களுக்குச் சிரமங்கள் ஏற்படும். செலவினங்களால் அவர்கள் அல்லல் படுவார்கள்.

11ம் வீட்டில் 11க்குடையவர் சுபராக இருப்பின் நற்பலன்களே ஏற்படும். கௌரவம் அந்தஸ்து ஏற்படும். பாபராக இருந்து 7க்குடையவர் வலுவிழந்தால் இளைய தாரம் ஏற்படும். தாரம் என்று இல்லையெனினும் வேறு பெண்ணின் தொடர்பு ஏற்படும்.

11ல் 12க்குரியவர் அமர்வது சிறப்பென்று கூறுவதற் கில்லை. செலவினங்களால் சிரமம் ஏற்படும். மூத்த சகோதரர் களாலும், பிற பெண்கள் தொடர்பாலும் செலவினங்கள் ஏற்படும்.

**12ம் பாவம் :**

பொதுப் பலனாகவே கூறிவிடலாம். விரயாதிபதி வலுப் பெறுதல் கூடாது. அவர் சுபராக இருப்பினும் பாபராக இருப்பினும் அவர் மறைவது நன்மையளிக்கும். ஆனால் குரு, சுக்கிரன், சுபச் சந்திரன் ஆகியவர்கள் மட்டும் விரயாதிபதியாக இருப்பினும், 6, 8க்குரியவராக இருப்பினும் கூட வலுவிழக்கக் கூடாது. சம வலுவில் இருப்பதே உத்தமமானது. அதிக வலுப் பெறுவதும் கூடாது. அதுவும் கெடுதலான பலன்களையே அளிக்கும்.

முன்பே பல விளக்கங்கள் அளிக்கப்பட்டுள்ளன. எவ்வளவு விளக்கம் அளித்த போதிலும் கூட முழுமையடைவது என்பது இயலாது. எவ்வளவோ விளக்கங்கள் மலை போல் உள்ளன. எம்மால் இயன்ற மட்டும் அளித்துள்ளோம். மேலும் அளிக்க உள்ளோம். எனினும் புதுமையான விளக்கங்களாகவே இருக்கும். அடுத்த அத்தியாம் மேலும் பல விளக்கங்கள் அளிக்கும்.

## 20. நவக்கிரக ஸ்தோத்திரங்கள், காயத்ரீகள்

**இது** தனிப் புத்தகமாகவே வெளியிடும் அளவிற்கு ஸ்லோகங்கள் உள்ளது. எனினும் முக்கியமானவைகளை இங்கு திரட்டி அளித்துள்ளோம்.

வேறு புத்தகங்களை நாடுதலைத் தவிர்த்து நவக்கிரகங் களுக்கும் உரிய சரியான முறைகளை அறிவித்துள்ளதால் இது மிகவும் பயனுள்ளதாக இருக்கும். இதன்படி செயல்பட்டால் பல பிரச்சனைகள் சுமூகமாக முடியும். உரிய க்ஷேத்திரங்களும் அளிக்கப்பட்டிருப்பதால் பரிகாரங்களுக்கு பயன்படுத்திக் கொள்ளலாம்.

இது நல்ல பல நூல்களுடைய தொகுப்பு. இவைகளை அனைவரும் பயன்படுத்தலாம். உச்சரிப்புகளை மட்டும் ஸ்பஷ்டமாக உச்சரிக்க வேண்டும். நித்திய பூஜைகளுக்கும் பயன்படுத்திக் கொள்ளலாம்.

### விநாயகர்

ஓம் சுக்லாம் பரதரம் விஷ்ணும்
சசிவர்ணம் சதுர் புஜம்
ப்ரஸன்ன வதனம் த்யாயேத்
ஸர்வ விக்னோப சாந்தயே !

### சரஸ்வதி

மாணிக்ய வீணா முபலா லயந்தீம்
மதாலஸாம் மஞ்ஜுள வாக் விலாஸாம்

மாஹேந்த்ர நீலத்யுதி கோமளாங்கீம்
மாதங்க கன்யா மனஸாஸ் மராமி !

## சூரியன்

சூரியனுக்கு க்ஷேத்திரம் ஆடுதுறை, சூரியனார் கோவில். அதிதேவதை 'அக்னி பகவான்'. ப்ரதி அதிதேவதை 'ருத்திரன்'.

### தியான ஸ்லோகம்

த்யாயேத் ஸுர்ய மநந்த கோடி கிரணம்
தேஜோமயம் பாஸ்கரம்
பக்தாநாம் அபயப்ரதம் திநகரம்
ஜோதிர் மயம் சங்கரம்
ஆதித்யம் ஜகதீசம் அச்யுதம் அஜம்
த்ரை லோக்ய சூடா மணிம்
பக்தா பீஷ்ட வரப்ரதம் திந மணிம்
மார்த்தாண்ட மாத்யம் சுபம் !

### ஸ்தோத்திரம்

ஜபா குஸும ஸங்காஸம் காச்ய பேயம் மஹாத்யுதிம் தமோரிம் சர்வ பாபக்நம் ப்ரண தோஸ்மி திவாகரம்.

### காயத்ரீ

ஓம் அச்வத் வஜாய வித் மஹே
பாச ஹஸ்தாய தீமஹி
தந்நோ ஸுர்ய; ப்ரசோதயாத்

## சூர்ய அஷ்டோத்திரம்

1. ஓம் அருணாய நம
2. ஓம் சரண்யாய நம
3. ஓம் கருணா ரஸ சிந்தவே நம
4. ஓம் அஸமாந பலாய நம
5. ஓம் ஆர்த்த ரக்ஷகாய நம
6. ஓம் ஆதித்யாய நம
7. ஓம் ஆதி பூதாய நம
8. ஓம் அபிலாகம வேதிநே நம
9. ஓம் அச்யுதாய நம
10. ஓம் அகிலஜ் ஞாய நம
11. ஓம் அநந்தாய நம
12. ஓம் இநாய நம
13. ஓம் விச்வரூபாய நம
14. ஓம் இஜ்யாய நம
15. ஓம் இந்த்ராய நம
16. ஓம் பாநவே நம
17. ஓம் இந்திர மந்த்ராப்தாய நம
18. ஓம் வந்த நீயாய நம
19. ஓம் ஈசாய நம
20. ஓம் ஸுப்ர ஸந்நாய நம
21. ஓம் ஸுஸீலாய நம
22. ஓம் ஸுவர்ச்சஸே நம
23. ஓம் வஸுப்ரதாய நம
24. ஓம் வஸவே நம

25. ஓம் வாஸுதேவாய நம
26. ஓம் உஜ்வலாய நம
27. ஓம் உக்ரரூபாய நம
28. ஓம் ஊர்த்வகாய நம
29. ஓம் விவஸ்வதே நம
30. ஓம் உத்யத்கிரண ஜாலாய நம
31. ஓம் ஹ்ருஷீ கேசாய நம
32. ஓம் ஊர்ஜஸ் வலாய நம
33. ஓம் வீராய நம
34. ஓம் நிர்ஜராய நம
35. ஓம் ஜயாய நம
36. ஓம் ஊருத்வய விநிர்முத்த நிஜசாரதயே நம
37. ஓம் ரிஷி வந்த்தாய நம
38. ஓம் ருக் ஹந்த்ரே நம
39. ஓம் ரிக்ஷ சக்ர சராய நம
40. ஓம் ரிஜுஸ்வபாவ வித்தாய நம
41. ஓம் நித்யஸ்துத்தாய நம
42. ஓம் ரூகார மாத்ருகா வர்ண ரூபாய நம
43. ஓம் உஜ்வல கேஜஸே நம
44. ஓம் ரிஷாதி நாத மித்ராய நம
45. ஓம் புஷ்பகரா க்ஷாய நம
46. ஓம் லூப்த தந்தாய நம
47. ஓம் சாந்தாய நம
48. ஓம் காந்திதாய நம
49. ஓம் நாய நம

| | | |
|---|---|---|
| 50. | ஓம் | கநத்க நக பூஷணாய நம |
| 51. | ஓம் | கத்யோதாய நம |
| 52. | ஓம் | லூநிதாகில தைத்யாய நம |
| 53. | ஓம் | ஸத்யாநந்த ஸ்வரூபினே நம |
| 54. | ஓம் | அப வர்க்க ப்ரதாய நம |
| 55. | ஓம் | ஆர்த்த சரண்யாய நம |
| 56. | ஓம் | ஏகாகினே நம |
| 57. | ஓம் | பகவதே நம |
| 58. | ஓம் | ஸ்ருஷ்டி ஸ்தித்ய காரிணே நம |
| 59. | ஓம் | குணாத்மனே நம |
| 60. | ஓம் | க்ருணிப் ருதே நம |
| 61. | ஓம் | ப்ருஹதே நம |
| 62. | ஓம் | ப்ரஹ்மனே நம |
| 63. | ஓம் | ஐச்வர்ய தாய நம |
| 64. | ஓம் | சர்வாய நம |
| 65. | ஓம் | ஹரிதச் வாய நம |
| 66. | ஓம் | சௌரயே நம |
| 67. | ஓம் | தசதிக் ஸம்ப்ரகாசாய நம |
| 68. | ஓம் | பக்த வச்சலாய நம |
| 69. | ஓம் | ஓஜஸ் கராய நம |
| 70. | ஓம் | ஜயிதே நம |
| 71. | ஓம் | ஜகதாநந்த ஹேதவே நம |
| 72. | ஓம் | ஜந்ம ம்ருத்யுஜரா வ்யாதி வர்ஜிதாய நம |
| 73. | ஓம் | ஔநந்த்ய பதஸஞ்சார ரதஸ்த்தாய நம |
| 74. | ஓம் | அஸுராரயே நம |

75. ஓம் கமநீய கராய நம
76. ஓம் அப்ஜ வல்லபாய நம
77. ஓம் அந்தர் வஹிப்ரகர்சாய நம
78. ஓம் அசிந்த்யாய நம
79. ஓம் ஆத்மரூபினே நம
80. ஓம் அச்யுதாய நம
81. ஓம் அமரேசாய நம
82. ஓம் பரஸ்மை ஜ்யோதிஷே நம
83. ஓம் அஹஸ்கராய நம
84. ஓம் ரவயே நம
85. ஓம் ஹரயே நம
86. ஓம் பரமாத்மநே நம
87. ஓம் தருனாய நம
88. ஓம் வரேண்யாய நம
89. ஓம் க்ரஹாணாம் பதயே நம
90. ஓம் பாஸ்கராய நம
91. ஓம் ஆதிமத்யாந்த ரஹீதாய நம
92. ஓம் ஸௌக்யப்ரதாய நம
93. ஓம் ஸகல ஜாதாப் பதயே நம
94. ஓம் ஸுர்யாய நம
95. ஓம் கவயே நம
96. ஓம் நாராயணாய நம
97. ஓம் புரேசாய நம
98. ஓம் தேஜோ ரூபாய நம
99. ஓம் ஸ்ரீம் ஹ்ரண்ய கர்ப்பாய நம

100. ஓம் ஹ்ரீம் ஸம்பத் கராய நம
101. ஓம் ஐம் இஷ்டார்த்தாய நம
102. ஓம் அம் ஸுப்ரஸந்தாய நம
103. ஓம் ஸ்ரீமதே நம
104. ஓம் ச்ரேயஸே நம
105. ஓம் ஸௌக்ய தாயிநே நம
106. ஓம் தீப்த மூர்த்தயே நம
107. ஓம் நிகிலாகம வேத்யாய நம
108. ஓம் நித்யா நந்தாய நம

நாநாவித பரிமள பத்ர புஷ்பாணி, நைவேத்யம் சமர்ப்பயாமி

## சங்கல்பம் – யாக மூல மந்திரம்

பிராங்முகீம்; பத்மாஸநஸ்தம்; த்விபுஜம்; ஸப்தாச்வம்; ஸத்பரஜ்ஜம்; கலிங்க தேசாதிபதிம்; காச்யப கோத்திரம்; ப்ரபவ ஸம்வத்ஸர மகாசுத்த ஸப்தம்யாம்; விசாகா நக்ஷத்திர ஜாதாம்; ஸிம்ஹ ராஜ்யாதி பதிம்; பாநு வார ப்ரயுக்தம்; க்ரீடனம், ஸுகாஸீநம்; பத்நீ புத்ர பரிவார ஸமேதம்; க்ரஹ மண்டலே; ப்ரவிஸ்டம் அஸ்மிந் அதிகரனே; மத்யே வர்த்துலாகார மண்டலே; கோதும தாந்யஸ் யோபரி ஸுர்யக்ரஹம் ஆவாஹயாமி.

சூரியக்ரஹ அதிதேவதாம்; அக்நிம்; ஸாங்கம் ஸாயுதம் ஸவாஹனம் சக்தீ பத்நீ புத்ர பரிவார சமேதம்; ஸுர்யக்ரக ப்ரதி அதிதேவதாம் ருத்ரம்; ஸாங்கம்; ஸாயுதம் ஸவாஹனம் சக்தி பத்நி புத்ர பரிவார ஸமேதம்; ஸுர்யக் ரஹஸ்ய உத்தரத ருத்ரம் ஆவாஹயாமி.

சூரிய திசை நடப்பில் உள்ளவர்களும், சிம்ம லக்கினம், சிம்ம ராசிக்காரர்களும் நித்திய பூஜையில் மேலே கண்ட ஸ்லோகங்களைப் பயன்படுத்துமாறு ஆலோசனை கூறுங்கள். சூரிய திசை ஆரம்பிக்கும் போது ஆடுதுறைக்கு அருகில் உள்ள சூரியனார் கோவிலுக்குச் சென்று சூரிய பகவானுக்கு அபிஷேக ஆராதனைகள் செய்து வருதல் உத்தமம். சூரியன் மிகவும் கெடுதல் செய்யும் நிலைமையில் இருப்பவர்கள் தினமும் ஆதித்ய ஹ்ருதய ஸ்தோத்திரம் பாராயணம் செய்வது நன்மையளிக்கும். தினமும் சூரிய நமஸ்காரம் செய்வதும் நல்லது.

## சந்திரன்

### தியான ஸ்லோகம்

ச்வேதாம்பரான் வித வபும் சுப்ரவர்ணம்
ச்வேதாச்வ யுக்த ரதகம் ஸுர ஸேவிதாங்க்ரீம்
தோர்ப்யாம் ந்ருதா பயகரம் வரதமி ஸீதாம்சும்
ஸ்ரீ வத்ஸ மௌக்திக தரம் ப்ரணமாமி சந்த்ரம்!

### ஸ்தோத்திரம்

ததிஷங்க துஷாராபம் க்ஷீரோதார்ணவ ஸம்பவம்
நமாமி ஸசினம் சோமம் சம்போர் மகுட பூஷணம்.

### காயத்ரீ

ஓம் பத்ம த்வஜாய வித்ஹே
        ஹேம ரூபாய தீமஹி
தந்நோ ஸோம; ப்ரசோ தயாத்

## அஷ்டோத்திரம்

1. ஓம் ஸ்ரீமதே நம
2. ஓம் சசிதராய நம
3. ஓம் சந்த்ராய நம
4. ஓம் தாராதீசாய நம
5. ஓம் நிசாகராய நம
6. ஓம் ஸுதா நிதயே நம
7. ஓம் ஸதாராத்யாய நம
8. ஓம் ஸத்பதயே நம
9. ஓம் ஸாது பூஜிதாய நம
10. ஓம் ஜிதேந்த்ராய நம
11. ஓம் ஜயோத் யோகாய நம
12. ஓம் ஜ்யோதிச் சக்ர ப்ரவர்த்த காய நம
13. ஓம் விகர்த்த நாநு ஜாய நம
14. ஓம் வீராய நம
15. ஓம் விச்வேசாய நம
16. ஓம் விதுஷாம் பதயே நம
17. ஓம் தோஷாகராய நம
18. ஓம் துஷ்ட தூராய நம
19. ஓம் புஷ்டிமதே நம
20. ஓம் சிஷ்டிபாலகாய நம
21. ஓம் அஷ்டமூர்த்திப்ரியாய நம
22. ஓம் அநந்தாய நம
23. ஓம் கஷ்டதாரு குடரகாய நம
24. ஓம் ஸ்வப்ரகாசாய நம

25. ஓம் க்ரகாசமத் மநே நம
26. ஓம் தியுசராய நம
27. ஓம் தேவ போஜாய நம
28. ஓம் கலாதராய நம
29. ஓம் காலஹேதவே நம
30. ஓம் காமக்ருதே நம
31. ஓம் காம தாய காய நம
32. ஓம் ம்ருத்யு ஸம்ஸார காய நம
33. ஓம் அமர்த்யாய நம
34. ஓம் நித்யா நுஷ்டாந தாயகாய நம
35. ஓம் க்ஷீபாகராய நம
36. ஓம் க்ஷீண பாபாய நம
37. ஓம் க்ஷய விருத்தி ஸமந்விதாய நம
38. ஓம் ஜைவாத்ருகாய நம
39. ஓம் சுசயே நம
40. ஓம் சுப்ராய நம
41. ஓம் ஜயிதே நம
42. ஓம் ஜயாலப்ரதாய நம
43. ஓம் ஸுதாமயாய நம
44. ஓம் ஸுரங்ஸ்வாமி நே நம
45. ஓம் பக்தா நாமிஷ்டதாயகாய நம
46. ஓம் புத்திதாய நம
47. ஓம் முக்திதாய நம
48. ஓம் பத்ராய நம
49. ஓம் பக்த தாரித்ரிய பஞ்சநாய நம

50. ஓம் ஸாமகானப்ரியத்பவாய நம
51. ஓம் ஸர்வ ரக்ஷகாய நம
52. ஓம் ஸாகரோத்பவாய நம
53. ஓம் பயாந்நக்குருதே நம
54. ஓம் பவபந்த விமோசகாய நம
55. ஓம் பக்திகம்யாய நம
56. ஓம் ஜகத் ப்ரகாச கிரணாய நம
57. ஓம் ஜகதானந்த காரணாய நம
58. ஓம் நிஸ்ஸபத்நாய நம
59. ஓம் நிராஹாராய நம
60. ஓம் நிர்விகாராய நம
61. ஓம் நிராம யாய நம
62. ஓம் பூச்சாயாச்சாதிதாய நம
63. ஓம் பவ்யாய நம
64. ஓம் புவநப்ரதி பாலகாய நம
65. ஓம் ஸகலார்த்தி ஹராய நம
66. ஓம் ஸௌம்ய ஜனகாயக நம
67. ஓம் ஸாது தந்திதாய நம
68. ஓம் ஸர்வாக மஜ்ஞாய நம
69. ஓம் ஸர்வஜ் ஞாய நம
70. ஓம் ஸநகாதி மிநிஸ்துதாய நம
71. ஓம் ஸிதச்சத்ரவே ஜோபேதாய நம
72. ஓம் ஸிதாங்காய நம
73. ஓம் ஸிதபூஷணாய நம
74. ஓம் ச்வேத மால்யாம் பரதராய நம
75. ஓம் ச்வேத காந்தா நுலேபநாய நம

76. ஓம் தசாச்வரத ஸம்ரூடாய நம
77. ஓம் தண்டபாநயே நம
78. ஓம் துநூர்த்தராய நம
79. ஓம் குந்த புஷ்போஜ்வலாகராய நம
80. ஓம் நயநாப்ஜஸமுத்பவாய நம
81. ஓம் ஆத்ரேய கோத்ர ஜாய நம
82. ஓம் அத்யந்த கோத்ர ஜாய நம
83. ஓம் ப்ரயதாயகாய நம
84. ஓம் கருணாரஸ சம்பூர்ணாய நம
85. ஓம் கர்கடப்ரபவே நம
86. ஓம் அவ்யயாய நம
87. ஓம் சதுரச்ராஸ நாருடாய நம
88. ஓம் சதுராய நம
89. ஓம் திவ்ய வாஹனாய நம
90. ஓம் விவஸ்வந் மண்டலாஜ்நேயம வாஸயாய நம
91. ஓம் வஸுஸம்ருத்திதாய நம
92. ஓம் மஹேச்வரப்ரியாய நம
93. ஓம் தாந்தாய நம
94. ஓம் மேரு கோத்தரப்ரதக்ஷிணாய நம
95. ஓம் க்ரஹ மண்டல மத்யஸ்தாய நம
96. ஓம் க்ரஸிதார்க்காய நம
97. ஓம் க்ரஹாதிபாய நம
98. ஓம் த்விஜ ராஜாய நம
99. ஓம் த்யுதி லகாய நம
100. ஓம் த்விபுஜாய நம
101. ஓம் த்விஜ பூஜதாய நம

102. ஓம் ஔதும்பர நகாவாஸாய நம
103. ஓம் உதாராய நம
104. ஓம் ரோஹிணீ பதயே நம
105. ஓம் நத்யோதயாய நம
106. ஓம் நித்யானந்த பலப்ரதாய நம
107. ஓம் ஸகலாஹ்லாதநகராய நம
108. ஓம் பலா சேத்ம ப்ரியாய நம

நாநா வித பரிமள பத்ர பஷ்பாணி, நைவேத்தியம் சமர்ப்பயாமி

## சங்கல்பம் – யாக மூல மந்திரம்

ஓம் தசாச் வரதவாஹநம்; ப்ரயங்க்முகம்; த்விபுஜம்; தண்டதரம்; யமுநா தேசாதிபதிம்; ஆத்ரேய கோத்ரம்; நந்தன ஸம்வத்ஸர; கார்த்திக சுத்த சதுர்தச்யாம்; க்ருத்திகா நக்ஷத்திர ஜாதாம்; கர்கட ராஜ்யாதி பதிம்; இந்து வாஸர ப்ரயுக்தம்; க்ரீடீனம் ஸுகாஸீநம்; பத்நீபுத்ர பரிவார சமேதம்; க்ரஹ மண்டலே; ப்ரவிக்ஷும்; அஸ்மிந் அதிகரனே; ஸுர்யஸ்ய ஆக்நேயதிக் பாகே; சதுரச்ர மண்டலே; தண்டுல தாந்யஸ் யோபரி பகவந்தம்; சந்த்ரக்ரஹம் ஆவாஹயாமி.

சந்த்ரக்ஹ அதிதேவதாம் ஆப; ஸாங்கம்; ஸாயுதம்; ஸவாஹநம் பத்நீபுத்ர பரிவார சமேதம்; சந்த்ர க்ரஹஸ்ய தக்ஷிணத; ஆப ஆவாஹயாமி; சந்த்ரக்ரஹ ப்ரதி அதிதேவதாம்; ஸாங்கம்; சாயுதம்; ஸவாஹநம்; சக்தீ பத்நீ புத்ர பரிவார ஸமேதம்; சந்த்ர க்ரஹஸ்ய உத்தரத கௌரீம் ஆவாஹயாமி.

சந்திரனுக்குக் குறிப்பிட்ட க்ஷேத்திரம் என்பது எதுவும் இல்லை. 'திருப்பதி' என்று குறிப்பிடுவது எவ்வகையிலும்

சம்பந்தம் இல்லை. மேற்கண்ட சங்கல்பத்தில் அதிதேவதை 'வருணண்' என்றும் ப்ரதி அதிதேவதை 'கௌரீ' என்றும் குறிப்பிட்டுள்ளதால் எல்லா அம்பாள் கோவில்களும் சந்திரனுக்கு உரியவைதான். முக்கியமாக திருச்சி அருகில் உள்ள திருவானைக் கோவில் சிறப்பான க்ஷேத்திரம். சந்திர திசை நடப்பில் உள்ளவர்களும், கடக லக்கின, ராசிதாரர்கள், நித்திய பூஜையில் மேற்கண்ட ஸ்லோகங்களைப் பயன்படுத்துமாறு ஆலோசனை கூறலாம். திருவானைக்காவல் அகிலாண்டேஸ்வரியை ஆராதனை செய்ய உத்தமம்.

சந்திரன் மிகவும் வலுக்குறைந்து இருக்கும் கடக லக்கினதாரர்கள் முத்து மோதிரம் அணிந்து அகிலாண் -டேஸ்வரியை வணங்கி வர நன்மை கிடைக்கும். திருவையாறு அருகில் உள்ள திங்களூர் சந்திர பிரதிஷ்டை உள்ள க்ஷேத்திரமாகும்.

## செவ்வாய்

### தியான ஸ்லோகம்

ரக்த மால்யாம் பரதரம் ஹேமரூபம் சதுர் புஜம்
சக்திரூபம் கதாபத்மம் தாரயந்தம் கராம்புஜை !

### ஸ்தோத்திரம்

தரணீ கர்ப்ப சம்பூதம் வித்யுத்காந்தி ஸமப்ரபம்
குமாரம் சக்திஹஸ்தம் சமங்களம் ப்ரணமாம் யஹம்

## காயத்ரீ

ஓம் வீரத்வஜாய வித்மஹே
விக்ந ஹஸ்தாய தீமஹி
தந்நோ பௌம; ப்ரசோதயாத்

## அஷ்டோத்திரம்

1. ஓம் மஹிஸுதாய நம
2. ஓம் மஹாபாஹாய நம
3. ஓம் மங்களாய நம
4. ஓம் மங்களப்ரதாய நம
5. ஓம் மஹா வீராய நம
6. ஓம் மஹா சூராய நம
7. ஓம் மஹா பலபராக்ரமாய நம
8. ஓம் மஹா ரௌத்ராய நம
9. ஓம் மஹா பத்ராய நம
10. ஓம் மாந நீயாய நம
11. ஓம் தயாக ராய நம
12. ஓம் மாந தாய நம
13. ஓம் அபர்வணாய நம
14. ஓம் க்ரூராய நம
15. ஓம் தாபத்ர விவிர்ஜதாய நம
16. ஓம் ஸுப்ரதீபாய நம
17. ஓம் ஸுதாம் ரக்ஷாய நம
18. ஓம் ஸுப்ரமண்யாய நம
19. ஓம் ஸுகப்ரதாய நம

20. ஓம் வக்ர ஸ்தம்பாதி கமநாய நம
21. ஓம் வரேண்யாய நம
22. ஓம் வரதாய நம
23. ஓம் ஸுகிநே நம
24. ஓம் வீரபத்ராய நம
25. ஓம் விருபாக்ஷாய நம
26. ஓம் விதூரஸ்தாய நம
27. ஓம் விபாவஸவே நம
28. ஓம் நக்ஷத்திர சக்ர சஞ்சாரினே நம
29. ஓம் க்ஷத்ரபாய நம
30. ஓம் க்ஷாத்ர வர்ஜிதாய நம
31. ஓம் க்ஷயவிர்த்தி விநர்முக்தாய நம
32. ஓம் க்ஷிமாயுக்தாய நம
33. ஓம் விசக்ஷணாய நம
34. ஓம் அக்ஷிண பலதாய நம
35. ஓம் சதுர்வர்க்க பலப்ரதாய நம
36. ஓம் வீதராகாய நம
37. ஓம் வீதபயாய நம
38. ஓம் விஜ்வராய நம
39. ஓம் விஸ்வகாரணாய நம
40. ஓம் நக்ஷத்ர ராசி ஸஞ்சாராய நம
41. ஓம் நாநாய நிக்ருந்த நாய நம
42. ஓம் வந்தாருஜந மந்தாராய நம
43. ஓம் வக்ரா குஞ்சித மூர்த்தஜாய நம
44. ஓம் கமநீயாய நம
45. ஓம் தயாஸாராய நம

46. ஓம் கநத் கநக பூஷணாய நம
47. ஓம் பயக்நாயனாய நம
48. ஓம் பவ்யப் ரதாய நம
49. ஓம் பக்தா பய வரப்ரதாய நம
50. ஓம் ஸத்ரு ஹந்ரே நம
51. ஓம் சமோ பேதாய நம
52. ஓம் சரணாகத போஷனாய நம
53. ஓம் ஸாஹஸிநே நம
54. ஓம் சத்குணாத்யக்ஷாய நம
55. ஓம் ஸாதவே நம
56. ஓம் ஸமர துர்ஜயாய நம
57. ஓம் துஷ்டி தூராய நம
58. ஓம் சிஷ்ட பூஜ்யாய நம
59. ஓம் ஸர்வ கஷ்ட நிவாரகாய நம
60. ஓம் துச்சேஷ்டாவாரகாய நம
61. ஓம் துக்க பஞ்சநாய நம
62. ஓம் துர்த்தராய நம
63. ஓம் ஹரயே நம
64. ஓம் துஸ்வப்நஹந்த்ரே நம
65. ஓம் துர்தர் ஷாய நம
66. ஓம் துஷ்டகர்வ விமோசநாய நம
67. ஓம் பரத்வாஜ குலோத்பூஜாய நம
68. ஓம் பூஸுதாய நம
69. ஓம் பவ்ய பூஷணாய நம
70. ஓம் ரக்தாம் பராய நம
71. ஓம் ரக்த வபுஷே நம

72. ஓம் பக்தபால நதத்பராய நம
73. ஓம் சதுர் புஜாய நம
74. ஓம் கதாதாரிணே நம
75. ஓம் மேஷவாஹநாய நம
76. ஓம் மிதாசநாய நம
77. ஓம் சக்தி சூல தராய நம
78. ஓம் சக்தாய நம
79. ஓம் ஸாஸ்த்ர வித்யா விசாராய நம
80. ஓம் தார்க்கிகாய நம
81. ஓம் தாமஸாதாராய நம
82. ஓம் தபஸ்விநே நம
83. ஓம் தாம்ரலோசனாய நம
84. ஓம் தப்த காஞ்சன ஸங்காசாய நம
85. ஓம் ரக்தகினாஜல் கஸந்நிபாய நம
86. ஓம் கோத்ராதி தேவாய நம
87. ஓம் கோமத்யசராய நம
88. ஓம் குணவிபூஷணாய நம
89. ஓம் அஸ்ரு ஜே நம
90. ஓம் அங்காரகாய நம
91. ஓம் அவந்தி தேசாய நம
92. ஓம் ஜநார்த்தநாய நம
93. ஓம் ஸுர்யயாம் யப்ரதே சஸ்த்தாய நம
94. ஓம் யூநே நம
95. ஓம் யாம்ஹ ஹரின் முகாய நம
96. ஓம் த்ரிகோண மண்டல கதாய நம

97. ஓம் த்ரிதசாதி பஸந்நுதாய நம
98. ஓம் சுசயே நம
99. ஓம் சுசீகராய நம
100. ஓம் சூராய நம
101. ஓம் சுசீவச்யாய நம
102. ஓம் சுபாவஹாய நம
103. ஓம் மேஷவ்ருச்சிக ராசீயாய நம
104. ஓம் மேதாவிநே நம
105. ஓம் மித பாஷணாய நம
106. ஓம் ஸுதப்ரதாய நம
107. ஓம் ஸுருபாஷாய நம
108. ஓம் ஸர்வாபீஷ்ட பலப்ரதாய நம

நாநாவித பரிமள பத்ர புஷ்பாணி, நைவேத்யம்
சமர்ப்பயாமி

## சங்கல்பம் – யாக மூல மந்திரம்

மேஷவாஹநம்; தக்ஷிணாபிமுகம்; சதுர்புஜம்; கதா சூல சக்தி தரம்; அவந்தீ தேசாதிபதிம்; பரத்வாஜ கோத்திரம்; அக்ஷய ஸம்வத்ஸர; பல்குநீ நக்ஷத்திர ஜாதாம்; மேஷவ்ருச்சிக ராஜ்யாதிபதிம்; பௌம வாஸரப்ரயுக்தம் க்ரீடினம்; ஸுகாஸீநம்; பத்நீ புத்ர பரிவார ஸமேதம்; க்ரஹ மண்டலே; ப்ரவிஷ்டம்; அஸ்மிந் அதிகரணே; ஸுர்யக் கிரகஸ்ய தக்ஷிண திக்பாகே; த்ரிகோணாகார மண்டலே; ஆடகதாந்யஸ்யோபரி; பகவந்தம்; அங்காரக க்ரஹம் ஆவாஹயாமி;

அங்காரக க்ருகஸ்ய அதிதேவதாம்; ப்ருத்வீம்; ஸாங்கம் ஸாயுதம்; ஸவாஹனம்; சக்தீ பத்நீ புத்ர பரிவார ஸமேதம்;

அங்காரக கிரகஸ்ய; தக்ஷிணித; ப்ருத்வீம் ஆவாஹயாமி; ஸாங்கம்; ஸாயுதம்; ஸவாஹனம்; சக்தீ பத்நீ புத்ர பரிவார ஸமேதம்; அங்காரக க்ரஹஸ்ய ப்ரதி அதிதேவதாம்; அங்காரக கிரகஸ்யோத் தரத; க்ஷேத்திர பாலம் ஆவாஹயாமி.

செவ்வாய் கிரகத்திற்குரிய க்ஷேத்திரம் பழனி (அ) வைத்தீஸ்வரன் கோவில். அதிதேவதை பூமிதேவி. ப்ரதி அதிதேவதை முருகன். மேஷ, விருச்சிக லக்கின ராசிதாரர்கள் நித்திய பூஜையில் மேற்கண்ட ஸ்லோகங்களைப் பயன் படுத்தலாம். செவ்வாய் திசை நடப்புக்கு வருபவர்கள் மேலே குறிப்பிட்ட இரு க்ஷேத்திரங்களில் ஏதாவதொன்றுக்குச் சென்று முருகனை வழிபட்டு வர வேண்டும். செவ்வாய் கிரகத்தால் மட்டுமின்றி வேறு எக்கிரகத்தாலும் ஏற்பட்ட எந்நோய் களானாலும் வைத்தீஸ்வரன் கோவிலுக்கு நேர்ந்து கொள்ள நோய் குணமாகும். வைத்தீஸ்ரன் கோயில் செவ்வாய்க்கு தனி பிரதிஷ்டை உள்ளது.

செவ்வாய் திசை 7 வருட முழுதும் நற்பவளத்தால் பதிக்கப்பட்ட மோதிரத்தை அணிய உத்தமம். மேஷ விருச்சிக லக்கினதாரர்கள் எப்போதுமே நற்பவளத்தை அணிந்து கொள்ளலாம். செவ்வாய் கிரகம் வீரியம் மிக்கது. எனவே ஸ்தோத்திரங்கள் கூறும் போது தவறு இல்லாமல் நன்முறையில் உச்சரிக்க வேண்டும்.

## புதன்

### தியான ஸ்லோகம்

புதச் சதுர்பிர் வரதா பயஸி
கதாவஹந்தம் வரதம் ப்ரசாந்தம்
பீதப்ரபம் சந்த்ரஸுதம் ஸுரேட்யம்
ஸிம்ஹே நிஷண்ணம் புதமாச்ரயாமி

## ஸ்தோத்திரம்

ப்ரியங்கு கலிகாச்யாமம் ரூபேனோப்ரதிமம் புதம் ஸௌம்யம்
ஸௌம்ய குணோபேதம் தம்புதம் ப்ரணமாம்யம்.

## காயத்ரீ

ஓம் கஜத் வஜாய வித்மஹே
சுக ஹஸ்தாய தீமஹி
தந்நோ புத; ப்ரசோதயாத்

## அஷ்டோத்திரம்

1. ஓம் புதாய நம
2. ஓம் புதார்ச்சிதாய நம
3. ஓம் ஸௌம்யாய நம
4. ஓம் ஸௌம்ய சித்தாய நம
5. ஓம் சுபப்ரதாய நம
6. ஓம் த்ருடவ்ருதாய நம
7. ஓம் த்ருடபலாய நம
8. ஓம் ச்ருதிஜால ப்ரபோதாய நம
9. ஓம் ஸந்த்யா வாஸாய நம
10. ஓம் ஸத்ய வஸஸே நம
11. ஓம் ச்ரேய ஸாம்பதயே நம
12. ஓம் அவ்யாய நம
13. ஓம் ஸோம ஜாய நம
14. ஓம் ஸுகதாய நம

15. ஓம் ஸ்ரீமதே நம
16. ஓம் ஸோம வம்சப்ரதீகாய நம
17. ஓம் வேதவிதே நம
18. ஓம் வேத தத்வஜ்ஞாய நம
19. ஓம் வேதாந்த ஞான பாஸ்கராய நம
20. ஓம் வித்யா விசக்ஷனாய நம
21. ஓம் விதுஷே நம
22. ஓம் வித்வத் ப்ரதிகராய நம
23. ஓம் ருஜவே நம
24. ஓம் விச்வாநுகூல ஸஞ்சாராய நம
25. ஓம் விசேஷ விநாயாந் விதாய நம
26. ஓம் விவிதாகம ஸாரஜ்ஞாய நம
27. ஓம் வீர்யவதே நம
28. ஓம் விகதஜ்வராய நம
29. ஓம் த்ரிவர்க்கப் பலதாய நம
30. ஓம் அநந்தாய நம
31. ஓம் த்ரித சாதிப பூஜிதாய நம
32. ஓம் புத்திமதே நம
33. ஓம் பஹுசாஸ்த்ரஜ் ஞாய நம
34. ஓம் பலிநே நம
35. ஓம் பந்த விமோசகாய நம
36. ஓம் வக்ராதி வக்ரகமநாய நம
37. ஓம் வாஸ வாய நம
38. ஓம் வஸுதாதிபாய நம
39. ஓம் ப்ரஸந்த வதநாய நம
40. ஓம் வந்த்யாய நம

41. ஓம் வரேண்யாய நம
42. ஓம் வாக் விலக்ஷணாய நம
43. ஓம் ஸத்யவதே நம
44. ஓம் ஸத்ய ஸங்கல்பாய நம
45. ஓம் ஸத்ய பந்தவே நம
46. ஓம் ஸதாதராய நம
47. ஓம் ஸர்வ ரோகப்ரசமனாய நம
48. ஓம் ஸர்வமிருத்யு நிவாரகாய நம
49. ஓம் வாணிஜ்ய நிபுணாய நம
50. ஓம் வச்யாய நம
51. ஓம் வாதாங்காய நம
52. ஓம் வாதரோகஹ்ருதே நம
53. ஓம் ஸ்த்தூலாய நம
54. ஓம் ஸத்தைர்ய குணாத்யக்ஷாய நம
55. ஓம் ஸ்தூல குஷ்மாதி காரணாய நம
56. ஓம் அப்ரகாசாய நம
57. ஓம் ப்ரகாஸாத் மநே நம
58. ஓம் கதாய நம
59. ஓம் ககந பூஷணாய நம
60. ஓம் விதிஸதுத்யாய நம
61. ஓம் விசாலாக்ஷய நம
62. ஓம் வித்வஜ்ந மநோஹராய நம
63. ஓம் சாருசீலாய நம
64. ஓம் ஸ்வ ப்ரகாசாய நம
65. ஓம் சபலாய நம
66. ஓம் ஜிதேந்த்ராய நம

67. ஓம் உதங் முகாய நம
68. ஓம் மகாஸக்தாய நம
69. ஓம் மகதாதிபதயே நம
70. ஓம் ஸரயே நம
71. ஓம் ஸெளம்யவத்ஸர ஸஞ்ஜாதாய நம
72. ஓம் ஸோமப்ரியகராய நம
73. ஓம் மஹதே நம
74. ஓம் ஸிம்ஹாதிரூடாய நம
75. ஓம் ஸர்வஞ்ஞாய நம
76. ஓம் சிகிவர்ணாய நம
77. ஓம் சிவங்கராய நம
78. ஓம் பீதாம்பராய நம
79. ஓம் பீதவபுஷே நம
80. ஓம் பீதச் சத்ர த்வதாங்கிதாய நம
81. ஓம் கட்கசர்மதராய நம
82. ஓம் கார்ய கர்த்தரே நம
83. ஓம் கலுஷ ஹாரகாய நம
84. ஓம் ஆத்ரேய கோத்ரஜாய நம
85. ஓம் அத்யந்த விநாயாய நம
86. ஓம் விச்வ பாவநாய நம
87. ஓம் சாம்பேய புஷ்ப சங்காசாய நம
88. ஓம் சாரணாய நம
89. ஓம் வீதராகாய நம
90. ஓம் வீதபயாய நம
91. ஓம் விசுத்த கநக ப்ரபாய நம
92. ஓம் சாரு பூஷணாய நம

93. ஓம் பந்துப்ரியாய நம
94. ஓம் பந்துயுக்பாய நம
95. ஓம் பாணமண்டல ஸம்ச்ரிதாய நம
96. ஓம் அர்கேசாந நிவர்ஸஸ்த்தாய நம
97. ஓம் தர்க்க சாஸ்திரவிஸாரதாய நம
98. ஓம் ப்ரசாந்தாய நம
99. ஓம் ப்ரீதி சம்யுக்தாய நம
100. ஓம் ப்ரியக்ருதே நம
101. ஓம் ப்ரியபூஷணாய நம
102. ஓம் மேதாவிநே நம
103. ஓம் மாதவாஸக்தாய நம
104. ஓம் மிதுநாதி பத்யே நம
105. ஓம் ஸுதியே நம
106. ஓம் கந்யாராசி ப்ரியாய நம
107. ஓம் காமப்ரதாய நம
108. ஓம் கந பாலாச் ரயாய நம

நாநாவித பரிமள பத்ர புஷ்பாணி நைவேத்யம்
சமர்ப்பயாமி

## சங்கல்பம் – யாக மூல மந்திரம்

சிம்ஹ வாஹனம்; உதங்முகம்; மகத தேசாதிபதிம்; சதுர்புஜம்; கட்க ஸர்மாம் பரதரம்; ஆத்ரேய கோத்திரம்; ஸௌம்ய சம்வத்சர வைசாக சுக்ல ஏகாதஸ்யாம்; உத்தர பல்குநீ நக்ஷத்திர ஜாதாம்; கந்யா, மிதுன ராஜ்யாதிபதிம்; ஸௌம்ய வாஸர ப்ரயுக்தம்; க்ரீடீனம்; ஸுகாஸீநம்; பத்நீ புத்ர பரிவார

ஸமேதம்; க்ரஹ மண்டலே; ப்ரவிஷ்டம் அஸ்மின் அதிகரணே; ஸுர்யக் கிரகஸ்ய ஈசான்ய திக்பாகே; பானாகார மண்டலே; முத்க தாந்யஸ் யோபரி; பகவந்தம் புத க்ரஹம் ஆவாஹயாமி;

புத க்ரஹஸ்ய தக்ஷிணத விஷ்ணும் ஆவாஹயாமி; ஸாங்கம்; ஸாயுதம்; ஸவாஹனம்; சக்தீபத்நீ புத்ர பரிவார ஸமேதம்; புத க்ரஹஸ்ய அதிதேவதாம்; புத க்ரஹஸ்ய உத்தரதம்; நாராயணம் ஆவாஹயாமி;

புதக் கிரகத்தின் அதிதேவதை, ப்ரதி அதிதேவதை இரண்டும் ஸ்ரீ மகாவிஷ்ணுவே. எல்லா பெருமாள் கோயிலும் க்ஷேத்திரம்தான். சிலர் மதுரை என்று கூறுவார்கள். அது தவறு. சொக்கநாதருக்கும் புதனுக்கும் சற்றும் சம்பந்தம் இல்லை என்பதை மேலேயுள்ள யாக மந்திரத்தின் மூலம் அறியலாம். எனவே விஷ்ணு கோவில்களில் தலை சிறந்ததான திருப்பதியே புதனுக்கு உகந்த க்ஷேத்திரம். காஞ்சி வரதராஜப் பெருமாள் ஆலயமும், ஸ்ரீரங்கமும் கூட க்ஷேத்திரமாகக் கொள்ளலாம். நித்திய பூஜையில் மேற்படி ஸ்லோகங்களைப் பயன்படுத்த ஆலோசனை கூறுவதுடன், மிதுன, கன்யா லக்கினதாரர்கள். மற்றும் புதன் திசை நடப்பில் உள்ளவர்கள் ஐம்பொன்னால் செய்த மோதிரத்தைப் பயன்படுத்துதல் சிறப்பு.

புதனின் தனி க்ஷேத்திரம் சீர்காழி அருகில் உள்ள திருவெண்காடு ஆகும்.

## குரு பகவான்

### தியான ஸ்லோகம்

வராக்ஷ மாலா தண்டஞ்ச கமண்டலுதரம் விபும்
புஷ்பராகாஞ்சிதம் பீதம்; வரதம் பாவயேத் குரும்

## ஸ்தோத்திரம்

தேவானாஞ்ச ரிஷீனாஞ்ச குரும் காஞ்சன சந்நிபம்
பக்தி பூதம் த்ரி லோகேஸம் தம் நமாமி ப்ருகஸ்பதிம்

## காயத்ரீ

ஓம் வ்ருஷப த்வஜாய வித்மஹே
க்ருணி ஹஸ்தாய தீமஹி
தந்தோ குரு; ப்ரசோத யாத்

## அஷ்டோத்திரம்

1. ஓம் குரவே நம
2. ஓம் குணகராய நம
3. ஓம் கோப்த்ரே நம
4. ஓம் கோசராய நம
5. ஓம் கோபதிப்ரியாய நம
6. ஓம் குணிநே நம
7. ஓம் குணவதாம் ச்ரேஷ்டாய நம
8. ஓம் குருணாம குரவே நம
9. ஓம் அவ்யாய நம
10. ஓம் ஜேத்ரே நம
11. ஓம் ஜயந்தாய நம
12. ஓம் ஜயதாய நம
13. ஓம் ஜீவாய நம
14. ஓம் அநந்தாய நம
15. ஓம் ஜயாஹாய நம

| | | |
|---|---|---|
| 16. | ஓம் | ஆங்கிரஸாய நம |
| 17. | ஓம் | அத்வரா ஸக்தாய நம |
| 18. | ஓம் | விவிக் தாப நம |
| 19. | ஓம் | அத்தரக்ருத் பராய நம |
| 20. | ஓம் | வாசஸ்பதயே நம |
| 21. | ஓம் | வசிநே நம |
| 22. | ஓம் | வச்யாய நம |
| 23. | ஓம் | வரிஷ்டாய நம |
| 24. | ஓம் | வாக் விசக்ஷணாய நம |
| 25. | ஓம் | சித்த சுத்திகராய நம |
| 26. | ஓம் | ஸ்ரீ மதே நம |
| 27. | ஓம் | சைத்ராய நம |
| 28. | ஓம் | சிக்ர சிகண்டி ஜாய நம |
| 29. | ஓம் | ப்ரஹத் பாநவே நம |
| 30. | ஓம் | ப்ருஹஸ்பதயே நம |
| 31. | ஓம் | அபீஷ்டதாய நம |
| 32. | ஓம் | ஸுராசார்யாய நம |
| 33. | ஓம் | ஸுராராத்யாய நம |
| 34. | ஓம் | ஸுகார்யகரு தோத்யமான நம |
| 35. | ஓம் | கீர்வாண பேஷ காய நம |
| 36. | ஓம் | தந்யாய நம |
| 37. | ஓம் | கீஷ்பதயே நம |
| 38. | ஓம் | கிரிசாய நம |
| 39. | ஓம் | அநகாய நம |
| 40. | ஓம் | தீவராய நம |
| 41. | ஓம் | திஷனாய நம |

42. ஓம் திவ்ய பூஜிதாய நம
43. ஓம் தேவ பூஜிதாய நம
44. ஓம் தநூர்த்தராய நம
45. ஓம் தைத்ய ஹந்த்ரே நம
46. ஓம் தயா ஸாராய நம
47. ஓம் தயாகராய நம
48. ஓம் தாரித்ரிய நாசகாராய நம
49. ஓம் தந்யாய நம
50. ஓம் தக்ஷிணாயந ஸம்பவாய நம
51. ஓம் தநூர் மீனாதிபாய நம
52. ஓம் தேவாய நம
53. ஓம் தநூர் பணதராய நம
54. ஓம் ஹரயே நம
55. ஓம் அங்கிரோ வர்ஷ ஸஞ்சிதாய நம
56. ஓம் அங்கிர குலஸம்பவாய நம
57. ஓம் ஸிந்து தேசாதிபாய நம
58. ஓம் தீமதே நம
59. ஓம் ஸ்வர்ண காயாய நம
60. ஓம் சதுர்புஜாய நம
61. ஓம் ஹேமாந்தாய நம
62. ஓம் ஹேம வபுஷே நம
63. ஓம் ஹேம பூஷணாய பூஷிதாய நம
64. ஓம் புஷ்ப நாதாய நம
65. ஓம் புஷ்பராக மணிமண்டப மண்டிதாய நம
66. ஓம் காச புஷ்ப ஸமாநா பாய நம
67. ஓம் இந்த்ராத்யமர ஸங்க பாய நம

68. ஓம் அஸ்மாந பலாய நம
69. ஓம் ஸத்வ குண ஸம்பத்வி பாவஸவே நம
70. ஓம் பூஸுரா பீஷ்டதாய நம
71. ஓம் பூரியஸஸே நம
72. ஓம் புண்ய விவர்த்த நாய நம
73. ஓம் தர்ம ரூபாய நம
74. ஓம் தநநாத்ய க்ஷாய நம
75. ஓம் தந நாதாய நம
76. ஓம் தர்ம பாலநயா நம
77. ஓம் ஸர்வ வேதார்த்த தத்வஜ் ஞாய நம
78. ஓம் ஸர்வா பதவி நிவாரகாய நம
79. ஓம் ஸர்வபாபப்ரசமனாய நம
80. ஓம் ஸ்வமதா நுகதாமராய நம
81. ஓம் ரிக்வேத பாரகாய நம
82. ஓம் ரிக்ஷராசி மார்க ப்ரசாரவதே நம
83. ஓம் ப்ருகத் ராதாய நம
84. ஓம் ஸதாநந்தாய நம
85. ஓம் ஸத்ய ஸந்தாய நம
86. ஓம் ஸத்ய ஸங்கல்ப மாநஸாய நம
87. ஓம் ஸர்வாகமஜ்ஞான நம
88. ஓம் ஸர்வ வேதாந்த விதே நம
89. ஓம் ப்ரம்ஹ புத்ராய நம
90. ஓம் ப்ராஹ்மணேசாய நம
91. ஓம் ப்ரஹ்ம வித்யா விசாரதாய நம
92. ஓம் ஸமா நாதிக நிர்முக்தாய நம
93. ஓம் ஸர்வ லோக வசம் வதாய நம

94. ஓம் ஸஸுராஸுர கந்தர்வ வந்திதாய நம
95. ஓம் ஸர்வஜ் ஞாய நம
96. ஓம் ஸத்ய பாஷனாய நம
97. ஓம் ப்ருஹஸ் பதயே நம
98. ஓம் ஸுரா சார்யாய நம
99. ஓம் தயாவதே நம
100. ஓம் சுபலக்ஷனாய நம
101. ஓம் லோகத்ராய குரவே நம
102. ஓம் ஸ்ரீ மதே நம
103. ஓம் ஸர்வகாய நம
104. ஓம் ஸர்வ மேதாவிபவே நம
105. ஓம் ஸர்வேச்வராய நம
106. ஓம் ஸர்வதாய நம
107. ஓம் ஸர்வதா துஷ்டாய நம
108. ஓம் ஸர்வ பூஜிதாய நம

நாநாவித பரிமள பத்ர புஷ்பாணி நைவேத்யம்
ஸமர்ப்பயாமி

## சங்கல்பம் – யாக மூல மந்திரம்

உத்ராபிமுகம்; பத்மாஸநஸ்தம்; சதுர்புஜம்; தண்டாக்ஷ மாலாதாரிணம்; ஸிந்துத்வீப தேசாதிபதிம்; ஆங்கிரீஸ கோத்ரம்; ஸௌம்ய ஸம்வத்ஸரம்; த்வாதச்யாம்; தனிஷ்டா நக்ஷத்திர ஜாதாநாம்; தநூர் மீன ராஜ்யாதி பதிம்; குருவார ப்ரயுக்தம்; கிரீடினம், ஸுகாஸீனம்; பத்னி புத்ர பரிவார ஸமேதம்; க்ரஹ மண்டலே; ப்ரவிஷ்டம்; அஸ்மின் அதிகரணே; சூர்யக்ரஹோப்தரஸ்ய

ஈசான்ய திக் பாகே; தீர்க்க சதுரச்ர மண்டலே; சணக தாந்யஸ்யோபரி; ப்ருகஸ்பதி க்ரஹ ஆவாஹயாமி; ப்ருகஸ்பதி க்ருஹ அதிதேவதாம் இந்த்ர மருத்வம்; ஸாங்கம்; ஸாயுதம்; ஸவாஹனம்; சக்தீ பத்னீபுத்ர பரிவார ஸமேதம்; ப்ருகஸ்பதி க்ரஹஸ்ய தக்ஷிணத; இந்த்ர மருத்வம் ஆவாஹயாமி; ப்ருகஸ்பதி க்ரஹ ப்ரதி அதிதேவதாம் ப்ருஹ்மானம்; ப்ருஹஸ்பதி க்ரஹஸ்ய உத்தரத ப்ரஹ்மானம் ஆவாஹயாமி.

குரு தேவருக்குரிய க்ஷேத்திரங்கள் திருச்செந்தூர், ஆலங்குடி. அதிதேவதை இந்திரன். ப்ரதி அதிதேவதை பிரும்மா. ஆயினும் வணங்க வேண்டிய தெய்வம் தக்ஷிணாமூர்த்தி. நித்திய பூஜையில் மேற்படி ஸ்லோகங்களைக் கூறலாம். குரு பகவான் எளிதில் திருப்தியடையக் கூடியவரல்ல. குருவைப் பற்றிய விவரங்களை முன்பே கூறியுள்ளேன். எனவே குரு ப்ரீதி செய்து கொள்ள வேண்டிய அவசியம் ஏற்பட்டால் வீட்டில் செய்து கொள்வதை விட க்ஷேத்திரங்களில் செய்து கொள்வதே நன்மை. தேவகுரு என்பதால் ஸ்தோத்திரங்களையும், அஷ்டோத்திரத் தையும், சங்கல்பத்தையும் தெளிவாக ஸ்பஷ்டமாக உச்சரிக்க வேண்டும். சமஸ்கிருதத்தை உச்சரிப்பதே தனிக் கலை. அது எல்லோராலும் இயலக்கூடியதல்ல. ஆலயங்களில் உள்ள அர்ச்சகர்களில் சிலர் அஷ்டோத்திரங்களை ஏதோ கடமைக்கு சொல்வதைப் போல் தெளிவில்லாமல் ஸ்பஷ்டமில்லாமல் உச்சரிக்கின்றார்கள். அது மிகவும் தவறு. காரணம் சமஸ்கிருத ஸ்லோகங்கள் யாவும் நாம் வேண்டுவது, அதாவது யாசிப்பது போன்றது. தமிழ்ப் பாடல்கள் யாவும் போற்றிப் பாடுவது. இரண்டிற்கும் பெரும் வித்தியாசம் உள்ளது. யாசிப்பவன் பவ்யமாக அடக்கமாக உச்சரிக்க வேண்டும். போற்றுபவன் கம்பீரமாகக் கூறலாம். இதில் பல நுணுக்கங்கள் உள்ளன. எந்த எந்த ஸ்லோகங்களை எந்த விதத்தில் கூற வேண்டும் என்று

தெளிவான வரையறை உள்ளது. குருவுக்கு தனி ப்ரதிஷ்டை உள்ள கோவில் தஞ்சாவூர் அருகில் உள்ள தென்குடி - திட்டை வசிஷ்டேஸ்வரர் கோவிலாகும்.

குரு திசை நடப்பில் உள்ளவர்களும், தனுசு, மீன லக்கின ராசிதாரர்களும் புஷ்பராகக் கல்லைப் பொன் மோதிரத்தில் பதித்து அணிந்து கொள்ளலாம். ஜாதகத்தில் குருவின் நிலை சரியில்லாத வர்களுக்கு குரு ப்ரீதி செய்து கொள்வது அவசியம். அனைத்து கிரகங்களும் வலுவிழந்த நிலையில் குரு ஒருவரின் கடாட்சம் இருந்தாலே போதும். எப்படியும் ஒரு உயர்வு கிட்டிவிடும்.

## சுக்கிரன்

### தியான ஸ்லோகம்

ஜடிலம் சாக்ஷஸூத்ரஞ்ச வரதண்ட கமண்டலும்
ச்வேத வஸ்த்ரா வ்ருதம் சுக்ரம்; த்யாயேத் தாநவ பூஜிதம்

### ஸ்தோத்திரம்

ஹிமகுந்த ம்ருணாலாபம் தைத்யாநாம் பரமம் குரும்
ஸர்வ சாஸ்திர ப்ரவக்தாரம் பார்க்கவம் ப்ரணமாம் யஹம்

### காயத்ரீ

ஓம் அச்வ த்வஜாய வித்மஹே
தநூர் ஹஸ்தாய தீமஹி
தந்நோ சுக்ர; ப்ரசோதயாத்

## அஷ்டோத்திரம்

1. ஓம் சுக்ராய நம
2. ஓம் சுசயே நம
3. ஓம் சுப குணாய நம
4. ஓம் சுபதாய நம
5. ஓம் ஸுபலக்ஷனாய நம
6. ஓம் சோப நக்ஷாய நம
7. ஓம் ஸுப்ர வாஹாய நம
8. ஓம் சுத்த ஸ்படிக பாஸ்வராய நம
9. ஓம் தீனார்த்தி ஹாரகாய நம
10. ஓம் தைத்ய குரவே நம
11. ஓம் தேவாபி வந்திதாய நம
12. ஓம் காவ்யா ஸக்தாய நம
13. ஓம் காம பாலாய நம
14. ஓம் கவயே நம
15. ஓம் கல்யாண தாயகாய நம
16. ஓம் பத்ரமூர்த்தயே நம
17. ஓம் பத்ரகுணாய நம
18. ஓம் பார்க்கவாய நம
19. ஓம் பக்த பாலநாய நம
20. ஓம் போக தாய நம
21. ஓம் புவநாத்யக்ஷாய நம
22. ஓம் புத்தி முக்தி பலப்ரதாய நம
23. ஓம் சாருசீலாய நம
24. ஓம் சாரு ரூபாய நம

25. ஓம் சாரு சந்த்ர நிபாநநாய நம
26. ஓம் நிதயே நம
27. ஓம் நிகில ஸாஸ்திரஜ்ஞாய நம
28. ஓம் நீதிவித்யா துரந்தராய நம
29. ஓம் ஸர்வ லக்ஷண ஸம்பந்தாய நம
30. ஓம் ஸர்வாவ குணவர்ஜிதாய நம
31. ஓம் ஸமநாதிக நிர்முக்தாய நம
32. ஓம் ஸகலாகம பாரகாய நம
33. ஓம் ப்ருகவே நம
34. ஓம் போக கராய நம
35. ஓம் பூமிஸுர பாலந தத்பராய நம
36. ஓம் மாநஸ் விநே நம
37. ஓம் மாநதாய நம
38. ஓம் மாந்யாய நம
39. ஓம் மாயாதீதாய நம
40. ஓம் மஹாயாஸே நம
41. ஓம் பலிப்ரஸந்நாய நம
42. ஓம் அபயதாய நம
43. ஓம் பலிநே நம
44. ஓம் ஸத்ய பராக்ரமாய நம
45. ஓம் பவபாச பரித்யாகாய நம
46. ஓம் பவிபந்த விமோசகாய நம
47. ஓம் கநாசாயாய நம
48. ஓம் கநாத்யக்ஷாய நம
49. ஓம் கம்புக் ரீவாய நம
50. ஓம் கலாதராய நம

51. ஓம் காருண்யரஸ ஸம்பூர்ணாய நம
52. ஓம் கல்யாண குணவர்த்தநாய நம
53. ஓம் ச்வேதாம்பராய நம
54. ஓம் ச்வேத வபுஷே நம
55. ஓம் சதுர்புஜ ஸமந்விதாய நம
56. ஓம் அக்ஷ மாலாதராய நம
57. ஓம் அசிந்த்யாய நம
58. ஓம் அக்ஷீண குணபாஸுராய நம
59. ஓம் நக்ஷத்ர கணசஞ்சாரிணே நம
60. ஓம் நயதாய நம
61. ஓம் நீதி மார்கதாய நம
62. ஓம் வர்ஷப்ரதாய நம
63. ஓம் ஹ்ருஷீகேசாய நம
64. ஓம் க்லேச நாசகாராய நம
65. ஓம் கவவே நம
66. ஓம் சித்திதார்த்த ப்ரதாய நம
67. ஓம் சாந்த மதே நம
68. ஓம் சித்த ஸமாதிக்ருதே நம
69. ஓம் ஆதிவ்யாதி ஹராய நம
70. ஓம் பூரி விக்ரமாய நம
71. ஓம் புண்யதாயகாய நம
72. ஓம் புராண புருஷாய நம
73. ஓம் பூஜ்யாய நம
74. ஓம் புரு ஹீதாதி ஸந்துதாய நம
75. ஓம் அஜேயாய நம
76. ஓம் விஜிதாராதயே நம

77. ஓம் விவித பரணோஜ்வலாய நம
78. ஓம் குந்த புஷ்ப ப்ரதீகாகாய நம
79. ஓம் மந்தஹாஸாய நம
80. ஓம் மஹாமதயே நம
81. ஓம் முக்தா பல ஸமானா பாய நம
82. ஓம் முக்திதாய நம
83. ஓம் முநிஸிந்துதாய நம
84. ஓம் ரத்ந ஸிம்ஹாஸநாரூபாய நம
85. ஓம் ரதஸத்தாய நம
86. ஓம் ரஜதப்ரபாய நம
87. ஓம் ஹர்யப்ராக்தேச ஸஞ்சாராய நம
88. ஓம் ஹரஸத்ரு ஹஹ்ருதே நம
89. ஓம் கவயே நம
90. ஓம் துலா வ்ருஷப் பராசீ சாய நம
91. ஓம் துர்த்தராய நம
92. ஓம் தர்ம பாலகாய நம
93. ஓம் பாக்யதாய நம
94. ஓம் பவ்ய சாரித்ராய நம
95. ஓம் பவபாச விமோசகாய நம
96. ஓம் கௌட தேசச்வராய நம
97. ஓம் கோப்த்ரே நம
98. ஓம் குணிநே நம
99. ஓம் குணவிபூஷணாய நம
100. ஓம் ஜ்யேஷ்டா நக்ஷத்ர ஸம்பூதாய நம
101. ஓம் ஜ்யேஷ்டாய நம
102. ஓம் ச்ரேஷ்டாய நம

103. ஓம் கசிஸ மிதாய நம
104. ஓம் அபவர்கப்ரதாய நம
105. ஓம் அநந்தாய நம
106. ஓம் ஸந்தான பலதாயகாய நம
107. ஓம் ஸர்வையப்ரதாய நம
108. ஓம் ஸர்வ கீர்வாண கணஸந்நுதாய நம

நாநாவித பரிமள பத்ர புஷ்பாணி, நைவேத்யம் ஸமர்ப்பயாமி

## சங்கல்பம் – யாக மூல மந்திரம்

பூர்வாபிமுகம்; பத்மாநஸ்தம்; சதுர்புஜம்; தண்டாக்ஷ மாலா ஜடாவல் கலதாரிணம்; காம்போஜ தேசாதிபதிம்; பார்க்கவ கோத்திரம்; மந்மத ஸம்வத்ஸர; தஸம்யாம்; புஷ்ய நக்ஷத்திர ஜாதாம்; துலா வ்ருஷப ராஜ் யாதிபதிம்; கிரீடீனம்; ஸுகாஸீனம்; சக்தி பத்நீ புத்ர பரிவார ஸமேத க்ரஹ மண்டலே; ப்ரவிஷ்டம்; அஸ்மிந்; அதிகரணே; ஸுர்யக்கிரகஸ்ய ப்ராக்திக்பாகே; பஞ்சகோணாகார மண்டலே; ராஜமயஷ தாந்யஸ்யோபரி; சுக்ர க்ரஹம் ஆவாஹயாமி; சுக்ர க்ரஹ அதிதேவதாம் இந்த்ராணீம்; ஸாங்கம்; ஸாயுதம்; ஸவாஹனம்; சக்தீ பத்நீ புத்ர பரிவார ஸமேதம்; சுக்ர க்ரஹஸ்த தக்ஷிணத; சுக்ர க்ரஹ ப்ரதி அதி தேவதாம்; சுக்ர க்ரஹஸ்ய உத்தரத; இந்த்ரம் ஆவாஹயாமி;

சுக்ரனுக்கு அதிதேவதை இந்திராணி; ப்ரதி அதிதேவதை இந்திரன். இவர்களுக்கு க்ஷேத்திரம் இல்லை. எனவே அம்பாளை வழிபடுதலே சுக்ரனுக்கு உகந்ததாகும். ஸ்ரீரங்கம் மட்டும்தான் க்ஷேத்திரம் என்பது ஒப்புக்கொள்ளக் கூடியதாக

இல்லை. எனவே காஞ்சி காமாட்சி ஆலயமும் சுக்கிரனுக்குச் சிறந்த க்ஷேத்திரமாகக் கொள்ள வேண்டியுள்ளது.

ரிஷப, துலா லக்னதாரர்களும், சுக்ர திசை நடப்பில் உள்ளவர்களும் நல்ல வைரம் பதித்த மோதிரத்தை அணிவது நன்மையளிக்கும்.

நித்திய பூஜையில் மேற்கண்ட ஸ்லோகங்களைப் பாராயணம் செய்வது நன்மையளிக்கும். சூரியனார் கோவில் அருகில் உள்ள கஞ்சனூர் அக்கினேஸ்வரர் கோவில் சுக்கிர க்ஷேத்திரமாகும்.

## சனி

### தியான ஸ்லோகம்

நீலாம்பரோ நீலவபு; க்ரீடி க்ருத்ரஸ்தித; த்ராஸகர; தநுஷ்மாந்
சதுர்புஜ; சூர்யஸுத; ப்ராசாந்த; ஸதாஸ்து மஹ்யம் வரத ப்ரஸந்த

### ஸ்தோத்திரம்

நீலாஞ்சன ஸமாபாசம் ரவிபுத்ரம் யமாக்ரஜம்
சாயா மார்த்தாண்ட ஸம்பூதம்; தம்நமாமி சநைச்சரம்

### காயத்ரீ

ஓம் காக த்வஜாய வித்மஹே
கட்க ஹஸ்தாய தீமஹி
தந்நோ மந்த; ப்ரசோத யாத்

## அஷ்டோத்திரம்

1. ஓம் சனைச்சராய நம
2. ஓம் சாந்தாய நம
3. ஓம் ஸர்வா பீஷ்டப்ரதாயிநே நம
4. ஓம் சரண்யாய நம
5. ஓம் வரேண்யாய நம
6. ஓம் ஸர்வேசாய நம
7. ஓம் ஸெளம்யாய நம
8. ஓம் ஸுர வந்த்யாய நம
9. ஓம் ஸுர லோக விஹாரிணே நம
10. ஓம் ஸுகாஸ நோபவிஷ்டாய நம
11. ஓம் ஸுந்தராய நம
12. ஓம் கதாய நம
13. ஓம் கதா ரூபாய நம
14. ஓம் கணா பரண தாரிணே நம
15. ஓம் கநசாரவிலே பாய நம
16. ஓம் கத்யோதாய நம
17. ஓம் மந்தாய நம
18. ஓம் மந்த சேஷ்டாய நம
19. ஓம் மஹ நீய குணாத்மநே நம
20. ஓம் மாத்ய பாவத பாதாய நம
21. ஓம் மஹேசாய நம
22. ஓம் சாயா புத்ராய நம
23. ஓம் சர்வாய நம
24. ஓம் சத தூணிர தாரிணே நம

25. ஓம் ஸரஸ்திரஸ்வ பாவாய நம
26. ஓம் அசஞ்சலாய நம
27. ஓம் நீலவர்ணாய நம
28. ஓம் நித்யாய நம
29. ஓம் நீலாஞ்சன நிபாய நம
30. ஓம் நீலாம்பர விபூஷாய நம
31. ஓம் நிச்சலாய நம
32. ஓம் வேத்யாய நம
33. ஓம் விதிரூபாய நம
34. ஓம் விரோதா தார பூமியே நம
35. ஓம் பேதாஸ்பத ஸ்பவ பாவாய நம
36. ஓம் வஜ்ர தேகாய நம
37. ஓம் வைராக்ய தாய நம
38. ஓம் வீராய நம
39. ஓம் வீத ரோக பயாய நம
40. ஓம் விபத்பரம்பரேசாய நம
41. ஓம் விச்வந்த் யாய நம
42. ஓம் க்ருத்ர வாஹாய நம
43. ஓம் கூடாய நம
44. ஓம் கூர்மாங்காய நம
45. ஓம் குரூபிணே நம
46. ஓம் குத்ஸிதாய நம
47. ஓம் குனோட்யாய நம
48. ஓம் கோசாராய நம
49. ஓம் அவித்யா மூல நாசாய நம
50. ஓம் விந்மயா வித்யா ஸ்வரூபிணே நம

51. ஓம் ஆயுஷ்ய காரணாய நம
52. ஓம் ஆபதுத்தர்த்தரே நம
53. ஓம் விஷ்ணு பக்தாய நம
54. ஓம் வசிநே நம
55. ஓம் விவிதாகம வேதிநே நம
56. ஓம் விதிஸ்துத்யாய நம
57. ஓம் வந்த்யாய நம
58. ஓம் விருபாஷாய நம
59. ஓம் வரிஷ்டாய நம
60. ஓம் கரிஷ்டாய நம
61. ஓம் வஜ்ராங்கு சதராய நம
62. ஓம் வரதா பயஹஸ்தாய நம
63. ஓம் வாமநாய நம
64. ஓம் ஜ்யேஷ்டா பத்நீ ஸமேதாய நம
65. ஓம் ச்ரெளஷ்டாய நம
66. ஓம் மிதபாஷிணே நம
67. ஓம் கஷ்டெளக நாசகர்த்ரே நம
68. ஓம் புஷ்டிதாய நம
69. ஓம் ஸ்துத்யாய நம
70. ஓம் ஸ்தோத்திர கம்யாய நம
71. ஓம் பக்த வச்லாய நம
72. ஓம் பாநவே நம
73. ஓம் பாநு புத்ராய நம
74. ஓம் பவ்யாய நம
75. ஓம் பாவநாய நம
76. ஓம் துநுர் மண்டல ஸம்ஸ்த்யாய நம

77. ஓம் தநதாய நம
78. ஓம் தநுஷமதே நம
79. ஓம் தநுப்ரகாச தேகாய நம
80. ஓம் தாமஸாய நம
81. ஓம் அக்ஷய ஜநவந்த யாய நம
82. ஓம் வியேஷ பல தாயிநே நம
83. ஓம் வகீக்ருத ஜநேசாய நம
84. ஓம் பசூநாம் பதயே நம
85. ஓம் கேசராய நம
86. ஓம் ககேசாய நம
87. ஓம் கந நீலாம்பராய நம
88. ஓம் காடிந்ய மாநஸாய நம
89. ஓம் ஆர்ய கண ஸ்துத்யாய நம
90. ஓம் நீலச்சத்ராய நம
91. ஓம் நித்யாய நம
92. ஓம் நிர்குணாய நம
93. ஓம் குணாத்மநே நம
94. ஓம் நிராமயாய நம
95. ஓம் நந்த்யாய நம
96. ஓம் வந்த நீயாய நம
97. ஓம் தீரய நம
98. ஓம் திவ்ய தேகாய நம
99. ஓம் தீ நார்த்தி ஹரனாய நம
100. ஓம் ஸத்ரு நாசகராய நம
101. ஓம் ஆர்ய ஜனகன்யாய நம
102. ஓம் ஓம் க்ருராய நம

103. ஓம் க்ரூர சேஷ்டாய நம
104. ஓம் காமக்ரோத கராய நம
105. ஓம் களத்ர புத்ர சத்ருத்வ கரணாய நம
106. ஓம் பரிபோஷித பக்தாய நம
107. ஓம் பரபீதி ஹராய நம
108. ஓம் பக்தஸங்கம நோபீஷ்ட பலதாய நம

நாநாவித பரிமள பத்ர புஷ்பாணி, நைவேத்யம் ஸமர்ப்பயாமி

## சனி ப்ரீதி ஸ்தோத்திரம்

நம க்ருஷ்ணாய நீலாய ஸிதிகண்ட நிபாயஸ
நம காலக் நிருபாய க்ருதாந்தாய சவை நம 2

நமோ நிர்மால்ய தேஹாய தீர்க்கஸ்மஸ்ருஜடாயச
நமோ விஸாலநேத்ராய ஸுஸ்கோதர பயாக்ருதே 4

நம புஷ்கல காத்ராய ஸ்தூலரோம்ணேதவை நம
நமோ தீர்காய ஸுஷ்காய காய காலதம்ஷ்ட்ரே நமோஸ்துதே 6

நமஸ்தே கோடராக்ஷய துர்நிர்க்ஷயாய வை நம
நமோ கோராய ரௌத்ராய பீக்ஷணாய கபாலிநே 8

நமஸ்தே ஸர்லபக்ஷாய வலீமுக நமோஸ்துதே
ஸுர்ய புத்ர நமஸ்தேஸ்து பாஸ்கரே பயதாயச 10

அதோந் ருஷ்டே நமஸ்தேஸ்து ஸம்வர்த்தக நமோஸ்துதே
நமோ மந்தகதே துப்யம் நிஸ்த்ரிம்ஸாய நமோஸ்துதே 12

தபஸா தக்த தேஹாய நித்யம் யோகர தாயச
நமோ நித்யம் க்ஷீதார்த்தாய அதப்ருதாய சவை நம 14

ஜ்ஞா ந க்ஷுர் நமஸ்தேஸ்து கஸ்ய பாத் மஜஸுநவே
துஷ்டோ ததாஸி வை ராஜ்யம் ருஷ்டோ ஹரஸி தத்க்ஷணாத் 16

தேவாஸுர மநுஷ்யாஸ்ச ஸித்தவித்யாத ரோரகா
த்வயா விலோகிதா: ஸர்வே நாஸம் யாந்தி ஸமூலத 18

ப்ரஸாதம் குருமே தேவ வரார்ஹோஹ முபாகத
ஏவம் ஸ்துதஸ் ததா ஸௌரிர் க்ரஹராஜேம் மஹாபல 20

அப்ரவீச்ச புதர் வாக்யம் ஹ்ருஷ்டரோமா து பாஸ்கரி
துஷ்டோஸ்ஹம் தவ ராஜேந்திர ஸ்தவநாநேந ஸுவ்ரத
வரம் ப்ரூஹி ப்ரதாஸ்யா மிஸ்வேச்சயா ரகுநந்தன 23

## சங்கல்பம் – யாக மூல மந்திரம்

பாபாஸநஸ்தம்; ப்ரத்யங்முகம்; க்ருத்ரதரம்; சதுர்புஜம்; சூலாயுததரம்; ஸௌராஷ்டிர தேசாதிபதிம்; விகாரி ஸம்வத்ஸர; நவம்யாம் ரோகிணீ நட்சத்திர ஜாதாம்; மகர கும்ப ராஜ்யாதிபதிம்; மந்தவார ப்ரயுக்தம்; க்ரீடீனம்; ஸுகாஸீனம்; சக்தி பத்நீ புத்ர பரிவார ஸமேதம்; க்ரஹ மண்டலே; ப்ரவிஷ்டம்; அஸ்மின்; அதிகரணே; ஸுர்யக்ரஹஸ்ய பச்சிம திக்பாகே; தநூகார மண்டலே; திலதாந்யஸ்யோபரி; பகவந்தம்; சநைச்சரக் ரஹம் ஆவாஹயாமி; சநைச்ரக்ரஹஸ்த தக்ஷிணத; அதி தேவதாம் யமம் ஆவாஹயாமி; சநைச்சரக்ரஹ ப்ரதியதி தேவதாம்; சநைச்சர க்ரஹஸ்ய உத்தரத; பிரஜாபதிம் ஆவாஹயாமி.

சனீஸ்வரன் அதிதேவதை யமன்; ப்ரதி அதிதேவதை பிரஜாபதி. வணங்க வேண்டிய தெய்வம் சிவன். சனிக்கு தனி க்ஷேத்திரம் திருநள்ளாறு.

7½ சனி, அஷ்டமச்சனி, அர்த்தாஷ்டமச் சனி, கண்டச்சனி, சனி திசை நடப்பில் உள்ள போது, மேற்கண்டவை தோன்றினாலும் திருநள்ளாறு சென்று நள தீர்த்தத்தில் முழுகி சனீஸ்வர தரிசனம் செய்து வர வேண்டும். சனி திசை ஆரம்பம், சனியினால் ஏற்பட்டுள்ள களத்திர தோஷம், புத்திர தோஷம் இருப்பின் சீர்காழியில் கடைவீதியில் உள்ள அம்ருத சனிக்கு (பாம்பு கோவில்) அபிஷேக ஆராதனைகள் செய்து வர தோஷம் நீங்கும். சனி திசை தொடங்கினாலும், மகர, கும்ப லக்கின, ராசிதாரர்களும் நீலக்கல் பதித்த மோதிரத்தை அணிய நன்மை அளிக்கும். மிகக் கடுமையான தோஷம் உள்ளவர்கள் சனி ப்ரீதி ஸ்தோத்திரத்தை தினமும் சொல்லி வருவது நன்மையளிக்கும். நித்திய பூஜையிலும் பயன்படுத்தலாம்.

## ராகு

### தியான ஸ்லோகம்

கராள வதநம் கட்க சர்ம சூல வரான்விதம்
நீல ஸிம்ஹாஸ நஸ்தஞ்ச த்யாயேத் ராஹும் ப்ரசாந்தயே

### ஸ்தோத்திரம்

அர்த்த காயம் மகாவீர்யம் சந்த்ராதித்ய விமர்தனம்
ஸிம்ஹிகா கர்பஸம் பூதம் தம் ராஹும் ப்ரணமாம் யஹம்

### காயத்ரீ

ஓம் நகத்வஜாய வித்மஹே
பத்ம ஹஸ்தாய தீமஹி
தந்நோ ராஹு; ப்ரசோதயாத்

## அஷ்டோத்திரம்

1. ஓம் ராஹ வே நம
2. ஓம் ஸைம்ஹி கேயாய நம
3. ஓம் விதுந்து தாய நம
4. ஓம் ஸுசரத் ரவே நம
5. ஓம் தமஸே நம
6. ஓம் பணிநே நம
7. ஓம் கார்க்யாய நம
8. ஓம் ஸுராரயே நம
9. ஓம் நீலஜீ முத ஸங்காசாய நம
10. ஓம் சதுர் புஜாய நம
11. ஓம் கட்க கேடகா தாரிணே நம
12. ஓம் வரதாயக ஹஸ்தாயக நம
13. ஓம் சூலாயுதாய நம
14. ஓம் மேக வர்ணாய நம
15. ஓம் தீக்ஷ்ண தம்ஷ்ட்ராகராள காய நம
16. ஓம் சூர்ப்பாகாராஸ நஸ்த்தாய நம
17. ஓம் கோமேதாபரணப்ரியாய நம
18. ஓம் மாஷப்ரியாய நம
19. ஓம் தக்ஷிணா சாமுகர தாய நம
20. ஓம் க்ருஷ்ணத்வஜ பதாக வதே நம
21. ஓம் காச்யபர்ஷி நந்ததாய நம
22. ஓம் புஜகேச்வராய நம
23. ஓம் உல்கா பாதயித்ரே நம
24. ஓம் சூலிநே நம

25. ஓம் நிதிபாய நம
26. ஓம் க்ருஷ்ண சர்ப்பராஜே நம
27. ஓம் விஷஜ்வாலா வ்ருதாஸ்யாய நம
28. ஓம் அர்த்த சரீராய நம
29. ஓம் சாத்ரவப்ரதாய நம
30. ஓம் ரவீந்து பீகராய நம
31. ஓம் சாயாஸ் வரூபிணே நம
32. ஓம் கடிநாங்க தாய நம
33. ஓம் த்விஷச் சக்ரச் சேதகாய நம
34. ஓம் கராளாஸ் யாய நம
35. ஓம் பயங்கராய நம
36. ஓம் குரூர கர்மனே நம
37. ஓம் தமோ ரூபாய நம
38. ஓம் ச்யா மாத்மநே நம
39. ஓம் நீல லோஹிதாய நம
40. ஓம் கிரீடினே நம
41. ஓம் நீலவஸநாய நம
42. ஓம் பநிஸாமந்த்வர்த் மகாய நம
43. ஓம் சண்டாள வர்ணாய நம
44. ஓம் அச்வய்ருக்ஷ பாவாய நம
45. ஓம் மேக்ஷ பவாய நம
46. ஓம் சநிவத்பல தாய நம
47. ஓம் சூராய நம
48. ஓம் அஸவ்ய கதயே நம
49. ஓம் உபார ககராய நம
50. ஓம் ஸோம ஸுர்யச்சவி விமர்தகாய நம

51. ஓம் நீலபுஷ்ப விஹாராய நம
52. ஓம் க்ரஹ ச்ரேஷ்டாய நம
53. ஓம் அஷ்ட வக்ராஹாய நம
54. ஓம் சுபந்த மாத்ர தேஹாய நம
55. ஓம் யாதுதா நகுலோத் பவாய நம
56. ஓம் கோவிந்த வரபாத்யாய நம
57. ஓம் தேவஜாதி ப்ரவிஷ்டகாய நம
58. ஓம் க்ரூராய நம
59. ஓம் கோராய நம
60. ஓம் சஸேர் மித்ராய நம
61. ஓம் சுக்ர மித்ராய நம
62. ஓம் அகோசராய நம
63. ஓம் அநேகங்கா ஸ்நாநதாத்ரே நம
64. ஓம் ஸ்வக்ருஹே ப்ரபவாட்யதாய நம
65. ஓம் ஸத்குரு ஹேத்ய பலத்ருதே நம
66. ஓம் சதுர்த்தே மாத்ரூ நாசகாய நம
67. ஓம் சந்த்ரயுக்தே சண்டாள ஜாதி ஸீசகாய நம
68. ஓம் ஸிம்ஹ ஜந்மநே நம
69. ஓம் ராஜ்ய தாத்ரே நம
70. ஓம் மகா காயாய நம
71. ஓம் ஜந்ம கர்த்ரே நம
72. ஓம் விதுரிபவே நம
73. ஓம் மாதகாஜ்ஞுநந்தாய நம
74. ஓம் ஜன்ம கந்யா ராஜ்யதாத்ரே நம
75. ஓம் ஜந்மஹா நிதாய நம
76. ஓம் நவமே பித்ரு ஹந்த்ரே நம

77. ஓம் பஞ்சமே சோகதாய நம
78. ஓம் த்யூநே களத்திர ஹந்த்ரே நம
79. ஓம் ஸப்த மேகல ஹரப்ரதாய நம
80. ஓம் ஷஷ்டே வித்ததாத்ரே நம
81. ஓம் சதுர்த்தே வைரதாயகாய நம
82. ஓம் நவமே பாபதாத்ரே நம
83. ஓம் தசமே சோகதாயகாய நம
84. ஓம் ஆதௌயச ப்ரதாத்ரே நம
85. ஓம் அந்தே வைப்ரதாயகாய நம
86. ஓம் கலாத் மநே நம
87. ஓம் கோசர சராய நம
88. ஓம் தநே ககுத் ப்ரதாய நம
89. ஓம் பஞ்சமேதி ஷனாச்ருங்க தாய நம
90. ஓம் ஸ்வர்பாநவே நம
91. ஓம் பலிநே நம
92. ஓம் மஹாசௌக்ய ப்ரதாயிநே நம
93. ஓம் சந்த்ர வைரினே நம
94. ஓம் சாச்வதாய நம
95. ஓம் ஸீர சத்ரவே நம
96. ஓம் பாபக்ரஹாய நம
97. ஓம் சாம்பவாய நம
98. ஓம் பூஜ்யகாய நம
99. ஓம் பாடீரபூரணாய நம
100. ஓம் பைடீநஸ குலோத்பவாய நம
101. ஓம் பக்தரக்ஷாய நம
102. ஓம் ராஹுமூர்த்தயே நம

103. ஓம் ஸர்வாபீஷ்ட பலப்ரதாய நம
104. ஓம் தீர்க்காய நம
105. ஓம் அத நவே நம
106. ஓம் விஷ்ணு நேத்ராரயே நம
107. ஓம் தேவாய நம
108. ஓம் தாநவாய நம

நாநாவித பரிமளபத்ர புஷ்பாணி நைவேத்யம்
ஸமர்ப்பயாமி

## சங்கல்பம் –யாக மூல மந்திரம்

ஸிம்ஹாஸநஸ்தம்; தக்ஷிணாபிமுகம்; சூர்பாஸநஸ்தம்; சதுர்புஜம்; கராளவக்த்ரம்; கட்க சர்ம வரதரம்; பைடீநச கோத்ரம்; பர்பர தேசாதிபதிம்; க்ரீடீனம்; ஸுகாஸீனம்; சக்தி பத்நீ புத்ர பரிவார ஸமேதம்; க்ரஹ மண்டலே; ப்ரவிஷ்டம்; அஸ்மிந் அதிகரனே; ஸுர்ப்பாகார மண்டலஸ்ய வருநய திக் பாகே; ஸுர்ப்பாகார மண்டலே; மாஷ தாந்யஸ்யோபரி; பகவந்தம்; ராஹு க்ரஹம் ஆவாஹயாமி; ராஹுக்ரஹ அதிதேவதாம்; காமம்; ஸாங்கம்; ஸாயுதம்; ஸவாஹநம்; பத்நீபுத்ர பரிவார ஸமேதம்; ராஹு க்ரஹ ஹஸ்ய தக்ஷிணதம்; காமம் ஆவாஹயாமி; ராகு க்ரஹ ப்ரதி அதிதேவதாம்; ராஹு க்ரஹஸ்ய உத்தரதம்; சர்ப்பம் ஆவாஹயாமி;

ராகுவுக்கு அதிதேவதை காமன் (மன்மதன்); ப்ரதி அதிதேவதை நாகேஸ்வரன். வணங்க வேண்டிய தெய்வம் துர்க்கை - பத்ரகாளி. ஷேத்திரம் காளஹஸ்தி. சீர்காழி கடைவீதி பாம்பு கோவில், திருநாகேஸ்வரம் (கும்பகோணம்) ஆகிய வையும் உகந்த க்ஷேத்திரங்களாகும். கடும் புத்திர தோஷம், களத்திர தோஷம், ராகு கேதுவால் ஏற்பட்டிருப்பின், காளஹஸ்தி

சென்று ஸ்வர்ணமுகி நதியில் குளித்து ராகு ப்ரீதி செய்து கொள்ள வேண்டும். ராகு திசை நடப்பில் உள்ளவர்கள், மேலே குறிப்பிட்ட ஏதாவதொரு க்ஷேத்திரத்திற்குச் சென்று வந்து, கோமேதகம் பதித்த மோதிரம் அணிவது நன்மையளிக்கும்.

# கேது

## தியான ஸ்லோகம்

தூம்ரவர்ணம் த்வி பஹுஞ்ச கேதுஞ்ச விக்ருதாநநம்
க்ருத்ராஸந ஸ்திதம் நித்யம் த்யாயேத் ஸர்வபலாப்தயே.

## ஸ்தோத்திரம்

பலாஸ புஷ்ப ஸங்காஸம் தாரகாக்ரஹ மஸ்தகம்
ரௌத்ரம் ரௌத்ராத்மகம் கோரம் தம் கேதும் ப்ரணமாம்யஹம்:

## காயத்ரீ

ஓம் அச்வ த்வஜாய வித்மஹே
சூல ஹஸ்தாய தீமஹி
தந்நோ கேது : ப்ரசோத யாத் :

## அஷ்டோத்திரம்

ஓம் கேதுவே நம
ஓம் ஸ்தூல சிரேஸ நம
ஓம் சிரோமாத்ராய நம
ஓம் த்வஜாக்ருதயே நம
ஓம் நவக்ரஹயுதாய நம 5

ஓம் ஸிம்ஹிகா ஸுரகர்ப்ப ஸம்பவாய நம
ஓம் மஹாபீதிகராய நம
ஓம் சித்ரவர்ணாய நம
ஓம் பிங்கலாக்ஷகாய நம
ஓம் புல்ல தூம ஸங்காசாய நம 10

ஓம் தீக்ஷ்ண தம்ஷ்ட்ராய நம
ஓம் மஹோதராய நம
ஓம் ரக்த நேத்ராய நம
ஓம் சித்ர காரிணே நம
ஓம் தீவ்ர கோபாய நம 15

ஓம் மஹா ஸுராய நம
ஓம் க்ரூர கண்டாய நம
ஓம் க்ரோத நிதயே நம
ஓம் சாயாக்ரஹ விசேஷகாய நம
ஓம் அந்த்யக்ரஹாய நம 20

ஓம் மஹா சீர்ஷாய நம
ஓம் ஸுர்யாரயே நம
ஓம் புஷ்பவத்க்ரஹினே நம
ஓம் வர ஹஸ்தாய நம
ஓம் காதபாணயே நம 25

ஓம் சித்ரவஸ்த்ரதராய நம
ஓம் சுத்ரத்வஜபதாகாய நம
ஓம் கோராய நம

ஓம் சித்ரரதாய நம
ஓம் சிகிநே நம 30

ஓம் குளுந்த பக்ஷகாய நம
ஓம் வைடூர்யாபர்ணாய நம
ஓம் உத்பாதஜ நகாய நம
ஓம் சுக்ர மித்ராய நம
ஓம் மந்த ஸகாய நம 35

ஓம் கதாதராய நம
ஓம் நாகபதயே நம
ஓம் அந்தர் வேதீச்வராய நம
ஓம் ஜைமினி கோத்ரஜாய நம
ஓம் சித்ரகுப்தாத்மநே நம 40

ஓம் தக்ஷிணா முகாய நம
ஓம் முகுந்தவர பாத்ராய நம
ஓம் மஹாஸுர குலோத்பவாய நம
ஓம் கநவர்ணாய நம
ஓம் லம்பதேவாய நம 45

ஓம் ம்ருத்யு புத்ராய நம
ஓம் உத்பாத ரூப தாரினே நம
ஓம் அத்ருச்யாய நம
ஓம் காலாக்நி ஸந்நிபாய நம
ஓம் ந்ரூபீடாய நம 50

ஓம் க்ருஹகாரிணே நம
ஓம் ஸர்வோ பத்ரவகாய தாய நம
ஓம் சித்ரா ப்ரஸூதாய நம
ஓம் அநலாய நம
ஓம் ஸர்வவ்யாதி விநாசகாய நம 55

ஓம் அபஸவ்யப்ரசாரிணே நம
ஓம் நவமே பாபதாயகாய நம
ஓம் பஞ்சமே சோகதாய நம
ஓம் உபராக கேசராய நம
ஓம் அதிபூருஷகர்மனே நம 60

ஓம் துதீயே ஸுகப்ரதாய நம
ஓம் த்ருதீயே வைர தாய நம
ஓம் பாபக்ரஹாய நம
ஓம் ஸ்போடக காரகாய நம
ஓம் ப்ராண நாதாய நம 65

ஓம் பஞ்சமே ச்ரம கார காய நம
ஓம் த்வீதியே அஸ்புடவாக் தாத்ரே நம
ஓம் விக்ஷா குலித வக்த் ரகாய நம
ஓம் காமரூபிணே நம
ஓம் ஸிம்ஹ தந்தாய நம 70

ஓம் குசேத்ம ப்ரியாய நம
ஓம் சதுர்த்தே மாத்ரு நாசகாய நம
ஓம் நவமே பித்ரு நாசகாய நம

| | | |
|---|---|---|
| ஓம் | அந்யே வைரப்ரதாய நம | |
| ஓம் | ஸுதாநந்த நிதாநகாய நம | 75 |
| | | |
| ஓம் | ஸர்ப்பாக்ஷி ஜாதாய நம | |
| ஓம் | அநங்காய நம | |
| ஓம் | கர்மராச்யுத் பவாய நம | |
| ஓம் | உபாந்தே கீர்தி தாய நம | |
| ஓம் | ஸப்தமே கலகப்ரதாய நம | 80 |
| | | |
| ஓம் | அஷ்டமேவ்யாதி கர்த்ரே நம | |
| ஓம் | தநே பஹு ஸுகப்ரதாய நம | |
| ஓம் | ஐநநே ரோகதாய நம | |
| ஓம் | ஊர்த்வ மூர்த்த ஜாய நம | |
| ஓம் | க்ரஹ நாயகாய நம | 85 |
| | | |
| ஓம் | பாபத் ருஷ்டாய நம | |
| ஓம் | கேச ராய நம | |
| ஓம் | சாம்பவாய நம | |
| ஓம் | அக்ஷேச பூஜிதாய நம | |
| ஓம் | சாச்வதாய நம | 90 |
| | | |
| ஓம் | நடாய நம | |
| ஓம் | சுபா சுப பலப்ரதாய நம | |
| ஓம் | தூம்ராய நம | |
| ஓம் | ஸுதா பாயிநே நம | |
| ஓம் | அஜிதாய நம | 95 |

ஓம் பக்த வத்ஸலாய நம
ஓம் ஸிம்ஹாஸ நாய நம
ஓம் கேது மூர்த்தயே நம
ஓம் ரவீந்துத்யுதி நாசகாய நம
ஓம் அமராய நம 100

ஓம் பீடகாய நம
ஓம் அமர்த்யாய நம
ஓம் விஷ்ணு த்ருஷ்டாய நம
ஓம் அஸுரேச்வராய நம
ஓம் பக்த ரக்ஷாய நம 105

ஓம் வைசித்ரய கபோதஸ்யந்த நாய நம
ஓம் விசித்ர பவதாயிதே நம
ஓம் பக்த பீஷ்ட பலதாய நம 108

நாநாவித பரிமள பத்ர புஷ்பாணி, நைவேத்யம் ஸமர்ப்பயாமி

## சங்கல்பம் – யாக மூல மந்திரம்

த்வஜாஸநஸ்தம்; தக்ஷிணாபிமுகம்; சதுர்புஜம்; அந்தர் வேதி தேசாதிபதிம்; த்விபாஹும் கதாதரம்; பைடீநஸ கோத்ரம்; அபிஜீத் நக்ஷத்ர ஜாதாம்; ஸிம் ஹாஸ நஸ்தம்; க்ரஹ மண்டலே; ப்ரவிஷ்டம்; அஸ்மிந் அதிகரணே; ஸுர்ய க்ரஹஸ்ய வாய்வ்ய திக் பாகே; த்வஜாகார மண்டலே; குளுந்த தான்யஸ்யோபரி; கேது க்ரஹம் ஆவாஹயாமி.

கேது க்ரஹ அதிதேவதாம் சித்ரகுப்தம்; ஸாங்கம்; ஸாயுதம்; ஸவாஹனம்; சக்தீ பத்நீ புத்ர பரிவார ஸமேதம்; கேது க்ரஹ ப்ரதி அதிதேவதாம்; கேது க்ரஹஸ்யோத்தரத; ப்ருஹ்மானம் ஆவாஹயாமி;

கேதுவின் அதிதேவதை சித்திரகுப்தன். ப்ரதி அதிதேவதை பிரும்மா; வணங்க வேண்டிய தெய்வம் விநாயகர். க்ஷேத்திரம் காளஹஸ்தி. கேது திசை நடப்பில் உள்ளவர்கள் வைடூரியம் பதித்த மோதிரம் அணிவது நன்மை. பூம்புகார் அருகில் உள்ள கீழப்பெரும்பள்ளம் கேதுவுக்கு தனி பிரதிஷ்டை உள்ள கேது க்ஷேத்திரமாகும்.

## சூர்ய பகவான் விசேஷ காயத்ரீ

ஓம் பூர் புவஸ் சுவஹ; தத்ஸவிதுர் வரேணயம்
பர்கோ தேவஸ்ய தீமஹி; தியோ யோன ப்ரசோத யாத்

மேற்படி காயத்ரீயைத் தினமும் காலையில் 11 முறை உச்சரிக்க உத்தமம்.

## வியாதி குணமாக வைத்தியநாத ஸ்வாமி ஸ்தோத்திரம்

அங்காரக மஹா ரோக நிவாரா பிஷக்பதே
சரீரே வ்யாதி வர்காம் ஸத்வம் அஸவநுத்யப்ரபாலய
ஸ்ரீ வைத்யநாத நாதம் கணநாத நாதம்
ஸ்ரீ பாலாம்பிகா நாதம் அலம் ருஜார்த்த
ஸதா பிரபத்யே சரணம் ப்ரபத்யே
முதே ப்ரபத்யே சிவலிங்க ரூபம்.

## திருமண ஸ்தோத்திரம்

காத்யாயனீ மஹாதேவி மஹா மாயே மஹேச்வரீ
நந்தகோப ஸுதம் தேவீபதீம் மே தாதுமர்ஹசி
ஸர்வ மங்கள மாங்கல்யே ஸிவே ஸர்வார்த்த ஸாதிகே
சரண்யே த்ரயம்பகே கௌரீ நாராயணீ நமோஸ்துதே

## நவக்கிரக ஸ்லோகம்

ஆராக்யம் ப்ரதாதுநோ தினகர; சந்த்ரோ யசோ நிர்மலம்
பூதிம் பூமிஸுத ஸுதாம்ஸுதனய ப்ரக் ஞாம்குருர்
கௌரவம் கான்ய; கோமள வாக் விலாஸ மதுலம்
மந்தோமுதம் ஸர்வதா; ராஹு பாஹுர் பலம்
விரோத சமனம்; கேது குலஸ் யோன்ன திம்;

# அஷ்டதிக் பாலகர்கள் ஸ்துதி

## இந்திரன் – கிழக்கு

ஐராவத கஜாரூடம்
ஸ்வர்ண வர்ணம் க்ரீடீனம்
ஸஹஸ்ர நயநம் ஸக்ரம்
வஜ்ரபாணிம் விபாவயேத்

## அக்நி – தென்கிழக்கு

ஸப்தார்சிஷம் சபிப்ராணம்
அக்ஷமாலாம் கமண்டலும்
ஜ்வாலா மாலா குலம் ரக்தம்
ஸக்தி ஹஸ்தம் சகாஸ நம்

## யமன் – தெற்கு

க்ருதாந்தம் மஹிஷா ரூடம்
தண்ட ஹஸ்தம் பயாநகம்
கால பாஸ தரம் க்ருஷ்ணம்
த்யாயேத் தக்ஷிண திக்பதிம்

## வருணன் – மேற்கு

நாக பாஸதரம் ஹ்ருஷ்டம்
ரகதௌகத் யுதி விக்ரஹம்
ஸஸாங்க தவளம் த்யாயேத்
வருணம் மகராஸநம்

## வாயு – வடமேற்கு

ஆபீதம் ஹரிதச்சாயம்
விலோலத்வஜ தாரிணம்
ப்ராண பூதம் ச பூதாநாம்
ஹரிணஸ்தம் ஸமீரணம்

## குபேரன் – வடக்கு

குபேரம் மநுஜாஸிநம்
ஸ்கர்வம் கர்வ விக்ரஹம்
ஸ்வர்ணச் சாயம் கதா ஹஸ்தம்
உத்தராதி பதிம் ஸ்மரேத்

## நிரூதி – தென்மேற்கு

ரக்த நேத்ரம் ஸ்வாரூடம்
நீலோத்பல தலப்ரபம்
க்ரு பாண பாணி மாஸ்ரௌகம்
பிபந்தம் ராக்ஷஸேஷ்வரம்

## ஈசானன் – வடகிழக்கு

ஈஸாநம் வ்ருஷா பாரூடம்
த்ரிசூலம் வ்யாலதாரிணம்
சரச்சந்த்ர ஸமாகாரம்
த்ரிநேத்ரம் நீலகண்டம்

## நவக்கிரஹ ப்ரீதி ஸ்லோகம்

ஸ்ரீ ராமவதார; சூர்யஸ்ய சந்த்ரஸ்ய யதுநாயக
ஸ்ரீ ந்ருஸிம்ஹோ! பூமி புத்ரஸ்ய ஸௌம்ய; ஸோம ஸுதஸ்யச;
ஸ்ரீ வாமானோ விபுதேந்த்ரஸ்ய பார்கவோ பார்கவஸ்ய ச
ஸ்ரீ கூர்மோ பாஸ்கர புத்ரஸ்ய ஸைம் ஹிகேயஸ்ய ஸுகர;
கேதுர் மீநாதவாரஸ்ய யே கே சாந் யேபி கேசரா:

## குபேர மந்திரம்

"ராஜாதி ராஜாய - ப்ரஸஹ்ய ஸாஹிநே
நமோ வயம் - வைஸ்ரவணாய குர்மஹே
ஸமே காமாந் காம காமாய மஹ்யம்
காமேச்வரோ வைச்ரவணோ ததாது
குபேராய வைச்ரவணாய மஹாராஜாய நம!"